AF658907

ഗ്രീൻ ബുക്സ്

കുഞ്ഞിക്കാളിക്കുരവ

പ്രൊഫ. ജയലക്ഷ്മി

കൊല്ലം ജില്ലയിൽ ശാസ്താം കോട്ട ഭരണിക്കാവ് സ്വദേശി. മുതുപിലാക്കാട് ലക്ഷ്മി വിലാസം സ്കൂളിൽ പ്രാഥമിക വിദ്യാഭ്യാസം. തിരുവനന്തപുരം വിമൻസ് കോളേജ്, യൂണിവേഴ്സിറ്റി കോളേജ്, കോട്ടയം സി.എം.എസ് കോളേജ് എന്നിവിടങ്ങളിൽ ഉപരിപഠനം. തിരുവനന്തപുരം പ്രസ്ക്ലബ്ബിൽ നിന്ന് ജേർണലിസം ഡിപ്ലോമ. ശാസ്താംകോട്ട ദേവസ്വം ബോർഡ് കോളേജിൽ ദീർഘകാലം ഇംഗ്ലീഷ് അദ്ധ്യാപിക.
കേരള സംസ്ഥാന വനിതാ വികസന കോർപ്പറേഷൻ, റെയിൽവെ റിക്രൂട്ട്മെന്റ് ബോർഡ് ചെയർപേഴ്സൺ. ദക്ഷിണമേഖലാ ഉപഭോക്തൃ തർക്കപരിഹാര ഫോറം അംഗം, രാഷ്ട്രീയ മഹിളാ കോശ് ഡയറക്ടർ, N.C.U.I, N C E R.T, ഫിലാറ്റലിക് ബോർഡ് അംഗം. വൈവിദ്ധ്യസമൃദ്ധമായ കർമ്മമണ്ഡലം.
'ഓൾഡ് ലാങ് സൈൻ' ചെറുകഥാ സമാഹാരം പ്രസിദ്ധീകരിച്ചു.
Email: lekshmibhageerathi@gmail.com

നോവൽ

കുഞ്ഞിക്കാളിക്കുരവ

പ്രൊഫ. ജയലക്ഷ്മി

ഗ്രീൻബുക്സ്

green books private limited
gb building, civil lane road, ayyanthole,
thrissur- 680 003, kerala, ph: +91 487-2381066, 2381039
website: www.greenbooksindia.com
e-mail: info@greenbooksindia.com

malayalam
kunjikkaalikkurava
novel
by
prof. jayalakshmi

published september 2022

cover design : rajesh chalode
illustrations : kurian jacob

printed in india
vattoly nirmala hiprint pvt ltd, thrissur

branches:
thrissur 0487-2422515
thiruvananthapuram 0471-2335301
calicut 0495 4854662

isbn : 978-93-93596-95-6

₹ 210.00
GBPL/1250/2022

സമർപ്പണം

കായലമ്മ ശാസ്താംകോട്ട ശുദ്ധജലതടാകത്തിന്
അമ്മ ഭാഗീരഥിക്ക്...

മുഖമൊഴി

എഴുത്തു വഴിയിൽ വൈകിയെത്തിയ എന്റെ രണ്ടാമത്തെ രചനയാണ് 'കുഞ്ഞിക്കാളിക്കുരവ'. ആദ്യപുസ്തകം 'ഓൾഡ് ലാങ്ങ് സൈൻ' ചെറുകഥാ സമാഹാരം 2022 മെയ് മാസത്തിൽ പ്രസിദ്ധീകരിച്ചു. ഈ പുസ്തകത്തിന്റെ പ്രകാശനച്ചടങ്ങിലും പ്രതികരണങ്ങളിലും ഉയർന്നു കേട്ട കൗതുകകരമായ ചോദ്യം 'ഇതുവരെ എവിടെ ആയിരുന്നു' എന്നതാണ്. പ്രസക്തമാണ് ആ ചോദ്യം. എഴുതാൻ കഥകൾ ഇല്ലാതിരുന്നിട്ടല്ല, പിന്നെയോ കഥകൾ പലതും കല്ലും മുള്ളും കുന്നും തോടും കടന്ന് നടന്നെത്തിയ ജീവിത പാതയിൽ കാണുകയായിരുന്നു, അനുഭവിക്കുകയായിരുന്നു എന്നതാണ് അതിന് ഉത്തരം.

'കുഞ്ഞിക്കാളിക്കുരവ'യിൽ ആത്മകഥാംശമുണ്ട്. ഞാൻ ജനിച്ചു വളർന്ന മണ്ണിന്റെ, ആ മണ്ണിൽ ചവുട്ടി നിൽക്കുന്ന മനുഷ്യരുടെ കഥയുണ്ട്. അവർ വിശ്വസിച്ച് ആരാധിക്കുന്ന പ്രകൃതിയുടെ കഥയുണ്ട്, പ്രത്യയ ശാസ്ത്രമുണ്ട്. പ്രകൃതിയും മനുഷ്യനും ദൈവവും തമ്മിലുള്ള അഭേദ്യമായ ബന്ധമുണ്ട്.

എന്നെ വളർത്തിയത് രണ്ട് അമ്മമാരാണ്. പെറ്റമ്മ ഭാഗീരഥിയും കായലമ്മ ശാസ്താംകോട്ട ശുദ്ധജല തടാകവും. പെറ്റമ്മ പോയിട്ട് കാലങ്ങളായെങ്കിലും ഈ ഇരുണ്ട കാലത്ത് ഞാൻ തനിച്ചല്ല, അനാഥയല്ല എന്ന വിശ്വാസം പകരുന്നത് മരണമില്ലാത്ത കായലമ്മയാണ്. എന്റെ ആഹ്ലാദവിഷാദങ്ങൾ പങ്കിടുന്നത് കായലമ്മയുമായാണ്.

നവോത്ഥാനം ഒരു തോറ്റ സംജ്ഞയല്ലെന്ന്, അത് വർത്തമാനത്തിലും ഭാവിയിലും തുടരേണ്ടുന്ന ഒരു പ്രക്രിയയാണെന്നുള്ള അവബോധം ഒരു എഴുത്തുകാരി എന്ന നിലയിൽ ഏറ്റുവാങ്ങിയതിന്റെ ഫലശ്രുതി കൂടിയാണ് ഈ നോവൽ. മണ്ണിനേയും അറിവിനേയും മൂലധനമാക്കി അടിയാളവിമോചന രഥം തെളിച്ച അയ്യങ്കാളിയും വിശ്വമാനവികതയുടെ കേദാരമായ ശ്രീ നാരായണ ഗുരുവും നോവൽ ഭൂമികയിലേക്ക് കടന്നു വരുന്നത് ഇക്കാരണത്താലാണ്. ക്ഷേത്രപ്രവേശന വിളംബരം, സ്റ്റേറ്റ് കോൺഗ്രസിന്റെ രൂപീകരണം, ഗാന്ധിജിയുടെ കേരള സന്ദർശനങ്ങൾ, നിസ്വവർഗത്തിന് വിമോചന സ്വപ്നങ്ങൾ നൽകിയ കമ്യൂണിസ്റ്റ് പ്രസ്ഥാനം എന്നിങ്ങനെ കേരളീയ നവോത്ഥാനത്തിന്റെ ചാലക ശക്തികളെ അടയാളപ്പെടുത്താൻ ഞാൻ ശ്രമിച്ചിട്ടുണ്ട്.

'കുഞ്ഞിക്കാളിക്കുരവ' ഒരു റൊമാന്റിക് ഫാന്റസി കൂടിയാണ്. സാഹിത്യത്തിൽ സാധാരണ ദൃശ്യമായ വ്യക്തിനിഷ്ഠമായ പ്രണയത്തിന്റെ സങ്കീർത്തനങ്ങളല്ല നോവലിലുള്ളത്. പാശ്ചാത്യ സാഹിത്യത്തിൽ റൊമാന്റിക് പ്രസ്ഥാനം പിറവിയെടുത്തതും വളർന്നതും ആത്മനിഷ്ഠമായിട്ടായിരുന്നില്ല. അത് തുടങ്ങിവച്ച വില്യം വേർഡ്സ്‌വർത്ത് വിശദമാക്കിയത്, രചന പാവപ്പെട്ടവന്റെ വിനീത ലളിതമായ ഏടുകൾ ആകണമെന്നാണ്. മനുഷ്യനും പ്രകൃതിയും തമ്മിലുള്ള ഉദാത്തമായ പാരസ്പര്യം, പ്രണയം ആവിഷ്കരിക്കുന്നുണ്ട് ഈ കൃതിയിൽ. സ്വന്തം ചിതയൊരുക്കി, കുരവയിട്ട് അഗ്നിനാളങ്ങളെ ഏറ്റുവാങ്ങുന്ന കുഞ്ഞിക്കാളി, മരണം പോലും റൊമാന്റിക് ആക്കുന്നു.

മുൻകാലങ്ങളിൽ, സമൂഹത്തിന്റെയും സാഹിത്യത്തിന്റെയും മുഖ്യപാതകളിൽ നിന്നും ആട്ടിയകറ്റപ്പെട്ട്, അരികുവൽക്കരിക്കപ്പെട്ട ഒരു ജനതയുടെ ഹൃദയവിലാപങ്ങളാണ് ഈ നോവലിൽ വരച്ചിടാൻ തുനിഞ്ഞത്. മുൻഗാമികൾ ചെയ്തു കൂട്ടിയ പാപങ്ങൾ, മൂന്നാം തലമുറയെ ഗ്രസിക്കും. അത് കാവ്യനീതിയാണെന്ന

ചൊല്ല് വിശ്വസിച്ചു പോകുന്ന അവസ്ഥയിൽ, ജീർണ്ണിച്ചു തകർന്ന തറവാടുകൾ, വീടും നാടും വിട്ട പുതുതലമുറ. ഞാൻ വളർന്ന ദേശത്തിന്റെ, സഞ്ചരിച്ച വഴികളുടെ, വൈയക്തികാനുഭവ പർവത്തിൽ നിന്നുകൊണ്ടാണ് കുഞ്ഞിക്കാളിയെ രൂപപ്പെടുത്തിയത്. അതിൽ എത്ര മാത്രം വിജയിച്ചുവെന്ന് സാക്ഷ്യപ്പെടുത്തേണ്ടത് വായന ക്കാരും കാലവുമാണ്. എന്റെ സ്വത്വത്തെ ഉരുവപ്പെടു ത്തിയ പൂർവ്വസൂരികൾ, നീലിമചൂടി കഥകളുടെ അക്ഷയ നിധി തുറന്നു തന്ന കായലമ്മ, ഗുരുജന്മങ്ങൾ ഏവ രേയും മനസ്സിൽ നമിച്ചു കൊണ്ട് എന്റെ കുഞ്ഞി ക്കാളിയെ സമാനഹൃദയരുടെ സവിധത്തിലേക്ക് പറഞ്ഞ യയ്ക്കുകയാണ്.

സ്വീകരിച്ചാലും....

പ്രൊഫ. ജയലക്ഷ്മി

പ്രാരംഭം

അമ്മ സ്പർശം, ചുമലിൽ പരുക്കൻ വിരലുകൾ മൃദുവായി തൊടുന്നുവോ.... മേലാസകലം വൈദ്യുതി പ്രവഹിക്കുന്നതുപോലെ അമ്മുവിന് തോന്നി. കൂറ്റൻ ആഞ്ഞിലിക്ക് മുകളിലൂടെ ഒരു മിന്നൽ പാഞ്ഞുപോയി. കാതടപ്പിക്കുന്ന ഇടി ശബ്ദം തൊട്ടുപിന്നാലെ.

മിന്നലടിച്ചതോ കാൽക്കീഴിൽ ചിതറിക്കിടന്ന ആഞ്ഞിലിക്കുരുവിൽ ചവുട്ടി ചെറുക്കിയതോ? അമ്മുവിന് അടിതെറ്റി. വീഴും മുന്നേ, തഴമ്പിച്ച ഒരു കരം താങ്ങി. കാടുമണക്കുന്ന ഉച്ഛ്വാസവായു പിൻകഴുത്തിൽ തൊടുന്നു. മയക്കുന്ന ഗന്ധം.

'വാവേ' എന്നൊരു മാസ്മര വിളി കാതിലലച്ചു. കാലത്തിന്റെ ചിറകിലേറി പിറകോട്ട് പറന്നവൾ അമ്മുവാവയായി. കാടുകയറിയ ഭൂതകാലം കാളിയമ്മയുടെ കാപ്പിരി മുടിച്ചുരുളുകളിൽ കുരുങ്ങി.

''കാളിയമ്മേ എവിടെയായിരുന്നു? എത്ര നേരമായി ഞാൻ തേടി നടക്കുന്നു. കാടൻ കുന്നാകെ കയറിയിറങ്ങി തളർന്നു. കായലോരത്തും എഴുത്തുപുരയിലും ഒടുവിൽ കത്തിയമർന്നു വെണ്ണീറായ ചാമ്പൽപ്പുരയിലും എല്ലായിടവും തിരഞ്ഞു. എവിടെപ്പോയി ഒളിച്ചു? എന്താ പറ്റിയത്? വാവയോട് പറ....''

''വാവേ, വെന്നില് വള്ളിയിൽ നിന്ന് കൈ വിട്. മുറിയും.''

''ങേ, ഞാൻ മുറുകെ പിടിച്ചിരുന്നത് കാളിയമ്മയുടെ കാപ്പിരി മുടിയിലായിരുന്നില്ലേ, കൂർത്ത ആരുള്ള വെന്നിലു വള്ളിയിലായിരുന്നോ?'' അമ്മുവിന്റെ കൈ പൊടുന്നനെ അയഞ്ഞു.

''വെക്കനെ, എന്റെ കൂടെ വാ...'' പിന്നിൽ നിന്ന് അശരീരി പോലൊരു ശബ്ദം. അമ്മു ഞെട്ടിത്തിരിഞ്ഞു നോക്കി. ഒരു നിഴൽ രൂപം ആടി ഉലഞ്ഞ് കാടൻകുന്നിലേക്ക്; പടിഞ്ഞാറൻ കാറ്റിനോടൊപ്പം. പിന്നാലെ നടക്കേണ്ടി വന്നില്ല. കാറ്റ് എടുത്തോണ്ടു പോയി.

മിന്നൽ വെളിച്ചത്തിൽ കണ്ടു; കുറ്റിക്കാട്ടിൽ കാളിയമ്മയുടെ വജ്രായുധം, വെട്ടിരുമ്പ്. എടുത്തു. നിഴലിനെ പിൻതുടർന്ന്, ചാമ്പൽ

ക്കൂമ്പാരത്തിലെത്തി. കന്നിമൂലയിലേക്ക് നിഴൽ നീങ്ങുന്നതായി തോന്നി. അവിടെ കത്തിയമരാത്തൊരു മൺതൂണ് ഭൂമിയെ കെട്ടിപ്പിടിച്ചുറങ്ങുന്നുണ്ട്. ചാരം മൂടിയ തൂണ് ചെറുതായൊന്ന് വെട്ടിരുമ്പ് കൊണ്ട് നീക്കി. മിന്നാമിനുങ്ങിന്റെ ചെറിയ വെട്ടത്തിൽ കണ്ടു, ഒരെല്ലിൻ നുറുങ്ങ്, വളയാത്ത നട്ടെല്ലിന്റെ തിളങ്ങുന്ന കഷണം. അരുമയോടെ കൈയിലെടുത്ത്, നെഞ്ചോട് ചേർത്തു. അമ്മേ, കാളി എന്നാർത്തു...

മാനം മദം പൊട്ടിക്കരഞ്ഞു. തടാകം കരിമ്പടം പുതച്ചു.

അമ്മുവാവേ, എഴുത്തുപുരേലോട്ട് കേറ്....

എഴുത്, കുഞ്ഞിക്കാളി കൂവി...

കൂവലായിരുന്നില്ലത്, കുരവയായിരുന്നു.

എട്ടു നാടും പൊട്ടെ, ലോകമെമ്പാടും കേൾക്കുമാറുച്ചത്തിലുള്ള കുരവ.

ആ ശബ്ദം, ആരവം നേർത്ത് നേർത്തു നിലച്ചു. ആ രൂപം ഇരുണ്ട തടാകത്തിന്റെ നിറം പൂണ്ട്, കയങ്ങളിൽ ചുഴിയായി, ഉപരിതലത്തിൽ കുമിളകൾ പൊന്തുന്നത്, മഴത്തുള്ളികളോട് ചേർന്നൊഴുകിയ കണ്ണുനീരോടെ അമ്മു നോക്കി നിന്നു.

അഭൗമമായ ആ ശക്തിയെ, തേജസ്സിനെ മനസ്സിന്റെ ഉള്ളകങ്ങളിലേക്ക് ആവാഹിച്ച്, വളയാത്ത നട്ടെല്ല് നെഞ്ചോട് ചേർത്ത്, അമ്മു ദേവുപിള്ള എഴുത്തുപുരയ്ക്കകത്ത് കയറി. മാന്തടി മേശമേൽ, തറവാട്ടിലെ വലിയ കെടാവിളക്ക് കത്തുന്നുണ്ടായിരുന്നു. മേശവലിപ്പ് തുറന്നു. കുഞ്ഞിക്കാളിയെ അക്ഷരം പഠിപ്പിക്കാൻ അമ്മു പള്ളിക്കൂടം കാലത്ത് വാങ്ങിയ വരയിട്ട ബുക്ക് അവിടെ ഭദ്രം. തുറന്നു. വെളുത്ത കടലാസ്സിൽ കുഞ്ഞിക്കാളി എന്ന് കരിക്കട്ട കൊണ്ടെഴുതിയ വരയ്ക്ക് താഴെ 1936 – 1979 എന്ന് അക്കത്തിൽ. കാളിയമ്മേ ഇങ്ങനെ എഴുതാൻ എന്ന് പഠിച്ചു?

എന്തൊരു വിഡ്ഢിച്ചോദ്യം! അമ്മുവിനെ ജീവിതം പഠിപ്പിച്ച കാളിയമ്മ പാഠപുസ്തകമല്ലേ? നിങ്ങൾ പറഞ്ഞ കടങ്കഥകളെ വെല്ലുന്ന എന്തൊരു സമസ്യയാണ് നിങ്ങളെന്നമ്മേ! നിങ്ങടെ ആറടി മണ്ണു പോലും എനിക്കു വേണ്ട, നിങ്ങളെനിക്ക് ചിതയൊരുക്കണ്ട, ആളിക്കത്തുന്ന അഗ്നിയായി കാളിയിതാ പോകുന്നു എന്ന് വിളംബരം ചെയ്യുന്ന കുഞ്ഞിക്കാളിക്കുരവ അമ്മുവാവയുടെ കാതുകൾ തുളച്ച്, നെഞ്ചകം പിളർന്നു.

കായലമ്മയിലൂടെ പ്രതിധ്വനിച്ച്, പൂക്കൈതയൂരിലെ നാലുകരകളും കടന്ന് സമസ്ത ലോകവും കേൾക്കണം കുഞ്ഞിക്കാളിയുടെ കുരവ.

ഒന്ന്

കുഞ്ഞിക്കാളിയെ ആദ്യമായി കണ്ടത്, അമ്മൂട്ടി കുട്ടിയുടുപ്പിട്ട് നടന്ന കാലത്താണ്. കൊച്ചുരാമൻ കുഞ്ഞിക്കാളിക്ക് പൊടവ കൊടുത്ത ദിവസം. മാന്തോപ്പിലെ കന്നാലിയെ മേയ്ക്കുന്ന ചെക്കൻ കൊച്ചുരാമന് ഇരുപത് കഴിഞ്ഞു. ലേശം മുടന്തുണ്ട്, ചെറുതിലേ പോളിയോ വന്നതാണ്. മാന്തോപ്പിലെ, വലിയമ്പ്രാന്റെ തലപ്പൊലയൻ തേവന്റെ അഞ്ചു മക്കളിൽ ഇളയവൻ. തെക്കേക്കരയിൽ പാർത്ത തേവന്റെ കുടിയാകെ വസൂരി വന്ന് മനുഷ്യരെല്ലാം ചത്തു. കൂട്ടത്തോടെ പായിൽ കെട്ടി കുഴിച്ചിടുകയായിരുന്നു. പിച്ച നടക്കുന്ന കൊച്ച് മുടന്തി, മുടന്തി അവിടുന്നിറങ്ങി വെട്ടിവച്ച കടവിൽ നിന്ന് നിലവിളിക്കുന്നത് കണ്ട് അങ്ങുന്ന് കൂടെയുള്ള കാര്യസ്ഥൻ കുഞ്ഞുപിള്ളയോട് ആ കൊച്ചിനെ ബംഗ്ലാവിലേക്ക് കൊണ്ടുവന്ന്, കുളിപ്പിച്ച് തിന്നാൻ കൊടുത്ത് കാലികളെ നോക്കുന്ന കോന്നന്റെ കൂടെ പാർപ്പിക്ക് എന്ന് ഉത്തരവിട്ടു. കൊച്ചുരാമനെ ഞൊണ്ടി എന്നു വിളിച്ചോരെയെല്ലാം ശാസിച്ചു.

രാവിലെ കറക്കുന്ന പച്ചപ്പാല് ഒരു മൊന്ത മോന്തി, പഴങ്കഞ്ഞി കുടിച്ച് കൊച്ചുരാമൻ വളർന്നു, തടിച്ചു കൊഴുത്തു. ഞാറ്റുകണ്ടത്തില്, മുട്ടറ്റം മുണ്ടുടുത്തു നിന്ന് ഞാറ് പറിക്കുന്ന പുലക്കിടാത്തികളെ കണ്ണേറിയാൻ തുടങ്ങിയപ്പോൾ, മാന്തോപ്പിലങ്ങുന്നിന് കൊച്ചുരാമൻ, കൊച്ചല്ല, കന്നാലിരാമനായെന്ന് ബോദ്ധ്യമായി. അങ്ങനെയാണ്, തോട്ടിൻ കരയിലുള്ള ആയിരപ്പറക്കണ്ടം കൃഷിപ്പണികൾ നോക്കി നടത്തുന്ന തോട്ടിനക്കരെ അമ്പുമലയിലെ അയ്യന്റെ കിടാത്തി കുഞ്ഞി ക്കാളിയെ കൊച്ചുരാമനു വേണ്ടി ചോദിച്ചത്.

അയ്യനും അമ്മി കുഞ്ഞോലയ്ക്കും കുഞ്ഞിക്കാളിയുടെ കുഞ്ഞാങ്ങള കൊച്ചുചെറുക്കനും പെരുത്തു സമ്മതമായി. മാന്തോപ്പില്, കിടാത്തിക്ക് പട്ടിണി കിടക്കേണ്ടി വരില്ല എന്ന് അവർ തമ്മിൽ പറഞ്ഞു. മാന്തോപ്പിലെ വല്യങ്ങുന്ന് പറഞ്ഞാൽ പിന്നെ തിരുവായ്ക്ക് എതിർ പറയില്ല, അമ്പുമലയിലാരും.

പന്ത്രണ്ട് കുടിക്കാരും മാടം വെച്ച് കിടക്കുന്നത്, പേഷ്കാരങ്ങുന്ന് എന്ന് പൂക്കൈതയൂരിൽ വിളിപ്പേരുള്ള മാന്തോപ്പിലെ അങ്ങുന്നിന്റെ കനിവു കൊണ്ടാണ്. ഭൂപരിഷ്ക്കരണമൊക്കെ വരുന്നതിനു മുൻപു തന്നെ കുടികെടപ്പ്, പതിച്ചു കൊടുത്ത വലിയ മനുഷ്യനാണ് മാന്തോപ്പിലങ്ങുന്ന്. ആചാരലംഘനങ്ങൾ സ്വഭാവമാക്കിയിരുന്ന അങ്ങുന്ന്, തന്റെ പണിക്കാരുടെ കല്യാണവും പൊരകെട്ടും പുരവാസ്തോലിയും മരണവും പുലകുളിയടിന്തിരവുമെല്ലാം നേരിട്ട് നടത്തി. അധഃസ്ഥിതരുടേയും മുന്നോക്കക്കാരുടേയും അനാവശ്യ ആചാരങ്ങളെ തിരുത്തി.

പണിക്കാരുടെ പൊടവകൊടയ്ക്കൊന്നും സാധാരണ തമ്പ്രാക്കൾ പോകാറില്ല. അനുവാദം വാങ്ങിച്ച്, ചടങ്ങ് കഴിഞ്ഞ പെണ്ണുമായി പടിപ്പുരയ്ക്കൽ വന്ന്, തമ്പുരാൻ പണവും വെറ്റയും പാക്കും പുകയിലയും കാണിക്ക വയ്ക്കും. തമ്പ്രാൻ വന്ന് പെണ്ണിനെ കണ്ട്, അരി, നാളികേരം, ധാന്യങ്ങൾ, കിഴങ്ങുവർഗ്ഗങ്ങൾ, കഴിച്ചിലിനുള്ള വകകൾ കൊടുക്കും. ഈ ആചാരങ്ങളൊന്നും മാന്തോപ്പിലങ്ങുന്ന് പാലിച്ചില്ല.

കൊച്ചുരാമന്റെ പൊടവകൊടയും അങ്ങനെ ആയിരുന്നു. പക്ഷേ പെൺപണം കൊടുക്കുന്നതില് അങ്ങുന്ന് ഒരു കുറവും വരുത്തിയില്ല. ഇരുപത്തഞ്ച് പറ നെല്ലും നൂറു രൂപയും മുണ്ടു കൊടയ്ക്ക് ഒരു മാസം മുൻപേ കാര്യസ്ഥൻ, കുഞ്ഞുപിള്ള വശം അയ്യന് കൊടുത്തയച്ചു.

ഇതെന്തെര്, അങ്ങുന്നിന്റെ ഉപ്പും ചോറുമാ ഞാള്, തമ്പുരാൻ പണമാ തരേണ്ടത് എന്ന് അയ്യൻ എളിമയോടെ ഉണർത്തിച്ചു. പെരുവിരല് തികച്ചും വേണ്ട നിന്റെ പെൺകിടാവിന്, കണ്ടത്തിൽ, ഞാറൂന്നി വെക്കാൻ. അവക്കീ പണം തന്നാൽ പോരാ എന്ന് അങ്ങുന്ന്. സദ്യവട്ടം ഒന്നും വേണ്ടെന്നു നിർദ്ദേശിച്ച്, സദ്യ ഉണ്ണുമ്പോഴും ഉണ്ടു കഴിഞ്ഞുമുള്ള വഴക്കും വക്കാണവും ഒഴിവാക്കി. കസ്തൂരിക്കുന്ന് ഭഗോതീടെ കെട്ടുകാഴ്ച്ച കൊണ്ടാടുന്ന പോലെയൊരു ദിനമായിരുന്നു അമ്മൂട്ടിക്കത്. പുത്തൻ മഞ്ഞഫ്രോക്കിട്ട് കാതിൽ ലോലക്കും കഴുത്തിൽ പളുങ്കുമാലയും, കൈ രണ്ടിലും കുപ്പിവളയുമിട്ട് അതി രാവിലെ തന്നെ, അടുക്കള കാര്യക്കാരി യശോദാമ്മ അവളെ ഒരുക്കുന്നതു കണ്ട് മാന്തോപ്പിലമ്മ അവളെ കളിയാക്കി, ഇതെന്താ, ഇന്ന് അമ്മുവിന്റെ കല്യാണമാണോന്ന്.

അല്ലെങ്കിലും അമ്മമ്മയ്ക്ക്, കന്നാലിരാമന്റെ പൊടവ കൊടയ്ക്ക് വല്യങ്ങുന്നും അമ്മുവും പോകുന്നത് അത്ര പിടിച്ചിട്ടുണ്ടായിരുന്നില്ല.

തറവാട്ടിന് നിരക്കാത്ത ഓരോ ആചാരങ്ങളെന്ന് മുറുമുറുക്കുന്നത് കേട്ടു. കൊച്ചുരാമൻ രാവിലെ തന്നെ കായലിൽ കുളിച്ചു വന്ന്, വെളിച്ചെണ്ണ തേച്ച്, മുടി ഒതുക്കി, മുഖം എണ്ണ തേച്ച് മിനുക്കി, സ്വതേയുള്ള മണ്ടൻ മുഖം ഒരുക്കി. വണ്ടിക്കാരൻ വാസുക്കുട്ടൻ, മണികണ്ഠൻകാളയെ കുളിപ്പിച്ച്, ചന്ദനപ്പൊട്ട് തൊട്ട് സുന്ദരക്കുട്ടപ്പനാക്കി. വണ്ടിപ്പുരയിൽ കരുതിവച്ചിരുന്ന വർണ്ണക്കടലാസുകൾ വില്ലുവണ്ടിയിൽ തൂക്കി.

വല്യച്ഛനും അമ്മൂട്ടിയും വണ്ടിയുടെ പിൻഭാഗത്ത് നീട്ടിയ പലകപ്പടികേറി വൈക്കോലിനു മുകളിലിട്ട മെത്തപ്പായിലിരുന്നു. തോളിലൊരു ചുട്ടിത്തോർത്തും കൂടി എടുത്തിട്ട് സാരഥി വാസുക്കുട്ടൻ മണികണ്ഠന് പിറകിലെ ഇരിപ്പിടത്തിൽ കേറി. കൊച്ചുരാമൻ അയാളോട് ചേർന്നിരുന്നു.

വണ്ടി വലിക്കുമ്പോൾ മണികണ്ഠന്റെ കഴുത്തിലെ മണികൾ കിലുങ്ങി. അതുകേട്ട് കിളികൾ ചിലച്ചോണ്ട് പറന്നു പോയി. കാളക്കൊമ്പിൽ പിച്ചള പൊതിഞ്ഞിരുന്നു. മൂക്കുകയർ, മണികണ്ഠന് അലങ്കാരമായിരുന്നു. പിറകിൽ അടതട കെട്ടിതൂക്കി, സ്പീഡ് കുറയ്ക്കാനും കൂട്ടാനുമൊന്നുമുള്ള ഏർപ്പാട് മണികണ്ഠന് വേണ്ടിയിരുന്നില്ല. വാസുക്കുട്ടന്റെ ഒരു മൂളൽ മാത്രം മതി അവന് മനസ്സിലാവാൻ.

കുറ്റിക്കാടും കല്ലും നിറഞ്ഞ നാട്ടുവഴിയിലൂടെ നീങ്ങി, തോട്ടുവരമ്പി ലെത്തിയതോടെ സവാരി കുളിർമ്മയുള്ളതായി.

നിവർന്നു നിൽക്കുന്ന മുളങ്കാടുകളും ചാഞ്ഞു കിടക്കുന്ന പന്ന കളും കടുകുമണി പോലെയുള്ള ചെറുപൂക്കളും തോട്ടിൽ ഇടയ്ക്കിടെ തലപൊക്കുന്ന മാനത്തുകണ്ണികളും മാനത്തുനിന്ന് പെട്ടെന്ന് താഴ്ന്നി റങ്ങി ചെറുമീനുകളെ റാഞ്ചുന്ന പൊന്മാനുകളും.

അമ്മു ആദ്യമായിട്ടാണ് ഇത്തരം കാഴ്ച്ചകൾ കാണുന്നത്. ഏതാണ്ട് ഒരു മണിക്കൂർ വേണ്ടി വന്നു ആയിരപ്പറകണ്ടത്തിന്റെ ഓരത്തെത്താൻ. മുട്ടറ്റം വെള്ളമുള്ള തോടിന്റെ മറുകരയിലാണ് അമ്പുമല.

പേഷ്ക്കാരച്ചൻ, തൂവെള്ള ഖദർമുണ്ട് മടക്കിക്കുത്തി, അമ്മുവിനെ തോളിലേറ്റി തോട് കടന്നു. ഏന്തിയും വലിഞ്ഞും കൊച്ചു രാമനും. വാസുക്കുട്ടൻ മണികണ്ഠനെ അഴിച്ച്, തോട്ടുവരമ്പിലെ മുളയിൽ കെട്ടി, ഇപ്പ വരാം മോനേ എന്ന് പുറത്തുതട്ടി പറഞ്ഞു. തോട്ടിനക്കരെ, പെണ്ണിനിളയ ആങ്ങള കൊച്ചുചെറുക്കൻ ഒരു തുളസിമാല കഴുത്തിലിട്ട് ചെക്കനെ സ്വീകരിച്ചു.

കിണ്ടിയിലിരുന്ന വെള്ളത്തിൽ എല്ലാരും കാല് കഴുകി.

എട്ട് മണി കഴിഞ്ഞ് ഒൻപത് വിനാഴിക, മുഹൂർത്തമായി. വൈകിക്കണ്ട നടക്കട്ടെ, വെയിലാകും മുൻപ് മാന്തോപ്പിലെത്തണം. വല്യങ്ങുന്ന് പറഞ്ഞാൽ അത് ഉത്തരവാണ്.

ഓലക്കുടിലിന്റെ മുറ്റത്തിട്ടിരുന്ന പലകയിൽ വെള്ളത്തുണി വിരിച്ചു. പെണ്ണിനെയും കൊണ്ട് അമ്മിയും അച്ഛൻ പെങ്ങളും വന്നു. പലകമേൽ ചെറുക്കനും പെണ്ണും ഇരുന്നു.

തോട് കടക്കുമ്പോൾ മാടി കെട്ടിയ മുണ്ട് അഴിച്ചിടാൻ കൊച്ചു രാമൻ മറന്നു പോയിരുന്നു. മുണ്ട് താഴ്ത്തി ഇരിയെടാ എന്ന് അങ്ങുന്ന് ശാസിക്കേണ്ടി വന്നു. കറുത്ത ചരട്, കഴുത്തിന് ഇരുവശവും കൂടി പിണഞ്ഞ് പിൻഭാഗത്ത് അഴിയാക്കെട്ട് കെട്ടണം. വിറയലോടെ കൊച്ചു രാമൻ ചരടു കെട്ടുന്ന നേരത്ത് 'കുരവയിട്' എന്ന് കർമ്മി വേലു കല്പിച്ചു.

കൊത്തയുള്ള അപ്പച്ചി നങ്ങേലിയും മുതുക്കിത്തള്ള കുറുമ്പിയും നായ മോങ്ങുന്ന പോലെ ശബ്ദം പുറപ്പെടുവിച്ചു. അതുകേട്ട് പെണ്ണിന്റമ്മ കുഞ്ഞോല അവരുടെ അപശബ്ദത്തെ മറികടക്കാൻ പാടുപെട്ടു. അമ്മി കഷ്ടപ്പെടുന്നതു കണ്ട്, താലികെട്ടിന് തല കുനിച്ചിരുന്ന, കുഞ്ഞിക്കാളി അമ്മിക്കൊപ്പം നാക്കു വളച്ച്, കിളിനാദം പോലെ കുരവയിട്ട് അപസ്വരത്തിന് സ്വരസുഖം പകർന്നു. കണ്ടു നിന്നവർ, കേട്ടു നിന്നവർ അമ്പരന്നു. മംഗല്യനേരത്ത് പെണ്ണ് എന്ത് കുന്നായ്മ യാണ് കാട്ടുന്നത്. പേഷ്കാരങ്ങുന്ന് ബലേഭേഷ് പറഞ്ഞു.

അമ്മൂട്ടി കൗതുകത്തോടെ പുതുപ്പെണ്ണിനെ നോക്കി. തേൻ നിറം. ആവണക്കെണ്ണയും തളിർവെറ്റിലയും നാരങ്ങാനീരുമൊക്കെ ചേർന്ന കൺമഷി കണ്ണിലാകെ പടർന്നിരിക്കുന്നു. തമ്മിൽ ചേർന്നു, ചേർന്നില്ല എന്ന രൂപത്തിൽ പുരികക്കൊടികൾ. മുക്കുറ്റിപ്പൂ മൂക്കുത്തി കറുത്ത മുഖത്ത് അപൂർവ്വമായ റോസ് നിറമുള്ള ചുണ്ടുകൾ.

കാതിൽ വളയാകൃതിയിൽ തഴയോല ചിലപ്പോൾ ചുഴികളും തിരകളുമുള്ള കാട്ടാറുപോലെ, മറ്റു ചിലപ്പോൾ സ്വച്ഛസുന്ദരമായ തടാകം പോലെ. ഭാവങ്ങൾ മാറിമറയുന്ന, സംസാരിക്കുന്ന കണ്ണുകൾ സമൃദ്ധമായ കുരുക്കൻ ചുരുളൻ മുടി. കടഞ്ഞെടുത്ത ഈട്ടി പേ ാലെ ബലിഷ്ഠമായ ശരീരം.

വിഷാദം പുഞ്ചിരിയാക്കി, മാന്ത്രികവിദ്യ കാട്ടുന്ന നിഗൂഢമായ പുഞ്ചിരി. അഴകളവുകൾ വച്ച് നോക്കിയാൽ, അവൾ സുന്ദരി ആയി രുന്നില്ല. പക്ഷേ, അഭൗമമായ ഒരു സൗന്ദര്യം അവളിൽ കണ്ടു.

ഇവൾ മനുഷ്യസ്ത്രീയോ വനദുർഗയോ? എട്ടുവയസ്സുകാരി അതിശയിച്ചു.

അമ്മൂട്ടി കണ്ണ് മിഴിച്ചിരുന്ന് കുഞ്ഞിക്കാളിയെ കണ്ടുകൊണ്ടിരി ക്കുമ്പോൾ പൊടവ കൊട കഴിഞ്ഞു.

കൊച്ചുരാമൻ കൊടുത്ത മൽമൽ മുണ്ടുടുത്ത്, റൗക്ക മുറുക്കി ക്കെട്ടി മുലകൾ ഒതുക്കി, തോർത്തു കൊണ്ട് മറച്ച് കുഞ്ഞിക്കാളി

പെട്ടെന്നു തന്നെ ഒരുങ്ങിയിറങ്ങി. അവളുടെ വേഗത അങ്ങുന്നിന് വല്ലാതെ ബോധിച്ചു.

പെണ്ണ് വേഷം മാറാൻ പോയ നേരത്ത് മാടനു മുന്നിൽ വിളിച്ചു ചൊല്ലി നേദിച്ച അവിലും വെറ്റിലയും പാക്കും പുകയില ചുരുളുകളും കള്ളും കൊണ്ടു വച്ചു.

തിമ്മാനുള്ളത് തിന്നോളാൻ അങ്ങുന്നിന്റെ മൗനസമ്മതം കിട്ടിയതോടെ വാസുക്കുട്ടൻ വെറ്റില, പാക്ക് ചവച്ച് ഉഷാറായി.

കള്ള് കുപ്പിയെടുത്ത് കൊച്ചുരാമൻ മോന്തി.

അങ്ങുന്ന് രൂക്ഷമായി നോക്കിയതോടെ പാതിക്കള്ള് മനസ്സില്ലാമനസ്സോടെ താഴെ വച്ചു.

വല്യച്ചനും അമ്മൂട്ടിയും ചെന്തെങ്ങിന്റെ ഇളനീര് കുടിച്ചു.

ആഹ്ലാദകരമായിരുന്നു കുഞ്ഞിക്കാളിയുമൊത്തുള്ള ബംഗ്ലാവിലേക്കുള്ള മടക്കയാത്ര. അങ്ങോട്ടു പോയപ്പോൾ വില്ലുവണ്ടിയിലിരുന്ന്, കണ്ട കാഴ്ചകൾക്ക്, നിറവും മണവും കൂടിയതുപോലെ. അടുത്തിരുന്ന കുഞ്ഞിക്കാളിയുടെ നിറമായി കാടിന്. അവളുടെ ചുരുണ്ടു കറുത്തിരുണ്ട മുടിച്ചുരുളുകളുടെ പ്രതിബിംബമായി വള്ളിച്ചെടികൾ, മരച്ചില്ലകളിൽ കാറ്റിൽ തൂങ്ങിയാടി. നീലമേഘങ്ങൾ കാളിപ്പെണ്ണിന്റെ വടിവൊത്ത രൂപം മാനത്തുതീർത്തപോലെ.

മണികണ്ഠന്റെ കഴുത്തിലെ മണികൾ ചിലങ്കപോലെ കിലുങ്ങി. പേഷ്കാരച്ചൻ, ചിന്തയിലാണ്ടു. വാത്സല്യത്തോടെ പറഞ്ഞു. ''അമ്മൂട്ടി വേണേൽ, വല്യച്ചന്റെ മടിയിലിരുന്നോളൂ.''

പതിവുള്ളതല്ല അങ്ങനെയൊരു സ്നേഹപ്രകടനം. ഒരു നിമിഷം വേണ്ടി വന്നില്ല ഉള്ളം അറിയാൻ....

''ദേവയാനിയുടെ പൊടവകൊടയ്ക്ക്, അച്ഛനിങ്ങനെയൊരു യാത്ര വേണ്ടി വന്നില്ല മോളേ. കസ്തൂരിക്കുന്ന് ഭഗോതി സന്നിധിയിലാരുന്നു താലികെട്ട്. ബംഗ്ലാവിലെ പടിഞ്ഞാറേ മുറ്റത്തു നിന്ന് കാണാവുന്ന ദൂരത്തിലായിരുന്നു ദേവി. അനുഗ്രഹം ഉണ്ടായില്ലെന്നു മാത്രം. അകാലത്തിൽ പോയില്ലേ...''

ഒരു ദീർഘനിശ്വാസത്തോടെ, വല്യച്ചൻ വർത്തമാനം നിർത്തി. അപ്പോഴമ്മു, കുഞ്ഞിക്കാളിയുടെ ആദ്യസ്പർശം അറിഞ്ഞു. കാറ്റിൽ പറന്ന മുടി ഒതുക്കി, അമ്മൂട്ടിയുടെ നെറുകയിലൊരു മുത്തം.

''എന്തൊരു തണുപ്പ്.''

പുറകിലൂടെ നീണ്ട കൈ കൊണ്ട് ചേർത്തു പിടിക്കൽ. അതൊരു ചേർത്തു പിടിക്കലിന്റെ തുടക്കമായിരുന്നു. ഇതൊന്നുമറിയാതെ, കൊച്ചുരാമൻ ഉറക്കം തൂങ്ങി വാസുക്കുട്ടന്റെ തോളേലോട്ട് ചരിയുന്നുണ്ടായിരുന്നു.

മാന്തോപ്പ് ബംഗ്ലാവിലെത്തിയപ്പോൾ പോലത്തേക്ക് സമയമായി. മാന്തോപ്പിലമ്മ വന്ന് പുതുപ്പെണ്ണിനെ വിളക്കുപിടിച്ച് അകത്തോട്ട് കേറ്റാൻ പറയെന്നു കാത്തു നിന്ന കാര്യസ്ഥൻ കുഞ്ഞുപിള്ളയോട്, അങ്ങുന്ന് പറഞ്ഞു. പിള്ളയുടെ മുറി തൽക്കാലം കൊച്ചുരാമനായി ഒരുക്കിയിരുന്നു.

കുഞ്ഞുപിള്ള കളപ്പുരയോട് ചേർന്നുള്ള മുറിയിലേക്ക് മാറി.

''ഇങ്ങോട്ട് വാ പെണ്ണേ,'' ഒരു മയവുമില്ലാതെ മാന്തോപ്പിലമ്മ വിളിച്ചു. ഒരു കൂസലുമില്ലാതെ കുഞ്ഞിക്കാളി, അമ്മമ്മയുടെ അടുത്തെത്തി.

''ഈ വിളക്കുമായി അക്കാണുന്ന കിഴക്കേ മുറിയിലോട്ട് കേറ്. കിഴക്കോട്ട് ദീപം പിടിച്ച്, വലതുകാൽ വച്ച് കേറണം.'' കുഞ്ഞിക്കാളി മാനത്തോട്ട് നോക്കി. കിഴക്കേതെന്ന് ഉറപ്പിച്ച്, ആദിത്യനെ വണങ്ങി. വിളക്കുമായി അകത്തേക്ക് കേറി. ''കൊച്ചുരാമനും കേറ്,''

അങ്ങുന്ന് പറഞ്ഞു. മാന്തോപ്പിലമ്മ ഇനിയൊന്നിനും ഞാനില്ലയെന്ന ഭാവത്തിൽ കെട്ടിനകത്തേക്ക് കേറി. രണ്ടാൾക്കും അങ്ങുന്ന് നിർദ്ദേശിച്ചതനുസരിച്ച് അടുക്കള കാര്യക്കാരി യശോദാമ്മ പാലും പഴവുമായി വന്നു.

''ഇനി ഇത് കുറച്ചുകാലം നിങ്ങടെ പൊറുതി സ്ഥലമാണ്. താഴെ തടത്തിൽ കൊച്ചുരാമന് ഒരു പൊര വച്ചിട്ടുണ്ട്. കുഞ്ഞിക്കാളി ഇവിടം ഒന്നു പരിചയമായിട്ട് അങ്ങോട്ടു മാറാം.'' അങ്ങുന്ന് പറഞ്ഞു.

വല്യച്ചാ, കുഞ്ഞിക്കാളി ഇവിടെത്തന്നെ താമസിച്ചോട്ടെ എന്നു പറയണമെന്ന് അമ്മുവിനുണ്ടായിരുന്നു. ഇപ്പോൾ പറയണ്ട, പിന്നെയാകാം എന്നവളുടെ കുഞ്ഞുമനസ്സ് പറഞ്ഞു.

കുഞ്ഞിക്കാളിയുടെ അടുത്ത് കുറച്ചു നേരം നിൽക്കണമെന്നുണ്ടായിരുന്നെങ്കിലും അമ്മമ്മ വിളിച്ചതോടെ അമ്മു വീട്ടകത്തേക്ക് കയറി. നിലാവു പോലൊരു സാമീപ്യം മാന്തോപ്പിലുണ്ടെന്നും അത് തന്നെ തഴുകുന്നുണ്ടെന്നും അന്നു രാത്രിയിൽ കിഴക്കിനിയിലെ മുറിയിൽ ഒറ്റയ്ക്കു കിടക്കുമ്പോൾ, അമ്മുവിനു തോന്നി.

രണ്ട്

അടുത്ത ദിവസം അമ്മൂട്ടി ഉണർന്നത്, ഒരു നാടൻ പാട്ടിന്റെ ശീലുകൾ കേട്ടാണ്.

'രാമന്റെ സീതേ തേരേ ക്കേറ്റുമ്പം
ഏനെന്റെ ചീതേ ചേരേക്കേറ്റും.'

തുറന്നിട്ട ജാലകത്തിലൂടെ കണ്ടു, കുഞ്ഞിക്കാളി, മൂളിപ്പാട്ടു പാടി മുറ്റം അടിക്കുകയാണ്. അവളുടെ മുഖത്ത് വിഷാദം കലർന്നൊരു ഹാസ്യം. പ്രഭാതസൂര്യൻ ചുംബിക്കുന്ന കവിളുകളിൽ ശോണിമ.

അവൾ തല ഉയർത്തിനോക്കി. വാത്സല്യത്തോടെ പറഞ്ഞു. ഇങ്ങി റങ്ങി വാ...''

മുറ്റത്തിറങ്ങി, കിണറ്റിൽ നിന്ന് കാളി കോരി കൊടുത്ത ഒരു പാള, തണുത്ത വെള്ളത്തിൽ മുഖം കഴുകി, ഉമിക്കരികൊണ്ട് പല്ലു തേച്ച്, വല്യച്ചന്റെ നെയ്യിട്ട കരിപ്പട്ടി കാപ്പിയിലെ പങ്കു പറ്റി. അന്ന്, പള്ളിക്കൂടത്തിൽ പോകാൻ ഉത്സാഹം തോന്നിയില്ല. കുഞ്ഞിക്കാളി യുമൊത്ത്, മാന്തോപ്പാകെ കറങ്ങാനായിരുന്നു അമ്മുവിനിഷ്ടം. അമ്മമ്മയെ പേടിച്ച് പറഞ്ഞില്ല. കായലിലേക്ക് കുളിക്കാനോടി. വല്യച്ചൻ കസർത്തും കുളിയും കഴിഞ്ഞ് മടങ്ങുന്നതിനു മുൻപ് കായലിലെത്തണം. പറയേണ്ടി വന്നില്ല. കുഞ്ഞിക്കാളി കൂടെ കൂടി. കാടൻ കുന്നിറങ്ങി. അങ്ങുന്ന് കുളിച്ചു കഴിയും വരെ ഏനിവിടെ നിൽക്കാം, വാവ താഴോട്ട് പൊക്കോളൂ എന്ന് പറഞ്ഞു.

'വാവ', ആദ്യമായാണ് അങ്ങനെയൊരു വിളി. അമ്മുവിലെ കുഞ്ഞ്, കാളിയോടൊന്നു കൊഞ്ചാൻ മോഹിച്ചു. സമയം പാഴാക്കാതെ, തെങ്ങിൻചുവട്ടിൽ കിടക്കുന്ന ഓലമടലുകളൊക്കെ പെറുക്കിക്കൂട്ടി കുഞ്ഞിക്കാളി. അമ്മു കായലിലേക്ക് ചാടി. കുഞ്ഞിക്കാളി കൂടെ വന്നിട്ടുണ്ടെന്ന് വല്യച്ചനോട് ഉത്സാഹത്തോടെ പറഞ്ഞു. എന്നാൽ പിന്നെ, അവളിങ്ങോട്ട് പോന്നോട്ടെ, കായലൊക്കെ കണ്ട്, അമ്മൂട്ടിക്ക് ഒരു കൂട്ടായി ഇവിടെ നിക്കട്ടെ എന്നു പറഞ്ഞ് വല്യച്ചൻ പോയി. താഴേക്കിറങ്ങി വന്ന കുഞ്ഞിക്കാളി, മുട്ടോളം വെള്ളത്തിലിറങ്ങി കിഴക്കോട്ട് തിരിഞ്ഞ്, ഇരു കൈയും കൂപ്പി ഉദയസൂര്യനെ വണങ്ങി. പിന്നെ വെള്ളത്തിൽ മുങ്ങി. അയ്യോ കാണുന്നില്ലല്ലോ എന്ന് അമ്മു പരിഭ്രമിച്ചു. ഏതാനും നിമിഷങ്ങൾ കഴിഞ്ഞ്, കുറെ അകലെ പൊങ്ങി. ഇങ്ങനൊരു വിദ്യ അമ്മു ആദ്യമായി കാണുന്നതാണ്. ''മുങ്ങാംകുഴി... വാവയ്ക്കും ഇങ്ങനെ മുങ്ങാം കുഴിയിടാൻ പറ്റും.''

''കാളിയമ്മ പഠിപ്പിക്കാം.'' 'കാളി അമ്മ' അമ്മ... അമ്മൂട്ടിക്ക് നന്നേ ബോധിച്ചു. അമ്മുവിനെ ഇഞ്ചതേച്ച് കുളിപ്പിച്ച്, ഈരെഴയൻ തോർത്തു കൊണ്ട് തല തുകർത്തി കാളിയമ്മ. ഒറ്റയ്ക്ക് കുളിക്കുമ്പോൾ, ഇട്ടിരി ക്കുന്ന ഉടുപ്പു പോലും ഊരാറില്ല. തല തുകർത്താതെ ഒറ്റയോട്ടമാണ് ബംഗ്ലാവിലേക്ക്. അങ്ങെത്തുമ്പോഴേക്ക് പകുതി ഉണങ്ങും. അന്നാദ്യ മായി, അമ്മു, അമ്മയുള്ള കുട്ടിയായി. മുടി ചീകി രണ്ടായി പകുത്ത് മെടഞ്ഞ്, മുല്ലപ്പൂക്കൾ ചൂടി, കണ്ണെഴുതി, ചാന്തുപൊട്ട് തൊട്ട്, ഒരു കൊച്ചുസുന്ദരിയായി അവളെ കണ്ടപ്പോൾ മാന്തോപ്പിലെത്തിയ കുട്ടി ക്കൂട്ടം ആർത്തു വിളിച്ചു. ''രാജകുമാരീ' അച്യുതവിലാസം പള്ളി

ക്കൂടത്തിലേക്കുള്ള കുട്ടിജാഥ നയിക്കുന്ന രാജകുമാരിയായി മാന്തോപ്പ് ബംഗ്ലാവിലെ അമ്മുദേവുപിള്ള. പി സ്ക്കൂളുവിട്ടാൽ കൂട്ടുകാരുമൊത്ത്, കായലോരത്തുകൂടി നടന്ന്, വെള്ളത്തിൽ കല്ലുപെറുക്കി എറിഞ്ഞും, വെള്ളം തെറിപ്പിച്ചുമുള്ള ഉല്ലാസപരിപാടികൾ, അന്ന് അമ്മു വേണ്ടെന്നു വച്ചു.

കുഞ്ഞിക്കാളിയെ മാന്തോപ്പു മുഴുവൻ കാണിക്കാമെന്ന് രാവിലെ പറഞ്ഞിട്ടാണ് വന്നത്. ബംഗ്ലാവിലെത്തി, ഉടുപ്പുമാറി യശോദാമ്മ സ്പെഷ്യൽ കടിച്ചാൽ പൊട്ടാത്ത കളിയോടക്കയും വായിലിട്ട്, കുഞ്ഞിക്കാളിയുമായി ഇറങ്ങി.

പൂക്കൈതയൂർ, ലക്ഷണമൊത്ത ഗ്രാമമായിരുന്നു. വിശാലമായൊരു ജലാശയം മദ്ധ്യഭാഗത്ത്. വാനരക്കുളമെന്ന് ചിലർ പേരിട്ടു. ഹനുമാൻ, സീതയെ കാണാൻ ലങ്കയ്ക്ക് പോകും വഴി ദാഹിച്ച്, കുന്നിറങ്ങി, താഴ്വാരത്ത് വാലുകൊണ്ട് കുഴിച്ച കുളമാണെന്ന് അവർ. കിടാത്തിക്കുളമെന്ന് മറ്റു ചിലർ. കന്യകയായ നീലിപ്പെണ്ണ്, മലയ്ക്കു പോയ തോഴൻ സാംബനെ പുലി പിടിച്ചതറിയാതെ മടങ്ങിവരുന്നതും കാത്ത്, അടിവാരത്തിരുന്ന് കാലങ്ങളോളം കണ്ണീർവാർത്ത്, ആ കണ്ണുനീരൊരു കായലായി. നീലി ആ കായലിൽ ചാടി ചത്തു, അവളുടെ പ്രേതം വരത്തു പോക്കുണ്ട് എന്ന് പൊലപ്പാട്ട്. നാലു കരയിലുമുള്ള പഴമക്കാർ, ജലദർശിനിയും ജലദായിനിയുമായി കന്യകയായ കായലമ്മയെ, ബ്രഹ്മമുഹൂർത്തത്തിൽ വന്ദിച്ചിട്ടേ ജലപാനമുള്ളൂ.

അളന്നിട്ടും അളന്നിട്ടും തീരാത്ത ആഴമുള്ള തടാകത്തിലേക്ക് ചെറുവാല്യക്കാർ ഏറെ നേരം നോക്കി നിന്നാൽ, വരത്തു പോക്കുള്ള നീലിപ്പുലയി മാടി വിളിച്ച് കയത്തിലേക്ക് കൊണ്ടു പോകുമെന്ന കല്പിത കഥയും അമ്മൂമ്മമാർ പാടി നടക്കാറുണ്ട്. കായൽപ്പെണ്ണിന്റെ കന്യകാത്വം നിലനിർത്താനായി പൂക്കൈത നാലുചുറ്റും വേലി കെട്ടി. മണ്ണും ചളിയും തടഞ്ഞു നിർത്തി. അകത്തോട്ടും പുറത്തോട്ടുമുള്ള വഴി അടച്ചു. ചാഞ്ഞും, വളഞ്ഞും പെൺകൈതകൾ. നൂർന്ന്, മാനത്തോട്ട് കണ്ണുനട്ട് ആൺകൈതകൾ, ചിങ്ങത്തിൽ പൂ വിടർത്തും. സുഗന്ധം പരത്തും. പിന്നെ കുറെ നാളുകൾ, പൂക്കൈതയൂരിന് കൈതപ്പൂ മണമാണ്.

അടുത്തൂൺ പറ്റി, തറവാട്ടിലെത്തിയ അദ്ദേഹം എന്നും ഗ്രാമവാസികൾക്ക് പേഷ്കാരങ്ങുന്ന് തന്നെ ആയിരുന്നു. സർവസമ്മതൻ, സമാദരണീയൻ, രക്ഷകൻ, ശിക്ഷകൻ. കൂടെക്കഴിയുന്ന എല്ലാവരോടും സമഭാവന. ദുർബലരോട് കാരുണ്യവാൻ. കുറ്റവാളികൾക്ക് കഠിന ശിക്ഷാവിധി നടപ്പാക്കുന്നവൻ. അങ്ങുന്നിന്റെ വലതുകൈ കൊണ്ട് ചെകിട്ടിലൊന്നു കിട്ടിയാൽ വീണു പോകുമെന്ന് നാട്ടിൽ പ്രചാരം. ആണിനും പെണ്ണിനും തുല്യത. അതിരുവിട്ടാൽ ശാസിക്കും. ശിക്ഷിക്കും. കുട്ടികളോട് വാത്സല്യം. സ്നേഹം കലർന്ന ആജ്ഞാശക്തി. സമൂഹ നന്മയിൽ താല്പര്യം. നവോത്ഥാന കാലത്തിന്റെ തുടിപ്പുകൾ അറിയുന്ന ഉല്പതിഷ്ണു. കാഴ്ചയിൽ സുമുഖൻ, ആറ് അടി ഒരിഞ്ച് പൊക്കം. ഒത്ത ശരീരം, ആജ്ഞാപിക്കുന്ന കണ്ണുകൾ, ഉയർന്ന മൂക്ക്, വിശാലമായ നെറ്റിത്തടം, വെളുത്ത നിറം.

അതിരാവിലെ കുന്നിൻപുറത്തൂടെ, കൗപീനധാരിയായി, നഗ്നപാദനായി തടാകതീരംവരെ നടക്കും. തീരത്തെ കാഞ്ഞിരക്കമ്പിൽ തൂക്കിയിട്ടിരിക്കുന്ന കസർത്ത് വളയങ്ങൾ, മണലുവിരിച്ചിരിക്കുന്ന തറയിൽ, നിന്നും ഇരുന്നും കിടന്നും അഭ്യാസങ്ങൾ. ശീർഷാസനം കണ്ട്, പേടിച്ചരണ്ട തേവന്റെ കിടാത്തൻ, 'വലിയങ്ങുന്ന് തൂങ്ങി

നിൽക്കുന്നേ ഓടിവായോ' എന്ന് നിലവിളിച്ചോണ്ട് ബംഗ്ലാവിലോടിയെത്തി ശ്വാസം കിട്ടാതെ നടുമുറ്റത്തു വീണ കഥ പറഞ്ഞ് ചിരിക്കാറുണ്ട് മാന്തോപ്പിലെ പണിക്കാർ.

കസർത്ത് കഴിഞ്ഞ് കായലിലേക്കിറങ്ങും. കമഴ്ന്നും മലർന്നും നീന്തും. വെള്ളത്തിൽ അനായാസം കിടക്കും. കുളി കഴിഞ്ഞ്, ബംഗ്ലാവിലെത്തിയാൽ തവിടു കളയാത്ത ഉണക്കലരിപുട്ട് പൂവൻപഴത്തിൽ കുഴച്ച്, ചെറുതേനൊഴിച്ച് കഴിക്കും. ചായ, കാപ്പി പാനീയങ്ങൾ കുടിക്കില്ല. തിളപ്പിച്ചാറ്റിയ വെള്ളം മാത്രം. പ്രാതൽ കഴിഞ്ഞ് ചാരുകസേരയിൽ അരമണിക്കൂർ വിശ്രമം. ശേഷം തെക്കെ വരാന്തയിൽ വച്ചിരിക്കുന്ന ചർക്കയിൽ നൂല് നൂൽക്കും. കൗപീനംവരെ തൂവെള്ള ഖദറാണ്. ഉച്ചയ്ക്ക് കൃത്യം ഒരു മണിക്ക് ഉണക്കലരിയുടെ കട്ടച്ചോറ്, കട്ടിത്തൈര്, അവിയൽ, പാവയ്ക്ക, ചുണ്ടയ്ക്ക, വെണ്ടയ്ക്ക, പടവലങ്ങ ഇതിലേതെങ്കിലുമൊരു മെഴുക്കുപുരട്ടി. രാത്രി പൊടിയരിക്കഞ്ഞിയും ചെറുപയറും ചുട്ട പർപ്പടകവും. ഉറങ്ങുന്നതിന് മുൻപ് ഒരു കപ്പ് പശുവിൻ പാല്.

ഉച്ചനേരത്ത് ഭഗോതിമുക്കിലെ ഏക ബസ് ഗോപാലകൃഷ്ണൻ വരും. മലയാള രാജ്യം പത്രം അപ്പോഴാണെത്തുക. വിശ്വംഭരന്റെ പലചരക്കുകടയിൽ കൊടുക്കുന്ന പത്രം, കൊച്ചുരാമൻ പോയി കൊണ്ടുവരും. അമ്മു സ്ക്കൂളിൽ നിന്ന് മടങ്ങിവന്ന്, ഇലയപ്പമോ തെരളിയോ പഴംപൊരിയോ എന്തെങ്കിലും കഴിച്ചു കഴിഞ്ഞ്, ഒട്ടുമാവിൻ ചുവട്ടിൽ കസേരയിലിരിക്കുന്ന, പേഷ്ക്കാരച്ചനു സമീപം സ്റ്റൂളിൽ ഇരിക്കണം. അഞ്ച് മണി നേരം പണിക്കാരെല്ലാം കേറണമെന്ന് അങ്ങുന്നിന് നിർബ്ബന്ധമുണ്ടായിരുന്നു. കുളി കഴിഞ്ഞു വന്ന് നിര നിരയായി എരുത്തിലിന്റെ തിണ്ണയിലിരിക്കണം. എല്ലാരും വന്നെന്ന് ബോദ്ധ്യമായാൽ വല്യച്ചൻ പറയും "അമ്മൂട്ടിയേ, വായന തുടങ്ങിക്കോ. ഒന്നാം പേജു മുതൽ, അവസാനം വരെ ഉറക്കെ വായിക്കണം. ഭാരതം, ധർമ്മം തുടങ്ങി എല്ലാ വാക്കുകളും സ്പഷ്ടമായി ഉച്ചരിക്കണം." തെറ്റിയാൽ വല്യച്ചൻ തിരുത്തും. ഇടയ്ക്കിടെ വല്യച്ചന്റെ വാർത്താനുബന്ധമായുള്ള വിശദീകരണവും കാണും. ചോദ്യങ്ങളും ഉണ്ടാവും. ഗാന്ധിജിയെക്കുറിച്ച് പറയാത്ത ഒരു ദിവസം പോലും ഉണ്ടാവില്ല. അത്രയ്ക്ക് ഗാന്ധിഭക്തനായിരുന്നു വല്യങ്ങുന്ന്.

പത്രപാരായണം കഴിഞ്ഞ് അടുത്തദിവസത്തെ പണികളെക്കുറിച്ച്, ബന്ധപ്പെട്ടവർ വിശദമായി ധരിപ്പിക്കണം. അതിനെന്തെങ്കിലും മാറ്റം വേണമെങ്കിൽ അങ്ങുന്ന് പറയും. ചിട്ടയായുള്ള പ്രവർത്തനങ്ങളായിരുന്നു അങ്ങുന്നിന്റേത്.

വാക്ക്, പ്രമാണമാക്കിയ അങ്ങുന്നിന്റെ വീട്ടിനകത്തും പുറത്തും എല്ലാവർക്കും പ്രവേശനമുണ്ടായിരുന്നു. ആർക്കും കിണറ്റിൽ നിന്ന് വെള്ളം കോരാം. അടുക്കളയിൽ ഭക്ഷണം പാകം ചെയ്യാം. വിളമ്പാം.

മാന്തോപ്പിലങ്ങുന്നിന്റെ ആചാരലംഘനങ്ങൾ സവർണരെന്നു കരുതുന്നവരെ അലോസരപ്പെടുത്തി. അദ്ദേഹത്തിനെ നാട്ടാചാരങ്ങൾ ഓർമ്മപ്പെടുത്തി. തിരുത്താൻ ശ്രമിച്ചു. നടന്നില്ല. അങ്ങുന്നിന്റെ മകൾ ദേവയാനിയെ മകനെയോ ശേഷക്കാരനെയോ കൊണ്ട് കല്യാണം കഴിപ്പിക്കണമെന്ന് ആഗ്രഹിച്ച പ്രമാണിമാരെ അദ്ദേഹം നിരാശ പ്പെടുത്തി. കുന്നോളം സ്വത്തും ചക്രോം ഉണ്ടെങ്കിലും സമുദായ അന്തസ്സു പാലിക്കാത്ത തറവാട്ടിന്ന് ബന്ധം വേണ്ടെന്ന് അവർക്ക് തീരുമാനിക്കേണ്ടി വന്നു. അങ്ങുന്ന് നിരാശനായില്ല. തെക്കൻ നാട്ടീന്ന് നല്ല ഒന്നാന്തരം ഇല്ലക്കാരൻ പയ്യനെ കണ്ടെത്തി മകളുടെ വിവാഹം കെങ്കേമമായി നടത്തി.

പേഷ്കാരങ്ങുന്നിന്റെ കായികശേഷിയെപ്പറ്റി, പൂക്കൈതയൂരിൽ നിറം പിടിപ്പിച്ച കഥകൾ പ്രചാരത്തിലുണ്ടായിരുന്നു. ഭഗോതിമുക്കിൽ ബസ്സിറങ്ങി, നടന്നുപോകുന്ന ആളുകൾ, കായലിലേക്കിറങ്ങുന്ന ഊടുവഴിയിൽ എത്തുമ്പോൾ പിന്നിലൂടെ ചാക്കിട്ട്, കൊള്ളയടിക്കുന്ന, തുലുക്കൻ സംഘം ഉണ്ടായിരുന്നു പോലും. അങ്ങുന്നൊരു ദിവസം. സർവാഭരണവിഭൂഷിതയായൊരു പെണ്ണായി വേഷപ്രച്ഛന്നനായി ആ വഴി നടന്നു. ചാക്ക് തലയിൽ തൊടുന്നതിനുമുൻപ്, ഇട്ടവനെ ചാക്കോട് ചേർത്തു പിടിച്ച്, പൊതിരെ തല്ലി. മറ്റുള്ളവരെ, ചാട്ടവാറുകൊണ്ട് അടിച്ചോടിച്ചു. വലതുകൈകൊണ്ടുള്ള അടിയേറ്റൊരുവൻ, ചാലിൽ വീണിട്ട്, മൂന്നാം പക്കമാണത്രെ അവന് ബോധം വീണത്. പൂക്കൈത യൂരിലെ, പൊലീസും മജിസ്ട്രേട്ടും എല്ലാം പേഷ്കാരങ്ങുന്നായിരുന്നു.

നാല്

മാന്തോപ്പിലങ്ങുന്ന് എന്തൊക്കെയായിരുന്നോ അതിനു കടകവിരുദ്ധമായിരുന്നു മാന്തോപ്പിലമ്മ. വലിയ പത്രാസുകാരി... അമ്മ എന്ന് മക്കൾ മാത്രം വിളിച്ചാൽ മതി. വേലക്കാരൊക്കെ തമ്പ്രാട്ടി എന്നു തന്നെ വിളിക്കണം. കഴുത്തിൽ അഡ്യലും പതക്കവും കാതിൽ വെട്ടിത്തിളങ്ങുന്ന എഴു കല്ലുള്ള വെള്ളക്കമ്മലും മൂക്കുത്തിയും സ്വർണ്ണ കാപ്പും കസവുമുണ്ടും നേര്യേതുമൊക്കെ ധരിച്ച്, ആഢ്യത്വം മുഖത്തും പെരുമാറ്റത്തിലും പ്രകടമാക്കി. ഇടപ്പുരയിലെ ആട്ടുകട്ടിലിലോ പടിഞ്ഞാറേ വരാന്തയിലെ സോഫായിലോ ഇരുന്ന് ഉത്തരവുകൾ ഉച്ചത്തിൽ വിളിച്ചു പറയും. ജോലിക്കാരെല്ലാം അടിമകളാണെന്നാ വല്യമ്പ്രാട്ടിയുടെ ഭാവം. ഉച്ചനീചത്വങ്ങളുടെ ആൾരൂപം. അധഃസ്ഥിതർ ആരും അടുത്തു വരുന്നതും കെട്ടിനകത്ത് കയറുന്നതും അടുക്കളയിൽ നിൽക്കുന്നതുമൊന്നും വല്യമ്പ്രാട്ടിക്ക് ഇഷ്ടമായിട്ടല്ല. അങ്ങുന്നിന്റെ ഓരോ തലതിരിഞ്ഞ പരിഷ്ക്കാരങ്ങൾ സഹിക്കുന്നു എന്നേയുള്ളൂ.

കുഞ്ഞിക്കാളിയെ കൊണ്ടുവന്ന ആദ്യ ദിവസം തന്നെ പേഷ്ക്കാരച്ചന്റേയും അമ്മമ്മയുടേയും വ്യത്യസ്ത ഭാവങ്ങൾ അമ്മു കണ്ടു. ഒരു മകളെ വീട്ടിലേക്ക് സ്വീകരിക്കുന്ന സ്നേഹവാത്സല്യ ഭാവമായിരുന്നു വല്യച്ചന്റേത്.

പുതിയ പണിക്കാരിയെ എങ്ങനെ മെരുക്കിയെടുക്കണമെന്നതായിരുന്നു അമ്മമ്മയുടെ താല്പര്യം. തറവാട്ടുമഹിമയുടെ ഹുങ്ക്. കാണുന്നതെല്ലാം തന്റേതാണെന്ന ഭാവം. ശക്തിയും സൗന്ദര്യവും ഒത്തിണങ്ങിയ രൂപം. ആജ്ഞാപിക്കും. പ്രജകളെല്ലാം അനുസരിക്കണം. പ്രജകളുടെ കൂട്ടത്തിൽ ഭർത്താവും മകനും പെടും. സ്വന്തം ഇഷ്ടം, മറ്റുള്ളവരും ഇഷ്ടപ്പെടണം. സ്നേഹം തന്നോടു തന്നെ. കരമൊഴിവായി കിട്ടിയ വലിയ ഭൂസ്വത്തും പെരുമയുമുള്ള കോയിക്കൽ കോവിലകത്തെ കാർത്ത്യായനിത്തങ്കച്ചിയുടെ മകളാണ്. സ്വത്തവകാശ തർക്കങ്ങളിൽ ഏർപ്പെട്ട് ഒരിക്കലും തീരാത്ത കേസ് നടത്തി തറവാട് ക്ഷയിച്ചു. ആന മെലിഞ്ഞാലും തൊഴുത്തിൽ കെട്ടാനാവില്ലല്ലോ.

കാർത്ത്യായനിത്തങ്കച്ചിയുടെ മകൾ രുദ്രാണിത്തങ്കച്ചി കിരീടം വക്കാത്ത രാജ്ഞിയുടെ മൂഢസ്വർഗ്ഗത്തിലായിരുന്നു. പേഷ്കാരങ്ങുന്ന് തിരുവനന്തപുരത്ത് ഉദ്യോഗത്തിലിരുന്നപ്പോൾ, രുദ്രാണിത്തങ്കച്ചി മാന്തോപ്പിലെ ഭരണം നടത്തി. അടുത്തൂൺ പറ്റി, അദ്ദേഹം നാട്ടിലെത്തിയപ്പോഴും മാന്തോപ്പിലമ്മ അധികാരം കൈവിടാൻ തയ്യാറായില്ല. വീട്ടുകാര്യങ്ങളേക്കാൾ, നാട്ടുകാര്യങ്ങളിൽ തൽപ്പരനായിരുന്ന അങ്ങുന്ന്, കൈകടത്താൻ പോയുമില്ല.

നാടു മുഴുവൻ അടക്കിവാഴുന്ന തമ്പുരാട്ടി ഭാവമായിരുന്നു മാന്തോപ്പിലമ്മയ്ക്ക്. സ്വന്തം സുഖസൗകര്യങ്ങളിൽ വിട്ടുവീഴ്ച്ചയില്ല. തന്റെ കാര്യം കഴിഞ്ഞു മാത്രം ഭർത്താവിന്റേയും മക്കളുടേയും കാര്യം. മല മറിഞ്ഞാലും മനമിളകാപ്രകൃതം. രാവിലെ ഒരു മണിക്കൂർ എണ്ണ തേച്ചുകുളി. നീലിഭൃംഗാദി തലയിൽ തേച്ച്, പിണ്ഡതൈലം ദേഹമാസകലം പുരട്ടി, അരമണിക്കൂർ കഴിഞ്ഞാണ് കുളി. കുളി കഴിഞ്ഞ് വിശാലമായൊരു കഞ്ഞികുടി. ആണ്ടിലൊരു മാസം സുഖചികിത്സ. വടക്കുന്തല തങ്കി ആശാട്ടി ഒരു മാസം ബാംഗ്ലാവിൽ ഉണ്ടു പാർപ്പാണ്. തറ്റിനുമേലേ, കോറമുണ്ടുടുത്ത്, വശങ്ങളിലേക്ക് വളരുന്ന മുലകൾക്കു മീതെ കച്ച കെട്ടി, എണ്ണക്കറപ്പും എണ്ണ മണവുമുള്ള ആശാട്ടി. നാലുകെട്ടിനകത്ത്, ചെമ്പിൽ ധന്വന്തരം, ഉരുളിയിൽ രക്തശോഭയുള്ള പിണ്ഡതൈലം കാച്ചും. തൈലത്തിന് തെച്ചിപ്പൂ പറിക്കാൻ, ബാലജന സംഘം കാടുമുഴുവൻ തിരയും. തടാകത്തോട് ചേരുന്ന ചാലിനരികിലുള്ള കാട്ടുപാതയിൽ മുകളീന്ന് താഴെ ഇറക്കത്തിലോട്ട് കമുക് പാളയിൽ നിരങ്ങി ഒരു പോക്കാണ്. വലിച്ചോണ്ട്, കോവാലനും, കൂട്ടനുമൊക്കെ മുമ്പേ ഓടും. പാള തറയിലുരസി, പിഞ്ചി കുറുമ്പന്മാരുടെ കാക്കി നിക്കർ കുണ്ടിഭാഗം കീറിയതിൽ നോക്കി എത്ര ‘അയ്യേ, അയ്യേ’ വിളിച്ചാർത്തിരിക്കുന്നു. കായൽത്തീരത്താണ് ഏറ്റവും കടുംനിറമുള്ള തെച്ചിപൂക്കൾ.

പൂക്കൾ കണ്ട് പ്രസാദിക്കുന്ന മാന്തോപ്പിലമ്മ, കരുതി വച്ചിരിക്കുന്ന നാരങ്ങാമിഠായി, നീട്ടിയ കൈകളിൽ എണ്ണിക്കൊണ്ട് പത്തെണ്ണം കൊടുക്കും. അറപ്പുരയിൽ നിന്ന് അമ്മൂട്ട്യേ എന്നു വിളിച്ച് മിഠായിയുടെ കൂടെ ഗണപതി അമ്പലത്തീന്ന് കൊണ്ടുവന്ന ഒരു ഉണ്ണിയപ്പം കൂടെ കൊടുത്തിട്ട് പറയും, ഇവിടെ നിന്നു തിന്നോ എല്ലാർക്കും കൊടുക്കാൻ തികയത്തില്ല.

അമ്മമ്മേടെ കണ്ണിലെ കൗശലവിളക്ക് തെളിയുന്ന നിരവധി മുഹൂർത്തങ്ങളുണ്ട്. ഉപയോഗത്തിന് മാത്രം സ്നേഹം കാട്ടിയിരുന്ന ആധുനിക സ്വഭാവമുള്ള അമ്മമ്മ. മക്കളോടും അതേ വേർതിരിവ് കാട്ടി. ഇഷ്ടമുള്ള പെണ്ണിനെ കല്യാണം കഴിക്കണമെന്ന ആഗ്രഹം പ്രകടിപ്പിച്ച മൂത്തമകനെ മരണംവരെ മനസ്സിന്റെ പടിയടച്ച് പിണ്ഡം

വച്ച ശാഠ്യക്കാരി. അതുവരെ മാസശമ്പളത്തിൽ ചെലവുകഴിച്ച് ബാക്കി അമ്മയുടെ പേരിൽ അയച്ചു കൊണ്ടിരുന്ന പ്രിയ പുത്രൻ പെട്ടെന്ന് അന്യനായി. മകന്റെ ഇഷ്ടം നടത്തിക്കൊടുക്കാൻ ബോംബെയ്ക്ക് പുറപ്പെടാൻ തയ്യാറായ അങ്ങുന്നിനോട് പ്രതിഷേധിച്ച്, കലവറ യ്ക്കകത്ത് കേറി കതകടച്ച് ഏഴു ദിവസം ഉപവാസം കിടന്നു. അങ്ങുന്ന് പോകുന്നില്ലെന്ന് ഉറപ്പു പറഞ്ഞിട്ടാണ് കതക് തുറന്നത്.

ഏറ്റവും ഇളയമകൻ മാധവൻ പിള്ളയോടായിരുന്നു ഏറെ ഇഷ്ടം. മറ്റാർക്കും അത് വീതം വച്ച് കൊടുക്കാനിഷ്ടമല്ലാത്തതുകൊണ്ട് മാധവൻ പെണ്ണു കൊണ്ടുവരുന്നതും മാന്തോപ്പിലമ്മയ്ക്ക് ഇഷ്ടമായി രുന്നില്ല. അമ്മയ്ക്കിഷ്ടമല്ലാത്തതൊന്നും എനിക്കും ഇഷ്ടമില്ല എന്ന് കുറുക്കൻ കൗശലക്കാരൻ മകനും പറഞ്ഞതോടെ കിട്ടൻ ജോത്സ്യർക്ക്, ബംഗ്ലാവിൽ പ്രതിമാസം കവടി നിരത്തുന്ന പണി ഉറപ്പായി. ഒരു പെണ്ണിന്റെ ഗ്രഹനില നോക്കുമ്പോഴേ ദൈവാധീനം മറയും. ചൊവ്വാ ദോഷമുള്ളവർ, ശുദ്ധ ജാതകക്കാർ, മാന്തോപ്പിലമ്മയുടെ മനസ്സറിയാൻ കിട്ടന് കവടി നിരത്തേണ്ട കാര്യം ഇല്ലായിരുന്നു.

ഉഗ്രപ്രതാപിയായ പേഷ്കാരങ്ങുന്ന് സഹധർമ്മിണിയുടെ ധാർ ഷ്ട്യം സഹിക്കുന്നതെന്തെന്ന്, വാല്യക്കാരും നാട്ടാരും അന്തിച്ചി ട്ടുണ്ട്. അവർക്കറിയാത്തൊരു രഹസ്യം, അദ്ദേഹത്തിന്റെ അന്തരാള ത്തിൽ പുകയുന്നുണ്ടായിരുന്നു. അതൊരു കടപ്പാടിന്റെ കഥയാണ്. ബാലരാമപുരം കൈത്തറി ഗ്രാമത്തിലെ ചെറിയൊരു കച്ചവടക്കാ രനായ ശേഖരപ്പിള്ളയുടെ മകൻ പത്മനാഭന്, ഗുരു അച്യുതൻ പിള്ള യോടുള്ള കടപ്പാട്.

തിരുവിതാംകൂർ മഹാരാജാവ് ബാലരാമവർമ്മയുടെ ഭരണകാലത്ത് ദിവാൻ ഉമ്മിണിത്തമ്പി നാഗർകോവിലിൽ നിന്ന് കൊണ്ടുവന്ന ശാലിയ വർഗ്ഗത്തിലെ ഏഴു കുടുംബങ്ങളാണ് കൊട്ടാരത്തിലേക്കുള്ള തുണി ത്തരങ്ങൾ നെയ്തു കൊടുത്തിരുന്നത്. കൈത്തറി ഗ്രാമത്തിന് ബാലരാമ പുരം എന്ന പേരു വന്നതങ്ങനെയാണ്. നെയ്ത തുണികൾ കൊട്ടാര ത്തിലെത്തിക്കാൻ ചുമതലപ്പെടുത്തിയ ശേഖരപ്പിള്ളയുടെ മകൻ പത്മനാഭപിള്ള, തലസ്ഥാന യാത്ര ഇടയ്ക്കിടെ നടത്തിക്കൊണ്ടിരുന്നത്, നെയ്ത വസ്ത്രങ്ങൾ കൊട്ടാരത്തിൽ എത്തിക്കാൻ വേണ്ടിയാണ്. കവടിയാർ കൊട്ടാരവും കനകക്കുന്നുമൊന്നുമായിരുന്നില്ല പത്മ നാഭനെ ഏറെ ആകർഷിച്ചത്. ഹിസ് ഹൈനസ് മഹാരാജാസ് കോളേജ് ആയിരുന്നു പയ്യന്റെ ആകർഷണ കേന്ദ്രം. വിക്ടോറിയൻ ശൈലിയിൽ കെട്ടിപ്പൊക്കിയ വാസ്തുവിദ്യയിലെ അത്ഭുതം കണ്ണെടു ക്കാതെ നോക്കി നിൽക്കും. കെട്ടിടത്തിനകത്തെ വിജ്ഞാന അത്ഭുത ങ്ങൾ അകക്കണ്ണിൽ കാണും.

പഠിക്കാൻ ബഹുസമർത്ഥനായിരുന്ന പത്മനാഭൻ സ്ക്കൂൾ വിദ്യാഭ്യാസം ഭംഗിയായി പൂർത്തിയാക്കി ഉപരിപഠനത്തിന് പോകണമെന്ന് ആഗ്രഹം പറഞ്ഞപ്പോൾ ശേഖരപിള്ള എതിരു പറഞ്ഞില്ല. ബാലരാമപുരത്ത് നിന്ന് നടന്നു വലഞ്ഞ്, വിയർത്തൊലിച്ച് പതിവായി ക്ലാസ്സിൽ വൈകിവരുന്ന വിദ്യാർത്ഥിയെ ഗണിത അദ്ധ്യാപകൻ അച്യുതൻപിള്ള സർ ശ്രദ്ധിച്ചു തുടങ്ങിയിരുന്നു. അവന്റെ പഠിക്കാനുള്ള താല്പര്യം അദ്ദേഹം തിരിച്ചറിഞ്ഞു. ഇനി നീ എന്റെ വീട്ടിൽ താമസിച്ചു പഠിച്ചോ എന്ന് അദ്ദേഹം സമ്മതം കൊടുത്തു, വീട്ടിൽ കൂട്ടിക്കൊണ്ടു പോയി. ഏകമകൾ രുദ്രാണിത്തങ്കച്ചിയോട് അമിത വാത്സല്യമായിരുന്നു അച്യുതൻപിള്ള സാറിന്. എട്ടു വയസ്സിലേ അമ്മ മരിച്ച കുട്ടിയുടെ അച്ഛനും അമ്മയുമൊക്കെ ആയിരുന്നു അച്യുതൻപിള്ള സാർ. കുറുമ്പും കുന്നായ്മയും രുദ്രാണിക്ക് കൂടപ്പിറപ്പായിരുന്നെങ്കിലും അദ്ദേഹം മകളെ ശാസിക്കുമായിരുന്നില്ല. എങ്ങുനിന്നോ വന്ന ഒരു അലവലാതി ചെക്കനെ അച്ഛൻ വീട്ടിൽ കൊണ്ട് പാർപ്പിച്ചിരിക്കുന്നത് രുദ്രാണിത്തങ്കച്ചിക്ക് ഒട്ടും ഇഷ്ടപ്പെട്ടില്ല. പത്മനാഭനെ അവൾക്ക് പുച്ഛമായിരുന്നു.

കൊട്ടാരത്തിലെ കൊച്ചുതമ്പുരാനെ, കണക്ക് പഠിപ്പിച്ചിരുന്ന അച്യുതൻപിള്ളയെ ദിവാന് കാര്യമായിരുന്നു. പത്മനാഭന് ബി.എ. ഓണേഴ്സ്, മദ്രാസ് യൂണിവേഴ്സിറ്റിയിൽ നിന്നും കിട്ടി. വൈകാതെ ഹജൂർ കച്ചേരിയിൽ റൈറ്റർ ജോലി തരപ്പെടുത്താൻ അച്യുതൻപിള്ള സാറിന് കഴിഞ്ഞു. പിന്നീടുണ്ടായ ഉദ്യോഗക്കയറ്റങ്ങൾ പത്മനാഭപിള്ളയുടെ കഴിവും സത്യസന്ധതയും കൊണ്ടു തന്നെ.

സ്ഥിരമായി അലട്ടിക്കൊണ്ടിരുന്ന കാസരോഗവും വിട്ടുമാറാത്ത ചുമയും അച്യുതൻപിള്ള സാറിന്റെ ആയുസ്സ് എണ്ണുകയായിരുന്നു. നാട്ടിലാകെ പടർന്നു പിടിച്ച ടൈഫോയ്ഡ് ബാധിച്ചതോടെ, അദ്ദേഹത്തിന്റെ ആരോഗ്യം കൂടുതൽ ക്ഷയിച്ചു. ടൈഫോയ്ഡിന് മരുന്നില്ലാത്ത കാലം. കഷ്ടിച്ചാണ് രക്ഷപ്പെട്ടത്. സൽപ്പേരല്ലാതെ, വലിയ സമ്പാദ്യങ്ങളൊന്നുമില്ല. ഏകമകൾ രുദ്രാണി അദ്ദേഹത്തിന്റെ സന്തോഷവും ആകുലതയുമായിരുന്നു. പത്മനാഭപിള്ളയ്ക്ക് തലസ്ഥാനത്തു തന്നെ ഉദ്യോഗം കിട്ടിയത് അച്യുതൻപിള്ള സാറിന് ആശ്വാസമായി. ശിഷ്യനായിട്ടല്ല, മകനായിട്ടാണ് അദ്ദേഹം പത്മനാഭനെ കണ്ടത്. ജോലി കിട്ടിയിട്ടും സാറിന്റെ വീട്ടിൽ തുടർന്നും താമസിക്കുന്നത് ശരിയല്ല എന്ന് തോന്നി. വഴുതക്കാട് ഒരു വാടക വീട്ടിലേക്ക് മാറാൻ പത്മനാഭൻ സമ്മതം ചോദിച്ചപ്പോഴാണ് കിടപ്പു രോഗിയായ അച്യുതൻപിള്ള സാർ, പത്മനാഭന് വിരോധമില്ലെങ്കിൽ, ഞാൻ മകനായി കാണുന്ന നീ എന്റെ മരുമകനായാൽ, വളരെ സന്തോഷം എന്ന തന്റെ മനോഗതം വെളിവാക്കിയത്. അച്യുതൻപിള്ള സാറിനോടുള്ള

കടപ്പാട് വാക്കുകളിൽ തീരുന്നതല്ല. കടം വീട്ടാൻ അദ്ദേഹം തന്നെ വഴി തുറക്കുകയാണ്. പത്മനാഭപിള്ള എതിരൊന്നും പറഞ്ഞില്ല. അങ്ങനെ നടന്ന വിവാഹമാണ്. വിവാഹം കഴിഞ്ഞ് അച്യുതൻപിള്ള അധികകാലം ഉണ്ടായില്ല. മരണസമയത്തും പ്രിയശിഷ്യന്റെ കണ്ണുകളിൽ നോക്കിയാണ് അദ്ദേഹം കണ്ണടച്ചത്.

അദ്ദേഹത്തോടുള്ള ആദരവും സ്നേഹവുമെല്ലാം പത്മനാഭൻ, രുദ്രാണിക്ക് വാരിക്കോരി കൊടുത്തു. ആയമ്മയുടെ നെഗളിപ്പുകൾക്കൊന്നും എതിരു പറഞ്ഞില്ല. ശ്രീപത്മനാഭന്റെ പത്തു ചക്രം ശമ്പളം കിട്ടാൻ പ്രാപ്തനാക്കിയ ഗുരുവിന്റെ ഏകമകളോട് വാത്സല്യം, സ്നേഹം, ബഹുമാനം, തനിക്ക് മേലെയാണ് അവരുടെ സ്ഥാനം എന്നുള്ള വിശ്വാസം. വെറുമൊരു പപ്പനായിരുന്ന തന്നെ പത്മനാഭപിള്ള അങ്ങുന്ന് ആക്കിയ മഹാമനുഷ്യനോടുള്ള കടപ്പാട്, ജീവിതം അദ്ദേഹത്തിന്റെ മകൾക്ക് സമർപ്പിച്ച് വീട്ടുകയായിരുന്നു ഏകലവ്യന്റെ ഗുരുദക്ഷിണ മനപ്പാഠമാക്കിയ ശിഷ്യൻ.

അഞ്ച്

കഥകൾ പറഞ്ഞും കാഴ്ചകൾ കണ്ടും അമ്മൂട്ടിയും കുഞ്ഞിക്കാളിയും സമയം പോയതറിഞ്ഞില്ല. പടിഞ്ഞാറേമാനം, ചുമന്ന്, മെല്ലെ ഇരുണ്ടു വരുന്ന സമയത്ത്, ഓടിയാണ് രണ്ടാളും ബംഗ്ലാവിലെത്തിയത്. 'വിളക്കുവച്ച് സന്ധ്യാനാമം ചൊല്ലേണ്ട സമയത്ത് ഊരുതെണ്ടുകയാണോ കാളിപ്പെണ്ണ്, തന്തേം തള്ളേം ഇല്ലാത്ത നരുന്തിന് പനി പിടിപ്പിക്കാനാണോ നിന്നെ ഇങ്ങോട്ട് കെട്ടിയെടുത്തത്?' ഒരു മയവുമില്ലാതെ അമ്മമ്മ, കുഞ്ഞിക്കാളിയെ ശകാരിച്ചു. ഞെട്ടിത്തരിച്ച അമ്മു കരച്ചിലിന്റെ വക്കത്തെത്തി. കാളി മുഖത്തേക്ക് നോക്കിയപ്പോൾ ഇതൊക്കെയെന്ത് എന്ന ഭാവം മാത്രം.

കൈതപ്പൂമണമായിരുന്നു അമ്മ ദേവയാനിക്ക്. എന്നും രാത്രിയിൽ അമ്മൂട്ടി പുതച്ചുറങ്ങുന്ന അമ്മയുടെ സാരിയുടെ മണം. തുണി അലമാര തുറന്നാൽ ആ സുഗന്ധം മുറിയിൽ പരക്കും. കിടപ്പുമുറിയിൽ ചില്ലിട്ട് വച്ചിരിക്കുന്ന അച്ഛന്റേയും അമ്മയുടേയും വിവാഹഫോട്ടോ, സജലമിഴികളും സൗമ്യമുഖവുമുള്ള അമ്മ, പൊങ്ങിനിൽക്കുന്ന കോലൻമുടിയും കട്ടിമീശയുമുള്ള അച്ഛൻ. എന്നോ കണ്ട സ്വപ്നം പോലെ രാവിൽ ഒരു നനുത്ത സ്പർശം, എന്നോ കേട്ട 'ഓമനത്തിങ്കൾക്കിടാവോ' രണ്ടു വയസ്സ് തികഞ്ഞ പിറന്നാൾ ദിനത്തിൽ വായിൽ വച്ചു തന്ന മിഠായി മധുരം, യാത്ര പുറപ്പെടുന്ന തലേരാത്രിയിൽ കെട്ടിപ്പുണർന്നു 'അമ്മേടെ അമ്മൂട്ടിയേ' എന്ന് ആവർത്തിച്ചുള്ള വിളികൾ, കണ്ണീരുപ്പു കലർന്ന ഉമ്മകൾ.

കാലത്ത് ഉണർന്നപ്പോൾ അമ്മ കിടക്കയിലില്ലായിരുന്നു. പിന്നെന്താ സംഭവിച്ചത്? അതറിയണം. വല്യച്ചനോട് ചോദിക്കുക തന്നെ. അങ്ങുന്ന് അത്താഴം കഴിഞ്ഞ്, തെക്കേ വരാന്തയിൽ ധ്യാനിച്ചിരിക്കുന്ന നേരം. വരാന്തയിലിരുന്ന് കായലമ്മയോടാണോ പ്രാർത്ഥന എന്ന് അമ്മു ചിന്തിച്ചിട്ടുണ്ട്. ഒച്ചയുണ്ടാക്കാതെ, അമ്മു, വല്യച്ചനിരിക്കുന്ന ചൂരൽക്കസേരയുടെ താഴെ ചേർന്നിരുന്നു. എന്താ അമ്മൂട്ടി, വല്യച്ചൻ കണ്ണു തുറന്നു. എന്റെ അമ്മേം അച്ഛനും വരില്ലേ വല്യച്ചാ? വേനലവധിക്ക്

വരുമെന്നാണല്ലോ വല്യച്ചൻ പറഞ്ഞത്. തന്തേം തള്ളേം ഇല്ലാത്ത കൊച്ചാണെന്ന് അമ്മമ്മ പറഞ്ഞതല്ലോ? അമ്മൂട്ടി വിങ്ങിപ്പൊട്ടി.

''കരയാതെ മോളേ, വാ, വല്യച്ചന്റെ മടിയിലിരിക്ക്, പറയാം. ദേവയാനി, അമ്മൂട്ടിയെപ്പോലെ പൊന്നുംകുടമായിരുന്നു. പൊന്നിനും മേലേ തനി തങ്കമായിരുന്നു. ദേവി ആയിരുന്നു എന്റെ പൊന്നു മോള്. അന്ന് പൂക്കൈതയൂരിൽ വിദ്യാഭ്യാസ സ്ഥാപനങ്ങളില്ലായിരുന്നു. മൂത്തവർ രണ്ടാളും അച്ഛന്റെ കൂടെ തിരുവനന്തപുരത്ത് താമസിച്ചാണ് പഠിച്ചത്. ആങ്ങളേം, പെങ്ങളും എന്തു സ്നേഹമാരുന്നു. പഠിക്കാനും ബഹുമിടുക്കർ. അവധിക്കാലത്ത് രണ്ടാളും മാന്തോപ്പിലേക്ക് പോകും. ശിവസുതൻ യൂണിവേഴ്സിറ്റി കോളേജിലും ദേവയാനി വിമൻസ് കോളേജിലും പഠനം പൂർത്തിയാക്കി. ചിത്തിരതിരുനാൾ ബാലരാമ വർമ്മ തമ്പുരാൻ, തിരുവിതാംകൂർ യൂണിവേഴ്സിറ്റി സ്ഥാപിച്ചതോടെ, ഉന്നതവിദ്യാഭ്യാസരംഗം അഭിവൃദ്ധിപ്പെട്ടു. ശിവൻ രസതന്ത്രത്തിൽ

ബിരുദാനന്തര പഠനം തുടർന്നു. എന്നെപ്പോലെ ഗണിതശാസ്ത്ര ത്തിലായിരുന്നു ദേവയാനിക്ക് താല്പര്യം. ധാരാളം വായിക്കുന്ന പ്രകൃതക്കാരി. അവധിക്ക് പൂക്കൈതയൂരിലോട്ട് പോകുമ്പോഴൊക്കെ, യൂണിവേഴ്സിറ്റി ലൈബ്രറിയിൽ നിന്ന് ഒരു കെട്ട് പുസ്തകമാണ്, കൂട്ടിനു കൊണ്ടു പോകുന്നത്. മഹാത്മാഗാന്ധി, ജവഹർലാൽ നെഹ്റു, സുഭാഷ് ചന്ദ്രബോസ്, സർദാർവല്ലഭായി പട്ടേൽ തുടങ്ങിയ സ്വാതന്ത്ര്യസമര സേനാനികളുടെ ലേഖനങ്ങളും പുസ്തകങ്ങളും വായിക്കുന്നതായിരുന്നു ഒഴിവുകാലത്തെ വിനോദം.'' വല്യച്ചൻ ഓർമ്മകളിലൂടെ പിന്നോട്ട് പോയി.

''ആയിരത്തി തൊള്ളായിരത്തി മുപ്പത്തിയാറിൽ, ശ്രീചിത്തിര തിരുന്നാൾ ബാലരാമവർമ്മ പുറപ്പെടുവിച്ച ക്ഷേത്രപ്രവേശന വിളംബരം, ജാതിവ്യത്യാസമില്ലാതെ, ഹിന്ദുവിശ്വാസികൾക്കെല്ലാം ക്ഷേത്രത്തിൽ പ്രവേശനം അനുവദിച്ചു കൊണ്ടുള്ളതായിരുന്നു. 'അങ്ങാണ് മഹാത്മാ എന്നു പറഞ്ഞാണ് മഹാത്മജി തമ്പുരാനെ പ്രശംസിച്ചത്. അതിനു മുൻപ് ആയിരത്തി തൊള്ളായിരത്തി ഇരുപ തിൽ അദ്ദേഹം പന്മന മനയിലെ ചട്ടമ്പിസ്വാമി സ്മാരകത്തിലെത്തി. തിരുവിതാംകൂറിന്റെ പ്രബുദ്ധ നേതാവ് കുമ്പളത്ത് ശങ്കുപ്പിള്ളയാണ് ഗാന്ധിജിയെ വരവേറ്റ്, ജനങ്ങളുമായി സംവദിക്കാനുള്ള ഒരുക്കങ്ങൾ നടത്തിയത്. വല്യച്ചൻ ഓണേഴ്സിന് പഠിക്കുന്ന കാലമായിരുന്നു. പന്മന പോയി മഹാത്മായെ നേരിൽ കണ്ടു. അന്നദ്ദേഹം നടത്തിയ ഹൃദയസ്പൃക്കായ പ്രഭാഷണം, അവിടെയിരുന്ന സ്ത്രീകളിൽ മനപ്പരിവർത്തനം ഉണ്ടാക്കി. ''ദരിദ്ര നാരായണന്മാരായ ഹരിജനങ്ങൾ പട്ടിണി കിടക്കുമ്പോൾ, നിങ്ങൾ സ്വർണ്ണാഭരണങ്ങൾ ചുമന്നു നടക്കു ന്നതിൽ ലജ്ജയില്ലേ? അവർക്ക് ഭക്ഷണം കൊടുക്കാൻ വേണ്ടിയുള്ള അപേക്ഷയുമായാണ് ഞാൻ നിങ്ങളെ കാണുന്നത്.'' അന്നവിടെയുള്ള, മനസ്സാക്ഷിയുള്ള സ്ത്രീകൾ തങ്ങളുടെ ആഭരണങ്ങൾ ഊരി ഗാന്ധിജിയെ ഏൽപ്പിച്ചു. ഈ കഥ വല്യച്ചൻ ദേവയാനിയോട് പറഞ്ഞു. സാകൂതം കേട്ടിരുന്ന എന്റെ മോൾ, അന്നു തന്നെ അവളുടെ സ്വർണ്ണക്കമ്മലും മാലയും കാപ്പും ഊരി സൂക്ഷിച്ചു വച്ചു. ''ഇത് ബാപ്പുജിയുടെ ഫണ്ടിലേക്ക് കൊടുക്കാനാണ്, ഇനി അദ്ദേഹം വരുമ്പോൾ ഞാൻ കൊടുക്കും'' എന്ന് പ്രതിജ്ഞ ചെയ്തു.

ആയിരത്തി തൊള്ളായിരത്തി മുപ്പത്തിയേഴിൽ ഗാന്ധിജി തിരുവന ന്തപുരത്ത് വന്നു. ക്ഷേത്രപ്രവേശന വിളംബര ആഘോഷങ്ങളിൽ പങ്കെടുത്തു. തിരുവനന്തപുരത്ത് വെങ്ങാനൂരിൽ അധഃസ്ഥിതരുടെ വിമോചകനായ അയ്യങ്കാളിയെ കണ്ട് ആത്മബന്ധം സ്ഥാപിച്ചു. ദേവയാനിയേയും കൂട്ടി, വല്യച്ചൻ പോയിരുന്നു. കാത്തു വച്ചിരുന്ന സ്വർണ്ണപ്പൊതി മഹാത്മാവിന് കൊടുത്ത് നമസ്കരിച്ചു. ഇനി ഞാൻ സ്വർണ്ണം അണിയില്ല എന്ന് പ്രതിജ്ഞ എടുത്തു. ഗാന്ധിജിയുടെ

അനുഗ്രഹം വാങ്ങി മടങ്ങുമ്പോൾ, എന്റെ മകളെത്ര വലിയ മനസ്സുള്ളവൾ എന്ന് ഞാൻ അഭിമാനിച്ചു. മാന്തോപ്പ് ബംഗ്ലാവിൽ വന്നപ്പോൾ, അവളുടെ അമ്മ ഇക്കഥ കേട്ട് ശകാരിക്കുകയാണ് ചെയ്തത്. ''നിനക്ക് സ്വർണ്ണം വേണ്ടെന്ന് നീ തീരുമാനിച്ചതല്ലേ? നിന്നെ കല്യാണം കഴിക്കുമ്പോഴും ഒരു തരി സ്വർണ്ണം പോലും ഈ തറവാട്ടിൽ നിന്ന് നിനക്ക് തരില്ല. നിലവറയിൽ ഞാൻ നിന്റെ മംഗല്യത്തിന് കരുതിവച്ചിരിക്കുന്ന മുല്ലപ്പൂമൊട്ടുമാലയും അഡ്യലും തങ്കവളകളും ഒന്നും ഇനി നിനക്കില്ല. അതെല്ലാം മാധവൻ കൊണ്ടുവരുന്ന പെണ്ണിന് ഞാൻ കൊടുക്കും.'' ''അമ്മ കൊടുത്തോ, എനിക്കീ മുത്തുമാലയും കുപ്പിവളയും കല്ലു കമ്മലുമൊക്കെ മതി.''

അമ്മയും മോളുമായുള്ള ഈ സംഭാഷണം ഞാനത്ര കാര്യമാക്കിയില്ല.

പക്ഷേ ദേവയാനിയുടേത് ഉഗ്രശപഥമായിരുന്നു. വിവാഹത്തിനും അവളത് പാലിച്ചു. ഒരു നിർബന്ധത്തിനും വഴങ്ങിയില്ല. നെയ്യാറ്റിൻകര നായരുടെ എല്ലാ പ്രൗഢിയോടെയുമാണ് പരമേശ്വരൻ പിള്ളയുടെ വീട്ടുകാർ പുടവകൊടയ്ക്കു വന്നത്. നാട്ടിൽ കണ്ടിട്ടില്ലാത്ത മോട്ടോർ കാറുകൾ, അലങ്കാരങ്ങൾ, വേഷവിതാനങ്ങൾ. മാന്തോപ്പ് ബംഗ്ലാവ് മുറ്റത്ത് വലിയ പന്തൽ ഉയർന്നു. കുരുത്തോലകൾ കൊണ്ട് അലങ്കരിച്ചു. സദ്യവട്ടങ്ങൾക്ക് വേണ്ടതെല്ലാം ഒരു വള്ളം നിറയെ ആറ്റിൻ കടവിൽ അടുത്തു. അവിടെ നിന്ന് കാളവണ്ടിയിലാക്കി ബംഗ്ലാവിലെത്തിച്ചു. നാദസ്വരമേളം തുടങ്ങി. ദേവയാനിപിള്ള ഒരുങ്ങിയിറങ്ങിയപ്പോൾ, ദേവിയെപ്പോലെ തേജസ്സ്. കണ്ടു നിന്ന മാലോകർ തൊഴുതു പോയി. ഏവരേയും അതിശയിപ്പിച്ചുകൊണ്ട് കാതിൽ കല്ലു കമ്മലും കഴുത്തിൽ വെള്ള മുത്തുമാലയും കൈയിൽ കരിവളകളും. ''ഇതെന്താ ഇങ്ങനെ?'' ബംഗ്ലാവിലെ പെങ്കൊച്ചിന്റെ മംഗല്യത്തിന് അണിയാൻ പൊന്നില്ലേ? നാട്ടാരുടെ കണ്ണുകൾ തമ്മിൽ ചോദിച്ചു. പെണ്ണിന്റെയൊരു ധിക്കാരം, എന്നു മാന്തോപ്പിലമ്മ പിറുപിറുക്കുന്നുണ്ടായിരുന്നു. പൊന്നിൻകുടത്തിന് പൊട്ടുവേണ്ട എന്ന്, ദേവയാനിയെ ചെറുതിലേ തോളിലിട്ടുറക്കിക്കൊണ്ടിരുന്ന ദൈവത്താൾ മൂളിപ്പാടി.

''തിരുവനന്തപുരത്തു താമസിച്ച് ഏതെങ്കിലുമൊരു ജോലി തരപ്പെടുത്തണമെന്നായിരുന്നു ദേവുവിന്റെ ആശ. പക്ഷേ, വല്യച്ചൻ പെൻഷനാകാൻ കുറച്ചു കാലമേ ബാക്കിയുണ്ടായിരുന്നുള്ളൂ. ആയകാലത്തു തന്നെ മോടെ പൊടവകൊട നടത്തണമെന്ന് അച്ഛന് തോന്നി വേണ്ടായിരുന്നു. കല്യാണം കഴിഞ്ഞ് മൂന്നര കൊല്ലമേ കൂടെപ്പാർത്തുള്ളൂ. പോയില്ലേ, അമ്മൂട്ടിയെ എന്നെ ഏല്പിച്ച്.'' വല്യച്ചൻ വിങ്ങുന്നുണ്ടായിരുന്നു.

പരമേശ്വരൻപിള്ളയ്ക്ക് കച്ചവടത്തിലായിരുന്നു താല്പര്യം. ചാലക്കമ്പോളത്തിൽ, അരി മൊത്തക്കച്ചവടം നടത്തിക്കൊണ്ടിരുന്ന

സമയത്തായിരുന്നു വിവാഹം. അക്കാലത്ത്, തെക്കെ ആഫ്രിക്കയിൽ ഡർബൻ എന്ന പട്ടണത്തിൽ, വ്യാപാരികളായി ധാരാളം ഇൻഡ്യക്കാരുണ്ടായിരുന്നു. ''പരമേശ്വരനും അതിൽ താല്പര്യം കാണിച്ചു. മോള്, ദേവയാനിയുടെ വയറ്റിൽ കിടക്കുന്ന കാലം. ആറ് മാസമേ ആയിട്ടുണ്ടായിരുന്നുള്ളൂ പിന്നെ പരമേശ്വരൻ വന്നത്, മൂന്നാണ്ടു കഴിഞ്ഞാണ്. ഒരു മാസം ബംഗ്ലാവിലും സ്വന്തം വീട്ടിലുമൊക്കെയായി കഴിഞ്ഞു.

ബിസിനസ് നല്ല പോലെ പുഷ്ടിപ്പെട്ടു. കണക്കുകൾ നോക്കാൻ സഹായം വേണം. ദേവയാനിയെ കൂടി, മടങ്ങുമ്പോൾ കൊണ്ടുപോണം എന്നു പറഞ്ഞപ്പോൾ എങ്ങനെ എതിർക്കാൻ? അമ്മൂട്ടി ചെറുതാണ്. കടയിൽ കൊണ്ടിരുത്താൻ പറ്റില്ലല്ലോ. അവളിവിടെ നിൽക്കട്ടെ എന്ന് വല്യച്ചൻ പറഞ്ഞു. അവരു പോയി ഏതാനും മാസങ്ങൾ കഴിഞ്ഞപ്പോഴാണ്, ഡർബനിലെ കലാപം.

ആയിരത്തി തൊള്ളായിരത്തി നാൽപ്പത്തൊമ്പതിലെ ഡർബൻ ലഹളയുടെ കഥ വല്യച്ചൻ പറഞ്ഞു. ''തെക്കേ ആഫ്രിക്കൻ സുളു വംശജർ ഡർബനിലെ ഇൻഡ്യക്കാരുടെ കടകൾ കൊള്ളയടിച്ചു, വ്യാപാരികളെ ചുട്ടെരിച്ചു. നൂറ്റി നാൽപ്പത്തൊന്നു പേരെ അതിക്രൂരമായി കൊന്നു. വർഗവിവേചനം ആളിക്കത്തിച്ച ബ്രിട്ടീഷുകാരികൾ ഇൻഡ്യൻ കൂലികൾ എന്നാർത്തു വിളിച്ച് സുളു വംശക്കാർക്കൊപ്പം നൃത്തം ചവിട്ടി. സ്വതന്ത്ര ഇൻഡ്യയോട് അവർക്ക് പക ഉണ്ടായിരുന്നിരിക്കാം. മൂന്നു ദിവസം നീണ്ട ലഹള കെട്ടടങ്ങിയപ്പോൾ പൊലിഞ്ഞ ജീവനുകളുടെ കൂട്ടത്തിൽ എന്റെ മോളും ഭർത്താവും ഉണ്ടായിരുന്നു. അധികാരികൾ മൗനം പാലിച്ചു. വിവേചനങ്ങൾക്കെതിരെ ശബ്ദിക്കാൻ ആരുമുണ്ടായില്ല. പേഷ്കാരച്ചൻ രോഷത്തോടെ പറഞ്ഞു. സംഭവം പുറംലോകം അറിഞ്ഞതു തന്നെ വൈകിയാണ്. വേറൊരു ഭൂഖണ്ഡം ആയതുകൊണ്ട്, എത്തിപ്പെടുക എളുപ്പമായിരുന്നില്ല. ആഭ്യന്തര കലാപങ്ങൾക്ക് പ്രേരണ കൊടുത്ത്, പ്രോത്സാഹിപ്പിച്ച്, മനുഷ്യരെ കൊന്ന്, അധികാരം കയ്യാളുന്ന പരദേശികളെ തുരത്താൻ നമുക്ക് കഴിഞ്ഞു. മഹാത്മജി കാണിച്ചു തന്ന വഴി, അഹിംസയും, നിസ്സഹകരണവും വിജയിച്ചു. അങ്ങനെ, ആത്മാവു കൊണ്ട് യുദ്ധം ചെയ്തിട്ടാണ് നമ്മൾ സ്വാതന്ത്ര്യം നേടിയത്. നമുക്ക് വേണ്ട ഭക്ഷണം, വസ്ത്രം, കിടപ്പാടം എല്ലാം നമുക്കു തന്നെ ഉണ്ടാക്കാൻ കഴിയണം. ആർക്കും അടിമപ്പെടരുത്.''

വല്യച്ചൻ നിത്യവും ചർക്കയിൽ നൂലു നൂൽക്കുന്നതിന്റെ ചേതോവികാരം അപ്പോഴാണ് അമ്മുവിന് മനസ്സിലായത്. ''നമ്മുടെ കൂട്ടത്തിലുള്ള ദുർബലരെ കാര്യങ്ങൾ പറഞ്ഞു കൊടുത്ത് ഉയർത്തിക്കൊണ്ടു വരണം. അടുത്ത സ്കൂൾ വർഷം, ഈ ഗ്രാമത്തിലെ എല്ലാ കുട്ടികളേയും നമുക്ക് അച്യുതവിലാസം സ്കൂളിൽ ചേർക്കണം. പേഷ്കാരച്ചൻ നയം പ്രഖ്യാപിച്ചു. ഇനി മോള് പോയി ഉറങ്ങ്.''

ആ രാത്രി അമ്മുവിന് ഉറങ്ങാൻ കഴിഞ്ഞില്ല. കട്ടിലിനു കീഴിൽ വെച്ചിരുന്ന അമ്മയുടെ കാൽപ്പെട്ടി തുറന്ന്, കൈതപ്പൂ മണക്കുന്ന നീളൻ പുടവയെടുത്ത് മണത്ത്, പുതച്ച് ഉറങ്ങാൻ നോക്കി. അർദ്ധ രാത്രി കഴിഞ്ഞ്, നിദ്രയിലേക്ക് മെല്ലെ മെല്ലെ വീണു തുടങ്ങി. അഗ്നി ജ്വാലകൾ ദേഹമാസകലം പടർന്നു പിടിക്കുന്നതായി അനുഭവമായ പ്പോൾ ഞെട്ടി ഉണർന്ന് 'അമ്മേ തീ,' എന്ന് ഉറക്കെ നിലവിളിച്ചു. ബംഗ്ലാവ് ഉണർന്നു. കൊച്ചുമുറിയിൽ കിടന്ന യശോദാമ്മയും നടുമുറിയിൽ കിടന്ന അമ്മമ്മയും ഓടി വന്നു. വെളക്കും വെട്ടവും ബഹളവും കേട്ട്, കിഴക്കേപ്പുറത്തെ അരവാതിൽ, തള്ളിത്തുറന്ന് കുഞ്ഞിക്കാളിയുമെത്തി. ''കൊച്ചിന് കുറച്ച് വെള്ളം കൊടുക്ക് യശോ ദാമ്മേ, സന്ധ്യാനാമം ചൊല്ലേണ്ട നേരത്ത് പുതുപ്പെണ്ണുമായി കാട് നിരങ്ങുകയായിരുന്നല്ലോ? വരത്തു പോക്കുള്ള സമയമാ, വല്ലോം കണ്ടു പേടിച്ചു കാണും.'' അമ്മമ്മ, രൂക്ഷമായി കുഞ്ഞിക്കാളിയെ നോക്കിയിട്ട് തിരിച്ചു പോയി, സപ്രമഞ്ചക്കട്ടിലിൽ ഉറക്കം തുടർന്നു.

തെക്കേയറ്റത്തുള്ള മുറിയിൽ ഗാഢനിദ്രയിലായിരുന്ന വല്യച്ചൻ ഇതൊന്നും അറിഞ്ഞില്ലല്ലോ എന്നോർത്ത് അമ്മു സമാധാനിച്ചു. കുഞ്ഞിക്കാളി ഒഴികെ എല്ലാരും ഉറക്കത്തിലേക്ക് മടങ്ങിപ്പോയി. അമ്മൂട്ടിയെ ചേർത്തുപിടിച്ച് അവളിരുന്നു. പിന്നെ മെല്ലെ, ചേർന്നു കിടന്നു. കാളിയമ്മേടെ പുന്നാരക്കുട്ടി ഉറങ്ങിക്കോ, തീയും വെള്ളവു മൊന്നും വാവയെ തൊടില്ല. കാളിയമ്മയില്ലേ കൂടെ. ''വാവേ, വാവേ, ഉറങ്ങു വാവേ.. കുഞ്ഞുവാവേ, കാളി വാവേ...'' അതൊരു താരാട്ടു പോലെ സാന്ദ്രമായിരുന്നു, സാന്ത്വനമായിരുന്നു. കാളി മാറിൽ മുഖം അമർത്തി അമ്മു ഉറങ്ങി.

ആറ്

ദുർബലരെ കൈപിടിച്ചുയർത്തുന്നതിന്, ഒപ്പം കൂട്ടുന്നതിന്, അവർക്ക് വിദ്യാഭ്യാസം കൊടുക്കണമെന്ന, പേഷ്കാരങ്ങുന്നിന്റെ നയം വെറും പ്രഖ്യാപനം മാത്രമായിരുന്നില്ല. അച്യുതവിലാസം സ്കൂൾ ആരംഭിച്ചത് അതിനു വേണ്ടിയാണ്. കാടൻകുന്നിന് സമാന്തരമായുള്ള കിഴക്കേ കുന്നിൽ, അഞ്ച് ഏക്കർ വിശാലമായ പറമ്പ്. ഭ്രാന്ത് പിടിച്ച പോലെ കായ്ക്കുന്ന വരിക്കപ്ലാവുകൾ, ഏതാനും കൂഴകളും. നല്ല കായ്ഫലമുള്ള തെങ്ങുകൾ...

മധ്യഭാഗത്ത്, മുളയും ഈറയും കൊണ്ട് നെടുനീളൻ ഷെഡ് കെട്ടി. ഓല മേഞ്ഞു. ഉത്തരവും കഴുക്കോലുമൊക്കെ, വെള്ളത്തിലിട്ട് പുളികളഞ്ഞ കൊന്നത്തെങ്ങും ഓടുമേച്ചിലുമുള്ള ഒരു ഓഫീസ്മുറി, തെക്കുമാറി മൂത്രപ്പുര അച്യുതവിലാസം സ്കൂളിന്റെ തുടക്കം അങ്ങനെയായിരുന്നു.പൂക്കൈതയൂരിലെ കുട്ടികളെല്ലാം ജാതിഭേദമന്യേ അവിടെ വിദ്യാർത്ഥികളായി. നാലുകരയിൽ നിന്നും വള്ളത്തേലും നടന്നും അവരെത്തി. മാന്തോപ്പ് ബംഗ്ലാവ് നിൽക്കുന്ന വടക്കേക്കരയോട് ചേർന്നാരുന്നു പൊതുവഴി. പടിഞ്ഞാറേക്കരയുള്ള കുട്ടികൾ ബംഗ്ലാവിലെത്തും. കുട്ടികൾക്കെന്തെങ്കിലും പ്രാതൽ, പൂമുഖമുറ്റത്തു തന്നെ ഡസ്കിൽ കാണും. കാലാകാലങ്ങളിലുള്ള പഴവർഗ്ഗങ്ങളും അവിടെ വെച്ചിരിക്കും. ഇഷ്ടത്തിന് എടുത്തു കഴിക്കാം. മാവേലെറിഞ്ഞ് മാമ്പഴം വീഴ്ത്താം.

കൊച്ചുരാമന് പിള്ളേരുടെ കളികളൊന്നും ബോധിച്ചില്ല. അവർ, അവനെ ഞൊണ്ടി രാമൻ എന്ന് ഇരട്ടപ്പേര് വിളിക്കുന്നതായിരുന്നു ഒരു കാരണം. ഒരിക്കൽ വഴിയിലോട്ട് ശിഖരങ്ങളുള്ള നാട്ടുമാവിൻ കൊമ്പിലൊരു ചുവന്ന തുണികെട്ടിയിരിക്കുന്നതു കണ്ട് മാന്തോപ്പിലങ്ങുന്ന് ചോദിച്ചു, ''ഇതെന്താ രാവിലെ മാവിൻ കൊമ്പിലൊരു കൊടിക്കൂറ?'' ഉത്തരം കിട്ടാതെ വന്നപ്പോൾ നീട്ടി വിളിച്ചു, കാര്യസ്ഥനെ. ''കുഞ്ഞുപിള്ളേ?'' കുഞ്ഞൻപിള്ള എത്തി, ''അത് കൊച്ചുരാമൻ കെട്ടിയതാ'', വിനയത്തോടെ ബോധിപ്പിച്ചു.

''വിളിക്കവനെ,'' കൊച്ചുരാമൻ വന്നു.

വിക്കി വിക്കി പറഞ്ഞു.

''അത്, പറങ്കിമല അപ്പൂപ്പന് നേർച്ച കെട്ടിയതാ.''

''എന്തിന്?''

''അത് വഴിയെ പോന്ന പള്ളിക്കൂടം പിള്ളേരുടെ മാവേലേറ് നിറുത്താനക്കൊണ്ടാ. കല്ലും മടലുമൊക്കെയാ പിള്ളേരെറിയുന്നെ. എന്റെ കാലേല് വീണു. ചോരേം പൊടിഞ്ഞു. പിള്ളേര് ഞൊണ്ടീന്ന് വിളിച്ച് ഓടിപ്പോയി.''

''മാവിന്റെ കീഴിൽ പോയി നിൽക്കുന്നതെന്തിനാ? അഴിച്ചുമാറ്റ് കൊടിക്കൂറ.'' അങ്ങുന്ന് കല്പിച്ചു. ''കൊച്ചുരാമാ, ഏത് അപ്പൂപ്പനാ പിള്ളേര് മാങ്ങ പറിച്ചാല് കോപിക്കുന്നത്?'' ''കുട്ടികൾക്ക് മാമ്പഴം കൊടുക്കാത്തവരോടല്ലേ സ്നേഹമുള്ള അപ്പൂപ്പന്മാർ കോപിക്കുന്നത്. അവരോട് മാവും കോപിക്കും.'' കൊച്ചുരാമൻ, മാവേൽക്കേറി, ചുവപ്പ് കൊടി അഴിച്ചു, മിണ്ടാതെ നിന്നു. ''മാവു പൂക്കുന്നതും കായ്ക്കുന്നതും നമുക്ക് വേണ്ടി മാത്രമല്ല, കുട്ടികൾക്ക് എറിയാനും തിന്നാനും കൂടിയാ.'' ഈ അങ്ങുന്ന് പറയുന്നത് എനിക്ക് മനസ്സിലാവുന്നില്ല. ഞാൻ നന്നാവൂല്ല, എന്ന് സ്വയം പിറുപിറുത്തു കൊണ്ട് കൊച്ചുരാമൻ, മുറ്റം തൂത്തു കൊണ്ടിരുന്ന കുഞ്ഞിക്കാളിയെ, എന്തോന്നാടീ കാഴ്ച കണ്ടോണ്ട് നിൽക്കുന്നത് എന്ന മട്ടിൽ, ക്രുദ്ധനായി നോക്കി, തൊഴുത്തിലോട്ട് കേറി.

കൊച്ചുരാമനെ മാറ്റിയെടുക്കാൻ അങ്ങുന്ന്, സാമം, ദാനം, ഭേദം, ദണ്ഡം എല്ലാം പ്രയോഗിച്ചു നോക്കി. അമ്മമ്മ അവനെ ഒന്നിനും കൊള്ളരുതാത്തവൻ എന്നർത്ഥത്തിൽ 'ചക്കപ്പൊന്തനെ എന്തിനു കൊള്ളാം തെക്കേപ്പുരയുടെ തൂണിന് കൊള്ളാം' എന്നാക്ഷേപിച്ചു. പാച്ചുപിള്ള കറന്നെടുത്ത് അവന്റെ കൈയിൽ കൊടുത്ത ഒരു ചരുവം പാല് കിടാവിന്റെ കീഴിൽ വച്ച്, അത് ചവിട്ടി കളഞ്ഞ ദിവസം, പേരവടി കൊണ്ട് വല്യമ്പ്രാട്ടി, അവനെ പൊതിരെ തല്ലി. അവന്റെ വൈരാഗ്യം വർദ്ധിച്ചതേയുള്ളൂ. അനാഥനായ അവനെ തള്ളിക്കളയാൻ അങ്ങുന്നിന് മനസ്സുവന്നില്ല. നല്ലൊരു പെണ്ണു വന്നാൽ അവന്റെ സ്വഭാവത്തിൽ മാറ്റം വരുമെന്ന് പ്രതീക്ഷയുണ്ടായിരുന്നു അങ്ങുന്നിന്. ഒരു കലം പഴങ്കഞ്ഞി കുടിച്ച്, കാലികളുമായി രാവിലെ കാടൻ കുന്നിലേക്ക് പോകുന്ന കൊച്ചുരാമൻ, ഉച്ചനേരത്ത്, കന്നുകാലികൾ വെള്ളം ദാഹിച്ച് ബംഗ്ലാവിലെ തൊഴുത്തിന്റെ മുറ്റത്തെത്തിയാലും കന്നാലി രാമൻ മടങ്ങിച്ചെല്ലില്ല. ഏതെങ്കിലുമൊരു കശുമാവിൻ ചുവട്ടിൽ കൂർക്കം വലിച്ചുറങ്ങുകയായിരിക്കും. വലിയ കലം നിറയെ പാലു തരുന്ന ഗോമതിപ്പശുവിന് അവനെ കണ്ണുകീറിയാ കണ്ടൂടാ എന്ന് കാളിക്കറിയാം. അകിടിൽ അവന്റെ സ്നേഹശൂന്യമായ

വിരലുകളെത്തുമ്പോൾ ഗോമതി തൊഴിക്കും.'കാളിക്കും അവനെ തൊഴിക്കണമെന്ന് പലപ്പോഴും തോന്നിയിട്ടുണ്ട് ഗോമതിയേ' എന്ന് മനസ്സിൽ പറഞ്ഞ് കുഞ്ഞിക്കാളി ചെന്ന്, പുറം തലോടി സമാധാനിപ്പിച്ച്, അകിട് ഒന്നൂടെ കഴുകുമ്പോൾ ഗോമതി മുല ചുരത്തും. കാളിയുടെ വിരലുകൾ തൊട്ടാൽ മതി പാലൊഴിയാവും. അതുകൊണ്ടൊന്നും കുഞ്ഞിക്കാളിയോട്, അവനിഷ്ടം കൂടിയില്ല. അവന്റെ അപകർഷതാബോധം വർദ്ധിച്ചതേ ഉള്ളൂ. പരസ്ത്രീകളിലായിരുന്നു അവന്റെ കണ്ണ് ആദ്യം മുതലേ. സ്വന്തം പെണ്ണ് വന്നിട്ടും അതിനൊരു മാറ്റവും ഉണ്ടായില്ല. ഞാറ്റുകണ്ടത്തിലും കൊയ്ത്തും മെതിയും നടക്കുന്ന ഇടങ്ങളിലുമൊക്കെ പെണ്ണാളിനെ വായ് നോക്കി നടക്കുന്നതായിരുന്നു കൊച്ചുരാമന്റെ ശീലം. അക്കരക്കടവിൽ പെണ്ണുങ്ങൾ കുളിക്കാനിറങ്ങുമ്പോൾ ഇക്കരെ കശുമാവിലിരുന്ന് വിക്രിയകൾ കാണിച്ച് തൃപ്തിയടഞ്ഞിരുന്ന അവന് സ്നേഹമെന്ന വികാരം അറിയില്ലായിരുന്നു. യഥാർത്ഥ രതി അന്യമായിരുന്നു.

പ്രഭാതങ്ങളിൽ കുഞ്ഞിക്കാളിയുടെ ഈർക്കിലിച്ചൂല്, കുന്നുകൂടിയ മാവിലകളോട് ഗോത്രഗീതം പാടുന്നതിന്റെ വാശിയേറി, ആഞ്ഞുതുള്ളി. കാളിയമ്മ പാട്ട് മൂളുന്നുണ്ടായിരുന്നില്ല. കണ്ണിൽ വിഷാദച്ഛവി പരന്നിരുന്നു. അമ്മുവിന് തോന്നി. രാത്രിയിൽ മുറിവിട്ടിറങ്ങി, വാവയ്ക്ക് കൂട്ടു കിടക്കുന്നതിന് കൊച്ചുരാമൻ ശകാരിച്ചോ? അമ്മു സംശയിച്ചു. അല്ലെങ്കിലും മരമണ്ടൻ, മുരടൻ കന്നാലിക്ക് ചേർന്ന പെണ്ണല്ല കുഞ്ഞിക്കാളിയെന്ന് പൊടവ കൊടുക്കുന്ന സമയത്തു തന്നെ അമ്മുവിന്റെ ചെറുമനസ്സിൽ തോന്നിയതാണ്. വല്യച്ഛനോട്, അമ്മുവത് പിന്നീട് ചോദിച്ചു.

''അവൻ അനാഥനല്ലേ മോളേ? അതുകൊണ്ടാ അവനൊരു സംബന്ധം കാലേ കൂട്ടിനടത്തിയത്. നല്ലൊരു പെണ്ണു വന്നാൽ അവന് മാറ്റമുണ്ടാവുമെന്ന് വിചാരിച്ചു അതെങ്ങനാ ഏതു കുഴലിൽ കേറ്റിയാലും പട്ടിയുടെ വാല് വളഞ്ഞല്ലേ ഇരിക്കൂ. വല്യച്ഛനൊരു സ്വാർത്ഥതയുണ്ടായിരുന്നു എന്ന് കൂട്ടിക്കോ, അമ്മൂട്ടിക്ക് ഒരു അമ്മക്കൂട്ടു വേണമെന്ന്. അതുണ്ടായി...''

ദീർഘ നിശ്വാസത്തോടെ അച്ഛൻ പറഞ്ഞു.

ഏഴ്

കുഞ്ഞിക്കാളി, മാന്തോപ്പിലെ പൊറുതിക്ക് വരുന്നതിനു മുമ്പ് നാട്ടു മാങ്ങ ഊറിത്തിന്ന, പള്ളിക്കൂടം കാലമായിരുന്നു, അമ്മു കൊതിയോടെ കാത്തിരുന്നത്. കുഞ്ഞിക്കാളി വന്നതോടെ ഉപ്പേരിയും മുറുക്കും വടയുമൊക്കെ ഉണക്കവാഴയിലയിൽ പൊതിഞ്ഞ്, വാഴനാരുകൊണ്ട് കെട്ടി തന്നു വിടുന്ന നാനാവിധ കടികളുടെ കാലം കൂടി ആയി. എന്നും ഉത്സാഹഭരിതം. സ്കൂളിലേക്കുള്ള പദയാത്രകൾ, കായൽ തീരത്തുകൂടി ആയി. ശുദ്ധജലം കുടിച്ചും വെള്ളം തെറിപ്പിച്ചും വെട്ടിവച്ചപടവുകൾ കേറി ഉല്ലാസത്തോടെയുള്ള പള്ളിക്കൂടം യാത്രകൾ. മാമ്പഴക്കാലത്ത്, മുത്തശ്ശി നാട്ടുമാവുപോലും മധുരം പൊഴിക്കും. ഒറ്റ ഏറിന്, ഒരു കുല മാങ്ങ വീഴ്ത്തുന്ന മിടുക്കന്മാരായിരുന്നു തോലൻ ഗോപിയും അനുസരണയില്ലാത്ത മുടിയൻ ചന്തുവും. മാവ് ആരുടേതാണെന്ന് ചോദിക്കേണ്ടി വന്നില്ല. എല്ലാം മാന്തോപ്പിലങ്ങുന്ന് വച്ചു പിടിപ്പിച്ചത്. “മരം നടുന്നത് കടം വീട്ടലാണ്. നട്ടു നനച്ച്, വളർത്തി, അവശേഷിപ്പിച്ചു പോയ പൂർവ്വികരോടുള്ള കടം വീട്ടൽ. മരം നടുന്നത് കടമയാണ്. വരും തലമുറയോടുള്ള കടമ.” വല്യച്ചൻ, അമ്മൂട്ടിക്ക് ഓതിക്കൊടുത്തു.

കാളിയമ്മ അക്ഷരാർത്ഥത്തിൽ അതുൾക്കൊണ്ടു. വടക്കേപ്പുറത്ത്, കരിക്കലം കഴുകി ഒഴിക്കുന്ന തെങ്ങിൻച്ചുവടിന്റെ ചുറ്റുമുള്ള തടത്തിൽ ചുവന്ന ചീര, തൂമ്പാ കൊണ്ട് പണിയെടുത്ത്, നിരപ്പാക്കി പച്ചമുളക്, വഴുതന, വെണ്ട. മത്തനും കുമ്പളവുമൊക്കെ സ്വന്തം ഇടങ്ങൾ കണ്ടെത്തി. കാന്താരി, കറിവേപ്പ്. ഗോമൂത്രം കലർന്ന ചാണകം കലക്കി ഒഴിച്ച്, സസ്യങ്ങളെല്ലാം പുഷ്ടിപ്പെട്ടു. പൂമുഖത്തിനോട് ചേർന്ന് പിച്ചകപ്പന്തലൊരുക്കി. കുടമുല്ലയും അരിമുല്ലയും പാരിജാതവും രാജമല്ലിയും ചെമ്പകവും. ബംഗ്ലാവ് പൂങ്കാവനമായി. എല്ലാറ്റിനും വാവയെ കൂടെക്കൂട്ടി. നടീലും നനയ്ക്കലും വളമിടലും ഒക്കെ പഠിപ്പിച്ചു. ഓലമെടയാനും പശുവിനെ കറക്കാനും ചെറുപ്രായത്തിലേ ശീലിപ്പിച്ച്, കാളിയമ്മ, അമ്മയും ഗുരുവും ആയി.

കാളിപ്പെണ്ണേയെന്ന വിളി, മാന്തോപ്പിൽ മുഴങ്ങിക്കേട്ട ദിനങ്ങളായിരുന്നു പിന്നീട്. കുളിമുറിയിൽ, കുട്ടകം നിറയെ വെള്ളം കോരി നിറച്ച്, ചൂടാക്കി, കാച്ചിയ എണ്ണയും താളി പതപ്പിച്ചതും വെക്കാൻ അമ്മമ്മയുടെ വിളി, 'കുഞ്ഞിക്കാളിയേ' എന്ന് അങ്ങുന്നിന്റെ വിളി, കസർത്തിനുള്ള അനുസാരികൾ കായൽക്കരയിൽ മണല് വിരിച്ചിടത്ത് കൊണ്ടു വെയ്ക്കാനാണ്. തൊഴുത്തില്, കറവപ്പശുക്കൾ പിണങ്ങുമ്പോൾ ഇണക്കാൻ കൊച്ചുരാമന്റെ 'എടിയേ' എന്ന വിളി. പറമ്പിലെ കരിയിലക്കൂമ്പാരം തൂത്തു കൂട്ടി കുട്ടയിലാക്കിയത് തലയിലേറ്റിക്കൊടുക്കാൻ, ചീവീടിന്റെ ശബ്ദമുള്ള ഈനാംപേച്ചി പാറോതിയുടെ 'എടി കാളിയേ' വിളി. അടുക്കളയിൽ കറിക്കരിഞ്ഞു കൊടുക്കാൻ യശോദാമ്മയുടെ 'കാളിപ്പെണ്ണേവിളി'. മണികണ്ഠൻ കാളയുടെ കഴുത്തിലെ മണികൾ പൊട്ടി വീണ ചരട് കൊരുത്തു കൊടുക്കാൻ വാസുക്കുട്ടന്റെ

വിളി. കുഞ്ഞിക്കാളി ഒരു വിളിയും കേൾക്കാതിരുന്നില്ല. ഒരു പണിയും മടുത്തില്ല. ഒരു പരാതിയും പറഞ്ഞില്ല.

രാത്രികളിൽ, വാവ ഉറങ്ങും വരെ, കാളിയമ്മ കഥകൾ പറഞ്ഞു കൊണ്ടിരുന്നു. പുരാണകഥകൾ മാത്രമല്ല, പുതിയകാല കഥകളും. കാളിയമ്മ, ഇതൊക്കെ എവിടെ നിന്നും പഠിച്ചു. അങ്ങനെയാണവൾ കുമാരൻമാഷെപ്പറ്റി കേട്ടത്. കുഞ്ഞിക്കാളിയുടെ, അമ്പുമലയിലെ പൊരയിൽ ഒരു സംവത്സരത്തിലേറെ ഒളിവിൽ കഴിഞ്ഞിരുന്ന സഖാവ് കുമാരൻ. മാന്തോപ്പിലങ്ങുന്നാണ് കുമാരൻമാഷെ അവിടെ പാർപ്പിച്ചത്. മാഷിന് വേണ്ടതെല്ലാം തലപ്പൊലയൻ അയ്യൻവശം കൊടുത്തയച്ചു. കുട്ടനാട്ടിലെ എണ്ണം പറഞ്ഞ അദ്ധ്യാപകനായിരുന്നു മാഷ്. മനുഷ്യത്വമുള്ളവർക്ക് മൗനമായിരിക്കാൻ പറ്റാത്ത അവസ്ഥയായിരുന്നു ചുറ്റുപാടും.

പച്ചപ്പാടങ്ങളും സ്വർണ്ണനെൽക്കതിരുകളും കുന്നുപോലെ കറ്റകളും കൊണ്ട് സമൃദ്ധമായ ഗ്രാമങ്ങളിൽ ജന്മിമാരുടെ ആക്രാന്തവും ഭരണത്തിലിരിക്കുന്നവരുടെ നിസ്സംഗതയുംകൊണ്ട് തൊഴിലാളികൾ പട്ടിണി കൊണ്ട് ചാകുന്ന അവസ്ഥ. രണ്ടാം ലോകമഹായുദ്ധകാലത്തെ വറുതി. ചേർത്തല പ്രദേശത്ത് ഇരുപത്തൊന്നായിരം പട്ടിണി മരണങ്ങൾ ഉണ്ടായത്രെ.

പകലന്തിയോളം കുമാരൻമാഷ് കൊട്ടിലിനുള്ളിൽത്തന്നെ. വായനയിൽ മുഴുകും. കണ്ടാലൊരു മുനിയെപ്പോലെ. ദീക്ഷ, നീട്ടിയ മുടി, ത്രികാല ജ്ഞാനിയുടെ കണ്ണുകളുടെ കാന്തശക്തി, ഒത്ത പൊക്കം, ദുർമേദസ്സില്ലാത്ത ശരീരം. ആഹാരം കുറച്ചു മതി. ഒത്തിരി വെള്ളം കുടിക്കും. രാത്രിയിൽ, ഉടുതുണി തോട്ടിൽ അലക്കും. കുഞ്ഞിക്കാളിക്ക് കൗതുകക്കാഴ്ചയായിരുന്നു മാഷ്. വാത്സല്യത്തോടെയുള്ള കൊച്ചേയെന്ന വിളി. അച്ഛനും അമ്മയും പണിക്കു പോയിക്കഴിഞ്ഞ്, കുഞ്ഞിക്കാളി കിഴങ്ങു ചുടും, കഞ്ഞിക്കലം അടുപ്പത്തു വെക്കും. അരി പാറ്റിക്കൊണ്ട് വരുമ്പോൾ മാഷ് കലത്തിലിടും. തീയൂതും. എല്ലാറ്റിനും കൂടെ കൂടും. വലിയ മനുഷ്യൻ. കണ്ണിൽ നിറയെ കരുണയാണ്.

രാത്രിയിൽ തോട്ടുവരമ്പത്തെ തെങ്ങിൻകുറ്റിയിൽ ഇരിക്കും. പന്ത്രണ്ട് കുടികളിലേം താമസക്കാർ, പകലത്തെ പണി കഴിഞ്ഞ്, കുളിച്ച്, അത്താഴം കഴിച്ച്, കുമാരൻ മാഷെ കേൾക്കാൻ വരും. കണ്ണിലെ ശാന്തതയല്ല വാക്കിൽ. അദ്ധ്വാനിക്കുന്നവൻ ഒരുമിച്ചു നിന്ന്, അവകാശങ്ങൾ ചോദിച്ച് വാങ്ങണം. വേണ്ടി വന്നാൽ ആയുധമെടുക്കണം. പുന്നപ്ര വയലാർ സമരം അതായിരുന്നു. എത്രകാലമാണ് ചവിട്ടടിയിൽ കിടക്കുക? കർഷകത്തൊഴിലാളികൾ, കയർത്തൊഴിലാളികൾ കൂട്ടത്തോടെയാണ്, പൊലീസ് സ്റ്റേഷനുകളും സർക്കാരാഫീസുകളും ആക്രമിച്ചത്. കൊല്ലാൻ വേണ്ടി ആയിരുന്നില്ല.

ജീവിക്കാൻ വേണ്ടി ആയിരുന്നു അത്. വള്ളക്കരവും മറ്റു നികുതികളും കൊടുക്കില്ലെന്ന് ഉറക്കെ പറഞ്ഞു. അമേരിക്കൻ മോഡൽ അറബി ക്കടലിൽ എന്ന് മുഷ്ടി ചുരുട്ടി മുദ്രാവാക്യം വിളിച്ചു. പാവപ്പെട്ടവന്റെ പട്ടാളം യുദ്ധം ചെയ്തു, ആയുധധാരികളായ പൊലീസുകാരെ വാരിക്കുന്തങ്ങൾകൊണ്ട് നേരിട്ടു. രണ്ടുഭാഗത്തും കുറെ ജീവനു കൾ പൊലിഞ്ഞു. മരിച്ചതിൽ കൂടുതലും തൊഴിലാളികളായിരുന്നു. സംശയമുള്ളവരെയെല്ലാം വെടിവച്ചിട്ടു. കുറേപേരെ പിടിച്ചോണ്ടു പോയി. അവരെ എന്തു ചെയ്തു എന്ന് ആർക്കും അറിയില്ല. കുറേപ്പേർ ജീവനും കൊണ്ടോടി. അക്കൂട്ടത്തിലുള്ളവനാണ് ഞാൻ. ബ്രിട്ടീഷ് പിന്തുണയുള്ള രാജഭരണത്തിനും സർവ്വാധികാരിയായ ദിവാൻ സർ സി.പി. രാമസ്വാമി അയ്യർക്കും എതിരെ പോരാടാൻ കെല്പുള്ള സംഘടനശേഷിയോ ആയുധമോ കൈവശമില്ലാതെ, പൊരുതി ചാവുന്നത് പോഴത്തമാണെന്ന് അന്നു രാത്രിയിൽ കൈനകരിയിൽ കൂടിയ രഹസ്യയോഗത്തിൽ പറഞ്ഞു. തൽക്കാലം പിൻവാങ്ങുക. സംഘടിച്ച് ശക്തി കൂട്ടുക. കൂടുതൽ വീര്യത്തോടെ പോരാടുക. അടിമത്തം നാട്ടിൽ നിന്ന് മാത്രമല്ല മനസ്സിൽ നിന്നും തൂത്തെറിഞ്ഞ്,

അവകാശങ്ങൾ സ്ഥാപിച്ചെടുത്ത് മനുഷ്യരായി ജീവിക്കുക. ശബ്ദ മുയർത്തി പ്രതിഷേധിക്കുക. നിശ്ചല സമൂഹം, തീരാശാപമാണെന്ന റാം മനോഹർ ലോഹ്യയുടെ വാക്കുകൾക്കു ചെവി കൊടുക്കാം. മൗനം മരണമാണെന്ന ഗീതാവചനവും ഓർമ്മിക്കാം.'' പണ്ഡിത ഭാവമില്ലാത്ത, മഹത്വകാംക്ഷയില്ലാത്ത പണ്ഡിതനായിരുന്നു കുമാരൻ മാഷ്. മാഷ് പറഞ്ഞു കൊണ്ടേയിരിക്കും. കേട്ടുകൊണ്ടിരിക്കുന്നവരുടെ കണ്ണുകൾ ജ്വലിക്കും. അവരുടെ കൈകൾ തരിക്കും.

ഏനിതെല്ലാം മാടത്തിന്റെ മുറ്റത്തൊരു പൊക്കമുള്ള കൊരണ്ടി യിട്ടിരുന്നു കേൾക്കും. മാഷ് പഠിപ്പിച്ച സ്വാതന്ത്ര്യപാട്ട് കേൾക്കും.

''പോകാം, പോകാം, പൊന്നനിയാ
പോർക്കളമല്ലേ കാണുന്നു.
നമ്മൾക്കണിയിട്ടവിടെത്താം
നാട്ടിനുവേണ്ടി പട വെട്ടാം
ലാത്തിയെടുത്തവർ തല്ലട്ടെ
തോക്കിൻ നിറകൾ ഒഴിക്കട്ടെ
പോകാം, പോകാം, പൊന്നനിയാ.''

കാളി പാടിക്കൊണ്ടേയിരുന്നു. അമ്മൂട്ടി അതേറ്റുപാടി.

എട്ട്

കുട്ടി ഉടുപ്പിൽ നിന്ന് പാവാടയിലേക്ക് വളർന്നു വാവ. കുസൃതിക്ക് മാറ്റമൊന്നുമുണ്ടായില്ല. കിലുക്കാംപെട്ടി പോലെ ചിലച്ചും പൂമ്പാറ്റകളെപോലെ പാറിയും പൂക്കളെപ്പോലെ ചിരിച്ചും കിളിപ്പാട്ടുകൾ പാടിയും മാന്തോപ്പിന്റെ വസന്തമായി അമ്മൂട്ടി. അമ്മമ്മയുടെ ആക്രോശങ്ങൾ മാത്രമായിരുന്നു ആകെയുള്ള അലോസരം. പിന്നെ തിരുവനന്തപുരത്ത് പഠിക്കുന്ന കുഞ്ഞമ്മാൻ, ബംഗ്ലാവിലെ കൊച്ചങ്ങുന്ന്, അവധിക്ക് വരുമ്പോഴത്തെ ഭരണവും. അമ്മയ്ക്കു പിറക്കണം മോൻ എന്നു പറഞ്ഞാൽ അത് കുഞ്ഞമ്മാനെക്കുറിച്ചാണ്. ഈ കാണുന്നതെല്ലാം തന്റെ സാമ്രാജ്യം, താൻ ചക്രവർത്തി, നീയൊക്കെ പ്രജകൾ എന്ന ഭാവം. പേഷ്കാരങ്ങുന്നിൽ ഒരിക്കലും കാണാത്ത ആ ഭാവം ഇളയപുത്രനുണ്ടായിരുന്നു. തീപ്പൊരി പ്രാസംഗികൻ, കണ്ടാലോ സുന്ദരൻ, കൂട്ടുകാരെ തീറ്റിപ്പോറ്റാൻ വീട്ടിലെ കാശ്, കോളേജിലെ വിദ്യാർത്ഥി നേതാവാകാൻ ബുദ്ധിമുട്ടുണ്ടായില്ല. സർവ്വത്ര സമത്വം, സാഹോദര്യം, അടിച്ചമർത്തലുകൾക്കെതിരെ രോഷം, സ്ത്രീപുരുഷ തുല്യതയോട് മമത, സ്വാതന്ത്ര്യം ഞങ്ങളുടെ ജന്മാവകാശമെന്ന മുദ്രാവാക്യം ആവർത്തിച്ച് ഉറപ്പിക്കും പൊതുവേദികളിൽ.

മാന്തോപ്പ് ബംഗ്ലാവിലെത്തിയാൽ കൊച്ചമ്പ്രാൻ, കൊച്ചങ്ങുന്ന് എന്നു വിളിച്ച, പാറോതിയെ ശകാരിച്ചു. ''യശോദാമ്മ, കുഞ്ഞൻ പിള്ള അങ്ങനെ അമ്മമാരും പിള്ളമാരുമൊക്കെ അങ്ങുന്നേ എന്ന് വിളിച്ചോട്ടെ. പൊലയരൊക്കെ തമ്പ്രാനെന്നു വിളിച്ചാൽ മതി.'' പിതാവിന്റെ 'ലോകാസമസ്താ സുഖിനോ ഭവന്തു'വായിരുന്നില്ല പുത്രന്റെ ഉള്ളത്തിൽ. ബംഗ്ലാവിൽ കാളിപ്പെണ്ണ്, അമിതാധികാരിയാകുന്നുണ്ടോ യെന്ന സംശയം, അതുകൊണ്ട് വെറുതെ കാളിയെ ശകാരിച്ചുകൊണ്ടിരിക്കും. ചിരിച്ചാലതു കുറ്റം, ചിരിച്ചില്ലേലതും കുറ്റം. പൂമുഖത്ത് ഉള്ളപ്പോൾ, മുറ്റത്ത് ചൂലുംകൊണ്ട് കാണാൻ പാടില്ല. അമ്മു വളർന്നു. ഇനി അവൾക്ക് കൂട്ടുകിടക്കേണ്ട കാര്യമില്ല, നീ നിന്റെ പൊലയന്റെ

കൂടെയാ രാത്രി കിടക്കേണ്ടത് എന്ന ഉപദേശം. ഇരുപത് വയസ്സ് കഴിഞ്ഞതേയുള്ളൂ. മൂത്ത കാരണവരെപ്പോലെയാണ് ഭരണം.

കൊച്ചുരാമനോടാണ് അടുപ്പം. കൊച്ചുതമ്പ്രാൻ വന്നാൽ പിന്നെ കൊച്ചുരാമന്റെ ഭാവവും മാറും. കൊച്ചധികാരിയാവും. അതെന്താണെന്ന്, കാളിയമ്മ കണ്ടുപിടിച്ചു. അന്തിക്കള്ളു മോന്താൻ, കൊച്ചുരാമൻ, വട്ടവിള വാസന്തിയുടെ ഷാപ്പിലേക്ക് പതിവായി പോകും. കൊച്ചങ്ങുന്നിനുള്ള കുപ്പി സന്ധ്യയ്ക്കു കളപ്പുരയിൽ പാത്തുവച്ചിട്ടാണ് മടക്കം. കൊച്ചുരാമന്റെ സന്ധ്യാപരിപാടി വല്യങ്ങുന്നിന് അറിയാമെങ്കിലും കണ്ണടയ്ക്കും. ഓണത്തിനും, സംക്രാന്തിക്കും ഉത്സവത്തിനുമൊക്കെ കള്ളടിച്ച് കൂത്താടി നടക്കുന്നത്, ചെറുമൻ പൊലേർക്ക് പറഞ്ഞിട്ടുള്ളതാണ്. വെറ്റില പാക്ക് മുറുക്കി , പൊകയില ചവച്ച് നടക്കുന്ന മൂത്ത പൊലയരോട് വേണ്ടെന്നു പറഞ്ഞാലും അവരത് ഒളിച്ചും പാത്തും ചെയ്യും. അതെല്ലാം ഉപബോധമനസ്സിൽ കാലങ്ങളായി തറഞ്ഞുപോയ മുള്ളുകളാണ്. പെട്ടെന്ന് എടുത്തുമാറ്റിയാൽ മുറിയും. മെല്ലെ മെല്ലെ മാറ്റിയെടുക്കണം. അതിനാണ് വിദ്യാഭ്യാസം വേണ്ടത്. ശരീരവും മനസ്സും കഴുകിത്തുടച്ച് വൃത്തിയാക്കൽ കൂടിയാണ് വിദ്യാഭ്യാസം. അതുകൊണ്ടാണ് ഗാന്ധിജി പറഞ്ഞത്, വിദ്യാഭ്യാസം സ്വഭാവ രൂപീകരണമാണെന്ന് മാന്തോപ്പിലങ്ങുന്ന്, സഹജീവികളെ ബോധിപ്പിച്ചുകൊണ്ടിരുന്നു. വാക്കു കൊണ്ടും പ്രവൃത്തി കൊണ്ടും.

കുഞ്ഞമ്മാന്റെ വാക്കുകളിൽ, വിപ്ലവമഴ പെയ്തു. പ്രവൃത്തികളിൽ മാടമ്പിത്തം കാർമേഘമായി ഒളിഞ്ഞിരുന്നു. സ്വാതന്ത്ര്യം, സമത്വം, സാഹോദര്യം വിളംബരം ചെയ്ത ഫ്രഞ്ചുവിപ്ലവം തൊട്ട്, ആഗോള വിപ്ലവചരിത്രങ്ങളെല്ലാം വായിച്ച്, മാർക്സും എംഗൽസുമെല്ലാം അരച്ചു കലക്കി കുടിച്ച് വീറോടെ യോഗങ്ങളിലും, സ്റ്റഡി ക്ലാസ്സുകളിലും വിളമ്പിക്കൊണ്ടിരുന്ന സഖാവ് മാധവൻ അങ്ങനെ വിദ്യാർത്ഥി സമൂഹത്തിന്റെ എണ്ണപ്പെട്ട നേതാവായി. അച്ഛൻ അത്തരം അധര വ്യായാമങ്ങൾക്ക് പ്രോത്സാഹനം കൊടുത്തില്ല. ആ കുറവ് അമ്മ നികത്തി. അവൻ മൂത്തവനെപ്പോലല്ല, പോഴൻ, മറുനാട്ടിലെ പെണ്ണിന്റെ ശൃംഗാരത്തിൽ മയങ്ങി, തറവാട് ഉപേക്ഷിച്ചവൻ, പെണ്ണാണൻ, ആണത്വമില്ലാത്തവൻ, മരണം വരെ അമ്മമ്മ ആ വൈരാഗ്യം കൂടെ കൊണ്ടു നടന്നു.

മൂത്തമകനെ മനസ്സുകൊണ്ട് ഒരിക്കലും ഉപേക്ഷിച്ചിട്ടില്ലാത്ത അച്ഛന്റെ മനസ്സ്, ആയമ്മ കണ്ടില്ല. ഇളയമകനിൽ എല്ലാ മഹത്വവും ആണത്വവും കണ്ട്, അവന്റെ കുന്നായ്മകൾക്ക് കൂട്ടുനിന്നു. നഗരത്തിലും ഗ്രാമത്തിലും മകൻ നടത്തിയ ചുറ്റിക്കളികൾ രുദ്രാണി അമ്മയ്ക്കറിയില്ലാരുന്നു. അമിതവാത്സല്യം അന്ധയാക്കിയ അമ്മ, മകന്റെ ഇരട്ടമുഖം, ഇരട്ടവ്യക്തിത്വം തിരിച്ചറിഞ്ഞില്ല. കുഞ്ഞമ്മാൻ

അവധി കഴിഞ്ഞ് മടങ്ങി പോകുമ്പോൾ, പാറാവു നിന്ന പൊലീസുകാരൻ ഒഴിഞ്ഞു പോയ ആശ്വാസം തോന്നുമായിരുന്നു അമ്മുവിന്. കുഞ്ഞമ്മാന്റെ വിരട്ടുകളൊന്നും കാളിയമ്മയെ ഏശിയില്ല. തടാകകന്യകയുടെ ഉപരിതലംപോലെ ശാന്തമായിരുന്നു കാളിമുഖം. ആഴങ്ങളിൽ ആരും കാണാത്ത, അളക്കാത്ത ചുഴിയുണ്ടായിരുന്നെന്ന് അമ്മൂട്ടി പിന്നെ, അറിഞ്ഞു.

ഒമ്പത്

താഴമ്പൂ മണക്കുന്ന ആവണിമാസത്തിൽ അമ്മുവിന്റെ മനസ്സ് രണ്ടു വയസ്സിലേക്ക് മടങ്ങും. ദേവുഅമ്മയും അച്ഛനുമായി തൂശനിലയിൽ ഓണം ഉണ്ട ഓർമ്മകളിലേക്ക്. അന്ന് തിരുവോണത്തിന് മൂന്നുതരം പായസമുണ്ടായിരുന്നു എന്ന് അമ്മമ്മ. എല്ലാ തിരുവോണനാളിലും പാഴാങ്കം പറയും. കൊണ്ടു പോയില്ലേ എന്റെ മോളെ, കൊലയ്ക്കു കൊടുക്കാൻ, കത്തിയെരിച്ച കാലമാടന്മാർ ഒരു കാലത്തും ഗുണം പിടിക്കില്ലെന്ന് പ്രാകും. തിരുവോണത്തിനു മാത്രം, എല്ലാർക്കുമൊപ്പം ഊണു കഴിക്കാനിരിക്കുന്ന വല്യച്ഛൻ ഉണ്ടെന്നു വരുത്തി, പെട്ടെന്ന് കൈ കഴുകി, തെക്കേപ്പുറത്തേക്ക് പോകും.

ഏഴാം തരത്തിലെ ഓണപ്പരീക്ഷ കഴിഞ്ഞ് കാളിയുമായി കാടായ കാടൊക്കെ ചുറ്റാം, കായലമ്മയോട്, കാര്യം പറഞ്ഞിരിക്കാം. മണലിൽ നാരായം കൊണ്ട് തടാക കന്യകയെക്കുറിച്ച് കവിതയെഴുതാം. കൊച്ചുരാമൻ, കള്ളക്കർക്കിടക പനി പിടിച്ച്, മുറിയിൽ തന്നെ കിടപ്പാണ്. ഒരാഴ്ച്ചയായി തൊഴുത്ത് വൃത്തിയാക്കലും കറവയുമൊക്കെ കാളിപ്പെണ്ണിന്റെ പണിയായി. തെക്കൻ കാറ്റ് കൊണ്ടു വന്ന കൈതപ്പൂ മണം ശ്വസിച്ച് ഇരിപ്പുറയ്ക്കാതെ, അമ്മു ഒരൊറ്റയോട്ടത്തിന് കാടൻ കുന്നും കടന്ന്, കുളിക്കടവിലെത്തി.

കിഴക്കുദിച്ച സൂര്യൻ മെല്ലെ പൊങ്ങുന്നതേയുള്ളൂ. സൂര്യനെ തൊട്ടൊരു ഇളംകാറ്റ്, കിഴക്കൂന്ന് താഴമ്പൂമണവുമായി അമ്മൂട്ടിയെ തൊട്ടു. കാടിന്റെ കൈപിടിച്ചവൾ കിഴക്കോട്ട് നടന്നു. ദേ, കൈത ക്കൂട്ടത്തിൽ സൂര്യനെ എത്തിപ്പിടിക്കാൻ പൊങ്ങുന്നൊരു കുല താഴമ്പൂ. ചുറ്റും നിൽക്കുന്ന ചെറുകൈതകളുടെ ഇടയിലൂടെ നുഴഞ്ഞ്, നീളൻ കൈതയിൽ വലിഞ്ഞു കയറി. ഓലമുള്ളുകൾ, നാനാഭാഗത്തു നിന്നും കുത്തി നോവിച്ച്, അയ്യോന്നു വിളിക്കുന്നുണ്ടായിരുന്നെങ്കിലും വാശിയോടെ മേലോട്ട് കേറാൻ നോക്കുമ്പോഴാണ്, ''പെണ്ണേ, നീ എന്തിനാ രാവിലെ കൈതക്കാട്ടിൽ കേറുന്നേ, അവിടെ മുഴുവൻ പാമ്പിൻ പൊത്താ, മുള്ളുകൊണ്ട് നീ പാമ്പിന്റെ പുറത്ത് വീഴും താഴോട്ടിറങ്ങടീ.'' പരുക്കൻ ആജ്ഞാസ്വരം. അമ്മൂട്ടി ഞെട്ടിത്തരിച്ചു

പോയി. ഒരു നിമിഷം മേലാകെയുള്ള നീറ്റൽ മറന്നു. തന്റെ സാമ്രാജ്യമായ, ഈ വിജനതീരത്ത്, ആരാ തന്നെ പെണ്ണേന്ന് വിളിക്കാൻ? തല വെട്ടിത്തിരിച്ചു നോക്കി. കണ്ടു. കൈതക്കാടിനപ്പുറം, കായലോരത്തുള്ള മണൽത്തിട്ടേൽ നെടുനീളത്തിൽ, കായലിലോട്ട് പാദങ്ങളാട്ടി മലർന്നു കിടക്കുന്നുണ്ടൊരുവൻ.

''ഇയാളെന്താ വിളിച്ചേ, പെണ്ണേന്ന് വിളിക്കാൻ, ഇയാടെ മടീല് വെച്ചാണോ എനിക്ക് പേരിട്ടത്? ഞാൻ മാന്തോപ്പിലെ അമ്മുദേവു പിള്ളയാ.''

''പിള്ളേ, നിന്നെ താഴെയിറക്കി മടീല് കിടത്തേണ്ടി വരും, ചോര ഒലിക്കുന്നുണ്ട്'' എന്ന് പറഞ്ഞ് അവൻ എഴുന്നേറ്റു. പൂത്ത ആൺ കൈതയിലും പൊക്കം, വളയാത്ത മുളപോലെ. ചങ്കൂറ്റവും അർദ്ധ കുസൃതിയുമുള്ളനോട്ടം. അടുത്തുവന്ന്, ''ഇങ്ങോട്ടിറങ്ങു പെണ്ണേ'' എന്നു വീണ്ടും പറഞ്ഞു.

എങ്ങനെ ഇറങ്ങാൻ? മേലോട്ടും, താഴോട്ടും നീങ്ങാൻ പറ്റുന്നില്ല. ആകെ വിരണ്ടു. നീറ്റലും സഹിക്കാൻ പറ്റാതായി. അവളെ ഇറക്കാൻ, അവന് കേറേണ്ടി വന്നില്ല. ബലിഷ്ഠമായ വലതുകൈ കൊണ്ട് അവളെ താങ്ങി ഇടങ്കൈ തോട്ടി പോലെ നീട്ടി കൈതപ്പൂ പറിച്ചു, മണൽത്തിട്ടയിൽ ഇരുത്തി... മുട്ടിറക്കം വരെയുള്ള പാവാടയ്ക്ക് താഴെയുള്ള പോറലുകളിൽ നിന്ന് ചോര ഊറുന്നുണ്ടായിരുന്നു. കായൽജലം അണുനാശിനിയാണെന്നു പറഞ്ഞ്, കൈക്കുമ്പിളിൽ കോരി, ചോര

കഴുകിക്കളഞ്ഞു. നല്ല നീറ്റലുണ്ടായിരുന്നെങ്കിലും അവന്റെ വിരലുകൾ മൃദുവായി തൊട്ടപ്പോൾ ഒരാശ്വാസം തോന്നി.

''എന്റമ്മേടെ മണമാ കൈതപ്പൂവിന്, അതാ കേറി പറിക്കാൻ നോക്കിയത്.'' കരച്ചിലമർത്തി അവൾ പറഞ്ഞു. തലയിൽ കെട്ടിയിരുന്ന തോർത്തെടുത്ത്, അവളുടെ കാല് തുടച്ച്, അവൻ ആശ്വസിപ്പിച്ചു. ''സാരമില്ല. ഇനി മുഖം കൂടി കഴുകി വേഗം ബംഗ്ലാവിലേക്ക് പൊയ്ക്കോ, മാന്തോപ്പിലെ രാജകുമാരി പിള്ളയല്ലേ.'' ചെറുചിരിയോടെ, അടുത്തുള്ള ചാലിൽ അടുപ്പിച്ചിരുന്ന കൊച്ചുവള്ളം തള്ളിയിറക്കി കയറുന്നതിനു മുൻപ് പറഞ്ഞു, ''ഇനി കൈതപ്പൂ വേണ്ടപ്പോൾ പറഞ്ഞാ മതി, കാട്ടിൽ കേറണ്ടാ പറിച്ചു തരാം എന്നും ഈ സമയത്ത് ഞാനിവിടെ കാണും കേട്ടോ.'' വള്ളം മെല്ലെ നീങ്ങുന്നതോടൊപ്പം നാലു ചുറ്റും വിരിച്ചിരുന്ന കുരുക്കുവലയും പൊക്കി, വള്ളത്തോട് ചേർത്ത്, അതിനുള്ളിൽ പിടയ്ക്കുന്ന വലുതും ചെറുതുമായ കരിമീനുകളെ വള്ളത്തിലുള്ള ചരുവത്തിലിട്ടു. അവൾ അത്ഭുതത്തോടെ നോക്കി നിന്നു. മണലിൽ വെച്ചിരുന്ന കൈതപ്പൂവിൽ അവന്റെ ഗന്ധവും കൂടി കലർന്ന് അതൊരു പുതുമണമായി.

സ്വയരക്ഷയ്ക്കായി പച്ചോലമുള്ളുടുപ്പിട്ട്, തളിരിലയിൽ വിടർന്നതും വിടരാൻ വെമ്പുന്നതുമായ ഇളംമഞ്ഞ ഇതളുകൾ, പരാഗരേണുക്കൾ. കാട്ടില പറിച്ച്, മുള്ളു പൊതിഞ്ഞ് അവൾ ബംഗ്ലാവിലേക്കോടി. കാടൻ കുന്നിൽ, കാളിയമ്മ കന്നുകാലികളെ മേയ്ക്കാൻ വിട്ടിട്ട് പുല്ലരിയുന്നുണ്ടായിരുന്നു. ഓടിപ്പോയി അവരെ കെട്ടിപ്പിടിച്ചു. ''ദാ ഒരു കൂട്ടം കണ്ടോ, ഒന്നുമണത്തു നോക്കിയേ. ഒരു ചെക്കൻ പറിച്ചു തന്നതാ, കാളിയമ്മേ, കായലിൽ മീൻ പിടിക്കാൻ വന്നതാ.'' ഒറ്റശ്വാസത്തിന് ബാക്കി പറഞ്ഞു. തൂക്കുപാത്രത്തിൽ കൊണ്ടു വന്ന വെള്ളമെടുത്ത് കൊടുത്ത് അവർ പറഞ്ഞു. ''വാവയിത്തിരി വെള്ളം കുടിക്ക്. ആരായാലും നല്ലവനാണവൻ. വാവയെ വീഴാതെ കാത്തല്ലോ.''

ആ രാത്രി ഉറങ്ങുന്നതിനു മുൻപ് അവൾ കാളിയമ്മയോട് ചോദിച്ചു, ''ആരാ നല്ലത്? ആരാ ചീത്ത? നമ്മളെങ്ങനെയാ നല്ലവരേയും, ചീത്ത ആളുകളേയും തിരിച്ചറിയുന്നത്?''

''നല്ലവർ മനുഷ്യപ്പറ്റുള്ളവർ ആയിരിക്കും. ആപൽഘട്ടങ്ങളിൽ സഹായിക്കും. ആവശ്യമില്ലാതെ വായടിക്കില്ല. കുട്ടികളോട് കരുണ കാണിക്കും. അവരെ ഉപദ്രവിക്കില്ല. ചീത്ത ആളുകൾ അന്യദുഃഖം കണ്ടതായി ഭാവിക്കില്ല. സ്വന്തം കാര്യം നോക്കി പോകും. അവരെ പാമ്പു കടിച്ചോട്ടേ, കാട്ടിൽ കയറിയിട്ടല്ലേ എനിക്കെന്തു വേണം എന്നു വിചാരിക്കും. കൊച്ചു കുട്ടികളെ, പ്രത്യേകിച്ചും പെൺകുഞ്ഞുങ്ങളെ

തരം കിട്ടിയാൽ ഉപദ്രവിക്കും. അങ്ങനെയുള്ളവരുടെ അടുത്ത് വാവ പോകരുത്.''

അന്നു രാത്രി അമ്മൂട്ടി, തലയിണയുടെ അടിയിൽ ഒരു കൈതപ്പൂ വിതൾ വച്ചു. അമ്മമണത്തോടൊപ്പം ഒരു ആൺമണവും എന്തോ അതുവരെയില്ലാത്തൊരു അനുഭൂതി. കൂട്ടുകിടക്കാൻ, കാളിയമ്മ വന്നു. അവരെ കെട്ടിപ്പിടിച്ച്, ചേർന്നു കിടന്ന് പറഞ്ഞു.

''ഞാനിനിയും പൂ പറിക്കാൻ പോകും. എന്താ മണം...''

താഴമ്പൂ വേറെയില്ലെന്നറിയാമായിരുന്നു. എന്നാലും പൂ പറിച്ചു തന്നവനെ ഒന്നൂടൊന്നു കാണണമെന്ന് തോന്നി. അടുത്ത പ്രഭാത ത്തിലും കൈതക്കാട്ടിനടുത്തേക്ക് നടന്നു. ആളവിടെ നീണ്ടു നിവർന്ന് മാനത്തോട്ടു നോക്കി കിടപ്പുണ്ട്. ഹൊയ്, എന്നൊരു ശബ്ദമുണ്ടാക്കി.

''ഇന്ന് ഏതു കാട്ടിലേക്കാ അമ്മുദേവുപിള്ള,'' അവൻ കളിയാക്കി.

''വേണമെങ്കിൽ ഇവിടെ വന്നിരിക്കാം.''

ഞാനൊരു കഥ പറയാം. കഥ കേൾക്കാനായി അവൾ കാതു കൂർപ്പിച്ചിരുന്നു.

''ഇത് വാനരക്കുളമാ. വാനരൻ വാലുകൊണ്ട് കുത്തിയ കുളം. ഞങ്ങളും, വാനരന്മാരും ഒരേ കുടുംബക്കാരാ. മനുഷ്യന്റെ ആദ്യ രൂപം. ഏഴാം തരത്തിലല്ലേ പഠിക്കുന്നത്, ചാൾസ് ഡാർവിന്റെ പരിണാമ സിദ്ധാന്തം പഠിച്ചിട്ടുണ്ടോ?''

'ഇവനാള് കേമനാണല്ലോ,' അമ്മുവിന്റെ മനസ്സ് പറഞ്ഞു.

''ഈ കായലും തീരവും മാന്തോപ്പിലേക്ക് പതിച്ചു തന്നതല്ല. ഇതിലെ മീനും ചുറ്റുമുള്ള മരങ്ങളും ചെടികളും പൂക്കളും എല്ലാർക്കും അവകാശപ്പെട്ടതാ. പാമ്പിനും മാളമുണ്ടാക്കാനും ഇര പിടിക്കാനും അവകാശമുണ്ട്. പാമ്പിന് അറിയില്ല, നീ മാന്തോപ്പ് ബംഗ്ലാവിലെ രാജകുമാരിയാണെന്ന്. ചവിട്ടിയാൽ അത് കടിക്കും. വെയിലു പൊങ്ങിയിട്ടു പോരേ കാട്ടായങ്ങൾ?''

അമ്മു അവനെത്തന്നെ സാകൂതം നോക്കി, ചോദിച്ചു.

''ഏതു ക്ലാസ്സിലാ പഠിക്കുന്നെ? എന്താ ചെയ്യുന്നെ? എന്താ പേര്?''

''സിക്സ്ത്തും, മീൻപിടുത്തവും. പേര് രാജു. ദോ, അക്കാണുന്ന തെക്കേക്കരയിലാണ് താമസം. ഇനി എന്തേലും അറിയണമെങ്കിൽ അടുത്ത തവണ പറയാം. വലയിൽ മീൻ കിടന്ന് പിടയ്ക്കുന്നുണ്ട്. ചന്തയിലെത്തിക്കണം.''

അവൻ വള്ളമൂന്നി കണ്ണിൽ നിന്ന് മറയുന്നതുവരെ അവൾ നോക്കി നിന്നു. പിന്നീടത് പതിവായി. രാജുവിന്റെ കഥകൾക്ക് അവസാന മുണ്ടായിരുന്നില്ല. അമ്മു അതുവരെ കേട്ടിട്ടില്ലാത്ത കഥകളായിരുന്നു അതെല്ലാം.

പത്ത്

പൂക്കൈതയൂരില ഓണം പൂ ഓണമാണ്, പുഷ്പോത്സവം... നാലു കരയിലും കാടാകെ പുഷ്പിച്ചു നിൽക്കും. കുട്ടികൾ പൂക്കൾ പറിച്ച് മത്സരിച്ച്, അത്തപ്പൂക്കളമിടും. വീട്ടുമുറ്റത്തുള്ള തുളസിയും ശിവന രുളിയും അശോകതെറ്റിയും ശംഖുപുഷ്പവും മന്ദാരവും ജമന്തിയും ഹനുമാൻ കിരീടവുമൊന്നും പോരാ, പൂക്കളമിടാൻ കുട്ടികൾക്ക്. അത്തമുദിച്ചാൽ ഒന്നാം ദിനം ഒരു പൂവ്, അത് മാവേലി മന്നന്

മൂർദ്ധാവിൽ വെക്കാൻ 'കരൾ കവരുന്നൊരു നിറമോ മണമോ കണി കാണാത്തൊരു തുമ്പപ്പൂ' ആണ്. രണ്ടാം ദിനത്തിൽ വിശുദ്ധ കൃഷ്ണതുളസി. പിന്നങ്ങോട്ട് എണ്ണം കൂടി, കളം നിറയെ പൂക്കളാകും. മൂക്കുറ്റിയും പല നിറത്തിലുള്ള കാട്ടുതെച്ചിയും കലമ്പട്ടി എന്നു പേരുള്ള കദളിയും കിങ്ങിണിപ്പൂവും ഒക്കെ ഇതളിതളായി വിവിധ വർണ്ണങ്ങൾ കൂട്ടിക്കലർത്തി പൂക്കളമൊരുക്കലാണ് കുട്ടികളുടെ വിനോദം. കാടായ കാടൊക്കെ അരിച്ചു പെറുക്കി, പൂക്കളമത്സരം നടത്തും. മുതിർന്നവർക്ക് അത് വിളവെടുപ്പ് കാലമാണ്.

കർക്കടകത്തിലെ പിള്ളേരോണമാവുമ്പോഴേക്ക് ചേനയും മത്തനുമൊക്കെ വിളഞ്ഞിരിക്കും. ഒന്നിനും ഒരു പഞ്ഞവുമുണ്ടായിരുന്നില്ല മാന്തോപ്പിൽ. പൂക്കൈതയൂരിലെ നാലുകരയ്ക്കും ആവശ്യമുള്ളത്ര നെല്ലും ധാന്യങ്ങളും കുലകളും പച്ചക്കറികളും നാളികേരവും വിതരണം ചെയ്താണ് പേഷ്കാരങ്ങുന്ന് ഓണം ആഘോഷിച്ചിരുന്നത്. അമ്മൂട്ടിയെ സങ്കടപ്പെടുത്തിയതും പിന്നീട് സന്തോഷിപ്പിച്ചതും അതൊന്നുമായിരുന്നില്ല. ഉത്രാടത്തിന്റെ തലേന്നാൾ, കാഴ്ചവസ്തുക്കളുമായി വരുന്ന പാടത്തും പറമ്പിലും വീട്ടിലും പണി ചെയ്യുന്നവർക്കെല്ലാം, ഉൽപ്പന്നങ്ങളും ചക്രവും കൂടാതെ, പുതുവസ്ത്രങ്ങളും കൊടുക്കും. കുട്ടികൾക്കുള്ള തുണിത്തരങ്ങൾ അമ്മൂട്ടിയാണ് കൊടുക്കേണ്ടത്. പക്ഷേ, അമ്മൂട്ടിക്ക് പുതിയ ഉടുപ്പുകളൊന്നും ഉണ്ടാവില്ല. ഇതെന്താണ് വലിയച്ചനിങ്ങനെ ചെയ്യുന്നതെന്ന് അവൾക്ക് മനസ്സിലായില്ല. സംശയം മൂത്തപ്പോൾ എന്താ വലിയച്ചാ എനിക്ക് ഓണക്കോടി തരാത്തതെന്ന് അവൾ വാവിട്ട് ചോദിച്ചു. ''പള്ളിക്കൂടത്തിൽ പഠിക്കുന്ന കുട്ടികളുടെ ഓണം എന്നു പറയുന്നത് സ്ക്കൂൾ തുറക്കുന്ന സമയമാണ്. അന്ന് പുത്തനുടുപ്പും കുടയും എല്ലാമായിട്ട് ഉത്സവമാക്കണം.'' വലിയച്ചൻ പറഞ്ഞു. അച്യുതവിലാസം സ്കൂൾ തുടങ്ങി, പൂക്കൈതയൂരിലെ കുട്ടികളെല്ലാം അവിടെ പഠിക്കാൻ തുടങ്ങിയതോടെ അവരുടെ ഓണക്കോടി വിതരണം അങ്ങുന്ന് സ്കൂൾ തുറക്കുന്ന സമയത്തേക്ക് മാറ്റി. സ്കൂളിൽ പോകാൻ കുട്ടികൾക്ക് പ്രോത്സാഹനമാകാൻ വേണ്ടിയാണ് വ്യത്യസ്തമായ ഈ രീതി, പേഷ്ക്കാരങ്ങുന്ന് സ്വീകരിച്ചത്.

ഓണം അവധിക്ക് കുഞ്ഞമ്മാൻ വന്നതോടെ, ബംഗ്ലാവിൽ എല്ലാരും പട്ടാളച്ചിട്ടയിലായി. ആരുവന്നാലും കുഞ്ഞിക്കാളിക്ക് ഒരു മാറ്റവും ഉണ്ടാവില്ല. കൊച്ചമ്പ്രാന്റെ പുസ്തക അലമാരി അടുക്കുന്ന ജോലി കൂടി കിട്ടി. പൊടി തുടച്ച്, പുസ്തകം അടുക്കുന്ന സമയത്ത്, അമ്മൂട്ടിയെ കൂടി അവിടെ നിറുത്തുന്നതെന്തിനാണെന്ന്, പിന്നീടാണവൾക്ക് മനസ്സിലായത്. കൊച്ചമ്പ്രാന് പെണ്ണിനെ ഒറ്റയ്ക്ക് കാണുമ്പോൾ ഞരമ്പുദീനം വരുമെന്ന് കാളിയമ്മ പറഞ്ഞത്, ആ ഓണത്തിനു തന്നെയാണ്.

അമ്മൂട്ടിയോടൊപ്പം പള്ളിക്കൂടത്തിൽ പോകുന്ന കുട്ടിക്കൂട്ടത്തിൽ ഒരു പെൺകുട്ടി കൂടിയേ ഉണ്ടായിരുന്നുള്ളൂ. ഭഗോതിമുക്കിൽ പലചരക്കുകച്ചവടം നടത്തുന്ന വിശ്വംഭരന്റെ മകൾ ലളിത. പ്രായത്തിൽ മൂത്തത്, ലളിതേച്ചി, എന്നാണ് അമ്മു, വിളിച്ചിരുന്നത്. സ്നേഹമുള്ള പ്രകൃതം. നല്ല ശരീര വാശി, ആകപ്പാടെയൊരു ആനച്ചന്തം. 'വന്നു ലളിതേ, നീയെൻ മുന്നിൽ...', എന്ന് മലയാളം മാഷ് ഗോപാല കൃഷ്ണൻ, ഒരു ദിവസം ലളിതേച്ചി ക്ലാസ്സിൽ വൈകി വന്നപ്പോൾ കളിയാക്കി പാടി. അന്ന് ലളിതേച്ചിയുടെ മുഖത്തെ കലിപ്പ് അമ്മുവിനി ഷ്ടപ്പെട്ടു. പക്ഷേ കുഞ്ഞമ്മാനെ കാണുമ്പോൾ, ചേച്ചിയുടെ മുഖം രമണീയമാകുന്നത്, കാൽ നഖം കൊണ്ട് തറയിൽ വരയ്ക്കുന്നത്, നാണത്തിൽ പുഞ്ചിരി വിടരുന്നത് എന്തിനാണെന്ന് അമ്മൂട്ടിക്ക് മന സ്സിലായില്ല. ഓണം അവധിക്ക്, അമ്മുവിനെ കാണാൻ, ലളിതേച്ചി വന്നു. കെട്ടിനകത്തെ വരാന്തയിൽ, അമ്മുവിന്റെ മുടി ചീകിക്കൊണ്ടി രുന്ന കാളിയുടെ അടുത്ത് പടിയിൽ ഇരുന്ന് കുശലം പറഞ്ഞു കൊണ്ടിരുന്നു.

പടിഞ്ഞാറേ മുറിയിൽ നിന്ന് കുഞ്ഞമ്മാൻ, ആ വഴി അടുക്കള യിലേക്ക് രണ്ടാവർത്തി പോയി. ''യശോദാമ്മേ, കുടിക്കാനിത്തിരി വെള്ളം'' എന്നു പറഞ്ഞാണ് വരവ്. ''അതിന് കരിങ്ങാലി വെള്ളം കൊച്ചങ്ങുന്നിന്റെ മേശപ്പുറത്ത് വച്ചിട്ടുണ്ടല്ലോ എന്ന് യശോദാമ്മ.'' ''എനിക്ക് ജീരകവെള്ളം മതി.'' തിളപ്പിച്ച് കഴിഞ്ഞ് ഞാൻ വരാം. കുറച്ചു കഴിഞ്ഞ് വീണ്ടും അതുവഴി വന്ന കുഞ്ഞമ്മാൻ, ലളിതേ ച്ചിയെ കണ്ണിറുക്കി കാണിക്കുന്നതും ചേച്ചി നാണിച്ചു കുണുങ്ങി തല കുനിക്കുന്നതും അമ്മു കണ്ടു. ഇതെന്തൊരു കൂത്ത് എന്ന് തോന്നി. ''ചില ആണുങ്ങളങ്ങനാ, കൂത്തിപ്പട്ടിയെ മണത്തു മണത്തു നടക്കുന്ന നായെപ്പോലെ.'' യശോദാമ്മ, കാളിയമ്മയോട് അടുക്കളയിൽ നിന്ന് അടക്കം പറയുന്നത് അമ്മു കേട്ടു. കാളി, ഇത്തരം ഈച്ചാടി വർത്തമാനങ്ങൾക്ക് ചെവി കൊടുക്കത്തില്ല. കൊഞ്ചുകേം കൊഴയു കേയുമൊന്നുമില്ല. നേരേ വാ, നേരേ പോ എന്ന ശീലക്കാരി. ''കുഞ്ഞമ്മാവനെന്താ അടുക്കളയ്ക്കു ചുറ്റും റാകി പറക്കുന്ന ചെമ്പരുന്തിനെപ്പോലെ കറങ്ങുന്നത്'' എന്ന് അന്നു രാത്രി കാളിയമ്മ പൊതിഞ്ഞ് പറഞ്ഞു.

''ചില ആണുങ്ങൾക്ക് പെണ്ണുങ്ങളെ കാണുമ്പോളങ്ങനാ, വല്ലാ ത്തൊരു വെള്ള ദാഹം വരും, എത്ര കുടിച്ചാലും മതിവരില്ല. കൊച്ചുരാമനുമുണ്ട് ആ ദാഹം. വാവയ്ക്കത് മനസ്സിലാകാൻ കുറച്ചു കാലം കൂടി കഴിയണം.''

പൂക്കളത്തിൽ വയ്ക്കാത്ത കൈതപ്പൂ, പൂജയ്ക്കെടുക്കാത്ത പൂവാ യതെന്താ എന്ന് അമ്മു സംശയിച്ചു. എല്ലാറ്റിനും പിന്നിൽ ഒരു

കഥയുണ്ടാകും കാളിയമ്മയ്ക്ക് പറയാൻ. ബ്രഹ്മാവിഷ്ണുമഹേശ്വര ത്രിമൂർത്തികളെ സംബന്ധിക്കുന്ന ഒരു സങ്കൽപ്പ കഥ ആയിരുന്നു അത്. ഒരിക്കൽ ബ്രഹ്മാവും വിഷ്ണുവും തമ്മിൽ തർക്കമുണ്ടായി. തങ്ങളിലാരാണ് കേമൻ. മഹാദേവനെ സമീപിച്ചു. നെടുങ്ങനെയുള്ള പടുകൂറ്റൻ സ്തൂപം ചൂണ്ടിക്കാട്ടിയിട്ട്, രണ്ടറ്റവും രണ്ടു ദിശകളിൽ സഞ്ചരിച്ചു കണ്ടെത്താൻ പറഞ്ഞു. ബ്രഹ്മാവും വിഷ്ണുവും ഇരു ദിശകളിലേക്ക് അന്വേഷണാർത്ഥം പോയി. യുഗങ്ങളോളം സഞ്ചരിച്ച് അറ്റം കണ്ടു പിടിക്കാനാവാതെ ഭഗ്നാശനായി വിഷ്ണു, മഹാദേവന ടുത്തെത്തി. കണ്ടുപിടിക്കാൻ കഴിഞ്ഞില്ല എന്നറിയിച്ചു. ബ്രഹ്മാവാകട്ടെ, കണ്ടെത്തിയില്ലെങ്കിലും കണ്ടു എന്ന് കള്ളം പറയാൻ തീരുമാനിച്ചു. യാത്രയ്ക്കിടയിൽ കണ്ട കൈതപ്പൂവിനോട്, അറ്റം താൻ കണ്ടെത്തി യെന്ന് മഹാദേവനോട് സാക്ഷ്യം പറയണമെന്ന് ആവശ്യപ്പെട്ടു. അങ്ങനെ പറഞ്ഞാൽ കൈതപ്പൂവിനെ ദേവലോകത്തെ വിശിഷ്ട പുഷ്പമാക്കാം എന്ന് പ്രലോഭിപ്പിച്ചു. കൈതപ്പൂ സമ്മതിച്ചു. ബ്രഹ്മാവും കൈതപ്പൂവും മഹാദേവൻ സമക്ഷം, അറ്റം കണ്ടുപിടിച്ചതായി ബോധി പ്പിച്ചു. അവർ പറയുന്നത് കള്ളമാണെന്ന് മഹാദേവന് അറിയാമായിരുന്നു. അതിരുകളില്ലാത്ത മഹാപ്രപഞ്ചത്തിന്റെ അതിരു കണ്ടെത്തിയെന്ന കള്ളം പറഞ്ഞ ബ്രഹ്മാവിനെ ഇനി ത്രിമൂർത്തികളിൽപെടുത്തി ആരാധിക്കില്ല എന്ന് ശപിച്ചു. സാക്ഷി പറഞ്ഞ കൈതപ്പൂ, ഇനി മുതൽ പൂജയ്ക്കെടുക്കാത്ത പുഷ്പമായിരിക്കും എന്നും ശപിച്ചു.

മാന്തോപ്പിൽ ഓണക്കളിക്കാരൊത്തു കൂടും. കാടൻകുന്നിൽ വടം വലി മത്സരം നടക്കും. കൊച്ചുരാമനെ വടത്തോടെ വലിച്ച് ഇപ്പുറ ത്താക്കി, വാസുക്കുട്ടൻ ആർപ്പോ വിളിക്കും. പള്ളിക്കൂടം കുട്ടികളുടെ കിളിത്തട്ടുകളി, അച്യുതവിലാസം സ്കൂളിലെ വിശാലമായ കളിക്കള ത്തിലായിരിക്കും. ബംഗ്ലാവിലെ പൂമുഖമുറ്റത്ത്, സ്ത്രീകളുടെ തിരുവാ തിരക്കളിയും 'അശകൊശലേ പെണ്ണുണ്ടോ, ചെറുകോശാലും പെണ്ണുണ്ടോ' എന്ന പെണ്ണുചോദ്യവും മുടിയാട്ടവും ഒക്കെ തകർക്കും. മുടിയാട്ടിയാട്ടി തലകറങ്ങി ദൈവത്താൾ ബോധം കെട്ട് വീഴും 'പങ്കജാക്ഷൻ, കടൽവർണ്ണൻ വാസുദേവൻ, ജഗന്നാഥൻ' തിരുവാതിരപ്പാട്ട് ഈനാം പേച്ചി പാറോതി ചീവീടൊച്ചയിൽ പാടുമ്പോൾ മാത്രം കുഞ്ഞിക്കാളി, വായടക്കെടീ, എന്നു പറഞ്ഞ് ആ പാട്ട് ഏറ്റെടുക്കും. സ്വരശുദ്ധിയോടെ പാടും. കളിയിൽ താളം തെറ്റിയാൽ കൈയിലിരിക്കുന്ന കൊട്ടുവടി യെടുത്ത് താളമിടും.

രാത്രിയിൽ വൈകി ഉറങ്ങുകയും കാലത്ത് വൈകി എഴുന്നേൽ ക്കുകയും ചെയ്യുന്ന കുഞ്ഞമ്മാൻ, അമ്മൂട്ടിയുടെ പ്രഭാത സവാരികൾ മുടക്കിയില്ല. കുറച്ചു ദിവസങ്ങൾക്കുള്ളിൽ തന്നെ രാജു കളിക്കൂട്ടു കാരനായി. അവന്റെ തുറന്ന പ്രകൃതം, തന്റേടം, അറിവ്, കരുതൽ.

പറഞ്ഞറിയിക്കാനാവാത്ത അടുപ്പം, അമ്മുവിന്, അവനോട് തോന്നി. കണ്ടുമുട്ടിയിട്ട് കുറച്ചു ദിവസങ്ങളേ ആയുള്ളൂവെങ്കിലും പണ്ടു പണ്ടേയുള്ളരൊടുപ്പം രണ്ടാളും തമ്മിൽ ഉണ്ടായി. പറഞ്ഞാലും പറഞ്ഞാലും തീരാത്ത വിശേഷങ്ങൾ. കാളിയമ്മ പറഞ്ഞ, കൈതപ്പൂ ശാപകഥ അമ്മു സങ്കടത്തോടെ അവനോട് വർണ്ണിച്ചു. എങ്ങനെയാ എന്റെ അമ്മപ്പൂവിന് ശാപമോക്ഷം കിട്ടുക എന്ന് ആരാഞ്ഞു.

പൂക്കൈതയൂരിലെ ജലമാതാവായനശാലയുടെ സെക്രട്ടറി രാജു ആയിരുന്നു. വായനശാല നടത്തുന്ന ഓണാഘോഷ പരിപാടികൾ സംഘടിപ്പിക്കുന്ന തിരക്കിലാരുന്നു രാജു. എങ്കിലും കുലത്തൊഴിലായ മീൻപിടുത്തം അവൻ മുടക്കിയില്ല. ഉത്രാടപ്രഭാതത്തിൽ ചാലി നരികിൽ വള്ളമടുപ്പിച്ച്, അമ്മു പതിവായി നിൽക്കാറുള്ള, കൈത ക്കാടിനടുത്തുള്ള മണൽത്തിട്ടയിലേക്ക് അവൻ, നടന്നു വന്നു. പിന്നിൽ കെട്ടിയ കൈകളിൽ എന്തോ ഒളിപ്പിച്ച്, ഒരു ഗൂഢസ്മിതത്തോ ടെയായിരുന്നു വരവ്. ‘‘വലതുകൈ ഒന്നു നീട്ടിയേ...’’ അവൾ മണത്തു.

താഴമ്പൂ, തേക്കിലയിൽ പൊതിഞ്ഞ് അമ്മൂട്ടിയുടെ കൈയിൽ വച്ചിട്ട് പറഞ്ഞു. ‘‘കുഞ്ഞാവയ്ക്കുള്ള ഓണസമ്മാനമാ... തെക്കേക്കര യിൽ ചിങ്ങത്തിൽ പൂത്ത താഴമ്പൂ’’

കാളിയമ്മയുടെ വാവാ വിളിയെ, ഒന്നു കൂടി അരുമയാക്കി, കുഞ്ഞാവയായി അവൾ.

‘‘ശാപം കിട്ടിയ കൈതപ്പൂ നമ്മടെയല്ല. പൂക്കൈതയൂരിലെ കൈതപ്പൂ കള്ളം പറയില്ല.’’

ഒരിതൾ കൈതപ്പൂ അവളുടെ പിന്നിയിട്ട നീളൻ മുടിയിൽ തിരുകി യിട്ട്, രാജു പറഞ്ഞു.

‘‘കുഞ്ഞാവേ, ഇതിവിടെ പൂജയ്ക്കു വെക്കുന്നു, അതോടെ ശാപ മോക്ഷമായി.’’

പതിനൊന്ന്

മനുഷ്യഗന്ധമുള്ള കൈതപ്പൂമണം ലഹരിയായി, കൂടെ കൊണ്ടു നടന്ന്, അമ്മൂട്ടി വളർന്ന നാളുകൾ... അവധിദിന കണ്ടുമുട്ടലുകളിൽ, രാജുവിനെക്കുറിച്ച് കൂടുതൽ അറിഞ്ഞു. അച്യുതവിലാസമില്ലാതിരുന്ന കാലം. പന്ത്രണ്ട് കിലോമീറ്റർ അകലെയുള്ള സ്കൂളിൽ നടന്നു പോയാണ് പഠിച്ചത്. പത്താം ക്ലാസ്സിൽ പരീക്ഷ എഴുതി ഫസ്റ്റ് ക്ലാസോടെ ജയിച്ചു. പത്തിൽ ജയിക്കുന്നതു തന്നെ അപൂർവ്വമായിരുന്ന കാലം. തുടർന്ന് പഠിക്കാൻ നിവൃത്തിയില്ല. സിക്സിത്തും ഗുസ്തി യുമെന്നൊരു പ്രയോഗം നാട്ടിൽ അന്ന്, പ്രചാരത്തിലുണ്ടായിരുന്നു. ഗുസ്തിക്കു പകരം രാജു പങ്കായമെടുത്ത് തുഴഞ്ഞ്, തൊഴിൽ ചെയ്തു. രാജുവിന്റെ വലയിൽ കുടുങ്ങാത്ത മീനുകളില്ല. എല്ലാ മീനും ഒറ്റ ദിവസം പിടിച്ചു തീർക്കണമെന്ന ആർത്തിയില്ല. കൈ നീട്ടാതെ, അന്നത്തേടം, അറിയാവുന്ന തൊഴിൽ ചെയ്ത് കഴിഞ്ഞു പോണം എന്ന ചിന്ത മാത്രം. ആർത്തിയുണ്ടായിരുന്നത് പുസ്തകങ്ങളോടാ യിരുന്നു. വാങ്ങാൻ കഴിവില്ലാത്ത തന്നെപ്പോലുള്ളവർക്കെല്ലാം വേണ്ടി ജലമാതാ ഗ്രന്ഥശാല തുടങ്ങി. കായലമ്മയുടെ വറ്റാത്ത നീരുറവ പോലെ, ഒരിക്കലും വറ്റാത്ത ജീവരക്തമാണ് മഹത്തുക്കളുടെ രചന കൾ. നാട്ടിലെ യുവാക്കളെ സംഘടിപ്പിച്ചു. കിട്ടാവുന്നിടത്തോളം പുസ്തകങ്ങൾ ശേഖരിച്ചു. വൈകുന്നേരങ്ങളിൽ കൃത്യമായി ഗ്രന്ഥ ശാല തുറന്നു. വായന ആഘോഷമാക്കി, വിശേഷദിവസങ്ങളിൽ പരി പാടികൾ നടത്തി.

കായലിലെ മീൻ പിടിച്ച്, അന്തിച്ചന്തയിൽ വിറ്റോണ്ടിരുന്ന അച്ഛൻ കാട്ടിപ്രായി രക്ഷാസൈന്യത്തിൽ ചേർന്ന് എബ്രഹാമായി. കവല പ്രസംഗകനായി. മകനെയും സൈന്യത്തിൽ അംഗമാക്കി. തിരുവനന്ത പുരത്തെ സാൽവേഷൻ ആർമി സ്കൂളിലും തലസ്ഥാനത്തെ കോളേ ജിലും ഉപരിപഠനത്തിന് വിടണമെന്നായിരുന്നു കാട്ടിയുടെ ആഗ്രഹം. പക്ഷേ, രാജു വഴങ്ങിയില്ല. ഒരു തൊഴിലറിയാവുന്ന സ്ഥിതിക്ക്, അതാണ് രക്ഷ. ധാരാളം വായിച്ചു കൂട്ടുന്ന രാജുവിന്റെ കൗമാര

ഫിസിഷ്യനായിരുന്നു, ക്യൂബയുടെ വ്യവസായമന്ത്രി ആയിരുന്നപ്പോൾ, ഭരണാധികാരിയെന്ന നിലയിൽ കൊണ്ടുവന്ന പരിഷ്ക്കാരങ്ങൾ എണ്ണിയാലൊടുങ്ങാത്തത്. അതുകൊണ്ട് തൃപ്തനായില്ല ആ പോരാളി. ലാറ്റിൻ അമേരിക്കയുടെ ഉയിർപ്പിനായി ജീവിതം സമർപ്പിച്ചു. ബൊളീവിയൻ കാടുകളിലിരുന്ന് നടത്തിയ ഒളിപ്പോരുകൾ, സാമ്രാജ്യത്വത്തിനു നേരെയുള്ള ചെറുത്തുനിൽപ് മാത്രമല്ല, ധീരമായ കടന്നാക്രമണം തന്നെ ആയിരുന്നു. വെടിയുണ്ടകൾ ചീറിപ്പാഞ്ഞു വന്നപ്പോൾ, ചെഗുവേര പറഞ്ഞ വാക്കുകൾ,

''നിങ്ങൾക്ക് വിപ്ലവകാരിയെ അവസാനിപ്പിക്കാം, വിപ്ലവം അവസാനിപ്പിക്കാനാവില്ല.'' ചെഗുവേരയുടെ അവസാനനിമിഷങ്ങളിലെ വാക്കുകളായിരുന്നു അത്. അമ്മു കയറി ഇടപെട്ടു ചോദിക്കും.

''ബ്രിട്ടീഷുകാർ കഴുമരത്തിലേറ്റിയ സമയത്ത് ഭഗത് സിംഗ് ഉറക്കെ വിളിച്ച, 'ഇൻക്വിലാബ് സിന്ദാബാദും' ഇത് തന്നെയല്ലേ? വലിയച്ചൻ പറഞ്ഞു തന്നിട്ടുണ്ട്..''

രാജു തലയാട്ടുമെങ്കിലും ചെഗുവേരയെക്കുറിച്ച് പറയുമ്പോൾ അവൻ ആയിരം നാവുള്ള അനന്തനാവും. അപ്പോഴവന്റെ കണ്ണുകൾ തിളങ്ങും. തീപ്പന്തം കത്തിച്ചു വച്ച പോലെ ജ്വലിക്കും. പൂക്കൈതയൂരിൽ അവൻ അറിയപ്പെട്ടിരുന്നത് ചെ രാജുവെന്നാണ്.

പന്ത്രണ്ട്

എട്ടിൽ പഠിക്കുന്ന കാലത്താണ് അമ്മുവിന് അക്കിടി പറ്റിയത്. രണ്ടു നാളായി രാത്രികളിൽ, അടിവയറ്റിൽ അരിച്ചിറങ്ങുന്ന വേദന. വയറും പൊത്തിപ്പിടിച്ച് കമഴ്ന്നു കിടക്കും. തെക്കേപ്പുറത്ത്, പുളിമരച്ചോട്ടിൽ വീണു കിടന്ന, പച്ചപ്പുളി, വെറും വയറ്റിൽ തിന്നതാണെന്ന് അമ്മമ്മ. ഇഞ്ചിനീരു പിഴിഞ്ഞ് പഞ്ചാരയിട്ടു കൊടുത്തു കാളിയമ്മ. ക്ലാസ്സി ലിരിക്കുമ്പോഴും ഇടയ്ക്കിടെ അടിവയറ്റിൽ കുത്തൽ. കടിച്ചു പിടി ച്ചിരുന്നു. തൊട്ടടുത്തിരിക്കുന്ന ലളിതേച്ചി, അമ്മു ഇടയ്ക്കിടെ ഞരങ്ങു ന്നത് കേട്ടിരുന്നു.

ഉച്ചനേരത്ത് ഇന്റർവെൽ മണി മുഴങ്ങി. ഭക്ഷണപ്പൊതിയുമെടുത്ത് കുട്ടികൾ നാനാവഴിക്കും പാഞ്ഞു. അമ്മു, മൂത്രപ്പുരേലോട്ട് നടക്കു മ്പോൾ, തൊട്ടുപിന്നിലുണ്ടായിരുന്ന ലളിതേച്ചി കണ്ടു. അമ്മൂന്റെ മഞ്ഞപ്പാവാടയിൽ വെള്ളപ്പൂക്കളിൽ മൂന്നിടത്ത് ചുവന്ന ചാന്ത് പടർന്നപോലെ ചോര. മൂത്രപ്പുരയിൽ കേറി പാവാട അഴിച്ച് തിരിച്ച് മുന്നിലാക്കിയപ്പോൾ കണ്ടു, പേടിച്ചരണ്ട്, കരയാൻ തുടങ്ങി.

''മണ്ടീ, ഇത് പെൺകുട്ട്യോള് പ്രായമാകുമ്പോഴ്, എല്ലാർക്കും വരുന്നതല്ലേ. ലളിതേച്ചിക്ക് മാസാമാസം വരാൻ തുടങ്ങിയിട്ട് നാലാ ണ്ടായി. നീ പാവാട ഊരിത്താ, പെറ്റിക്കോട്ട് ഇട്ട് ഇവിടെ നിക്ക്.''

അവൾ പാവാട ഉരിയുന്ന നേരം ലളിതേച്ചി ഓടിപ്പോയി വെളിയിൽ പാറപ്പുറത്ത് ചോറ്റുപാത്രത്തിൽ ഇലയിൽ പൊതിഞ്ഞു വച്ചിരുന്ന ഒരുനുള്ളുപ്പുമായി എത്തി. മൂലയ്ക്ക് കലത്തിലിരുന്ന വെള്ളമെടുത്ത്, രക്തക്കറയുള്ള ഭാഗത്ത്, ഉപ്പിട്ടു കഴുകി മുറുക്കി പിഴിഞ്ഞു. കൈയി ലിരുന്ന കൈലേസ് കീറി, ഏച്ചു കെട്ടി കോണകമാക്കി, ബാക്കിയുള്ളത് മടക്കി, കോണകത്തിന്റെ മദ്ധ്യഭാഗത്ത് വച്ച് അമ്മുവിന്റെ അരഞ്ഞാണ ത്തിൽ കെട്ടി. അമ്മുവിന് നാണക്കേടും വേദനയും സങ്കടവുമൊക്കെ വന്നു. അതൊന്നും കൂട്ടാക്കാതെ, ലളിതേച്ചി, പണ്ടേ ഋതുമതിയായൊരു പരിചയസമ്പന്നയായി.

''നീ പാവാട ഉടുക്ക്. നിനക്ക് വയറുവേദനയാ, ബംഗ്ലാവിൽ കൊണ്ടാ ക്കണമെന്ന് സുശീല ടീച്ചറോട് അനുവാദം വാങ്ങിച്ചിട്ട്, ഓടി വരാം.''

കായൽത്തീരത്തൂടെ നടക്കുമ്പോൾ, തൊട്ടാവാടി മുള്ളുകൾ ചാടിക്കടക്കാൻ അറച്ചു. എല്ലാം കൂടി ഒലിച്ച്, താഴെപ്പോകുമെന്ന പേടി. വീട്ടിലെത്തി. അമ്മമ്മയെ കണ്ടപ്പോൾ, കുറ്റം ചെയ്ത കുട്ടിയുടെ ഭാവമായിരുന്നു. പതിവില്ലാത്തൊരു മാർദ്ദവം ആ മുഖത്ത് കണ്ടു. ''അമ്മു പേടിക്കണ്ട, പടിഞ്ഞാറേയറ്റത്തുള്ള, തീണ്ടാമുറിയിലേക്ക് പൊക്കോ, ഏഴു ദിവസം അവിടെ ഇരിക്കേം, കിടക്കേം ഒക്കെ ചെയ്യാം. ആരേം, തൊടുകേം, പിടിക്കേമൊന്നും വേണ്ട.'' എന്തു കുറ്റം ചെയ്തിട്ടാണ് ഈ ശിക്ഷാവിധിയെന്ന് അമ്മുവിന് മനസ്സിലായില്ല. പറമ്പിൽ പുല്ലു പറിച്ചോണ്ടിരുന്ന കാളിയമ്മ ഓടി വന്നു. ''എന്താ പറ്റിയത്, എന്റെ വാവയ്ക്ക്'' എന്ന് ചോദിച്ചപ്പോഴാണ്, അടക്കിപ്പിടിച്ച കരച്ചിൽ പൊട്ടിയത്. തലയിൽ തലോടി, മുടി മാടിയൊതുക്കി, ചേർത്തു പിടിച്ച് കാളിയമ്മ ആശ്വസിപ്പിച്ചു. ''എന്റെ വാവാ വളരുവാ, വളന്നു, വളന്ന് വലിയ ആളാകണം, അമ്മേടെ പുടവ ഉടുക്കണം എന്നൊക്കെ ആശ പറഞ്ഞോണ്ടിരുന്നതല്ലേ? പൊന്നുംകൊടത്തിന് ഒരു കൊഴപ്പോമില്ല.'' അവരുടെ മുഖത്ത് വാത്സല്യം, സന്തോഷം എല്ലാം നിറഞ്ഞു. വാവയ്ക്ക് സഹിക്കാൻ വയ്യാത്ത വേദനയുണ്ടോ, വാ എന്നു വിളിച്ച്, പടിഞ്ഞാറേയറ്റത്തേക്കുപോയി.

ശർക്കരപായസോം നെയ്യപ്പോമൊക്കെ ഉണ്ടാക്കാൻ യശോദാമ്മയ്ക്ക് ഉത്തരവ് കൊടുത്തിട്ട്, അമ്മമ്മ ആട്ടുകട്ടിലിൽ കിടന്ന്

ആടാനും തുടങ്ങി. അടിവയറ് മുറിഞ്ഞ് ചോര വന്നത്, പിറന്നാൾ ദിവസത്തിലെന്നപോലെ പായസം വച്ചാഘോഷിക്കുന്നത് എന്തിനാണെന്ന് അമ്മുവിന് പിടിയും കിട്ടിയില്ല. ആ ദിവസങ്ങളിൽ ശരീരത്തിന് തോന്നിയ അരുതായ്മയെക്കാൾ, അമ്മുവിനെ കൂടുതൽ അലട്ടിയത് ചുറ്റും കേട്ട 'അരുത്' എന്ന വിലക്കാണ്.

ഓടിച്ചാടി നടക്കരുത്. കായലിൽ പോയി കുളിക്കരുത്.

പൂജാമുറിയുടെ അടുത്തു പോലും പോകരുത്.

കിണറ്റിൽ നിന്ന് വെള്ളം കോരരുത്.

അമ്മൂട്ടിയിലെ കുട്ടിയെ പറിച്ചു മാറ്റി, വെറുമൊരു അമ്മുപ്പെണ്ണാക്കിയപോലെ, എന്തൊരപമാനമാണ്. ഇക്കാര്യങ്ങളിൽ വലിയ തിട്ടമുള്ള, മൂത്ത കാരണവരെപ്പോലെയായിരുന്നു കുഞ്ഞമ്മാന്റെ ശാസനങ്ങൾ. ''ഇനി ആൺപിള്ളേരുമായുള്ള കൂട്ടൊന്നും വേണ്ട, തുള്ളിച്ചാട്ടോം ഉറക്കെ വർത്തമാനം പറച്ചിലും പൊട്ടിച്ചിരിയും ഒക്കെ നിർത്തി, അടക്കോം ഒതുക്കോം ഉള്ള പെണ്ണായി നടക്കണം.''

വല്യച്ചൻ മാത്രം മുറയൊന്നും തെറ്റിച്ചില്ല. അഞ്ചു മണിക്ക്, പതിവ് പത്രപാരായണത്തിന് മാവിൻചുവട്ടിലേക്ക് വിളിച്ചു. അമ്മമ്മ കഥകളി മുദ്രകൾ കാണിച്ച് വിലക്കിയത് കണ്ടമട്ട് കാണിച്ചില്ല. കൊച്ചിന്, എന്ത് കുഴപ്പമാ പറ്റിയത്, വായിക്കാൻ പറ്റാത്ത അസുഖമൊന്നുമില്ലല്ലോ എന്ന ചോദ്യത്തിന് ഉത്തരം പറയാതെ, രൂക്ഷമായി നോക്കിയിട്ട് ഇടപ്പുരയിലോട്ട് പോയി. മനസ്സും ശരീരവും തളർന്ന്, തീണ്ടാമുറിയിൽ പരുക്കൻ കയറുകട്ടിലിന്റെ മുകളിൽ വിരിച്ച പുൽപ്പായയിൽ കിടക്കുമ്പോൾ, താഴെ കുരണ്ടിയിട്ടിരുന്ന കാളിയമ്മയോട് അവൾ ചോദിച്ചു, ''കാളിയമ്മേ, ആൺകുട്ട്യോള് എങ്ങനെയാ വയസ്സറിയിക്കുന്നത്, അവരെങ്ങനാ ആണാവുന്നത്.'' കാളിയമ്മ ആദ്യമൊന്ന് അന്ധാളിച്ചു. പിന്നെ പുഞ്ചിരിയോടെ പറഞ്ഞു, ''മീശമുളയ്ക്കുമ്പോഴാ അവര് വയസ്സറിയിക്കുന്നത്.'' അവൾ രാജുവിനെ ഓർത്തു. അവന്റെ രണ്ടറ്റവും താഴേക്ക് ഇത്തിരി ഇറക്കിയ മീശ. ആദ്യം കാണുമ്പോൾ തന്നെ അവന് പൊടിമീശ ഉണ്ടായിരുന്നു എന്നവളോർത്തു. അപ്പോൾ, അപ്പോഴേ അവൻ ആണാരുന്നു. അതുകൊണ്ടാവാം, അവന്, തന്നെ പുഷ്പം പോലെ ഒരു കൈകൊണ്ട് തൂക്കി താഴെ ഇറക്കാൻ പറ്റിയത്. അന്നുരാത്രിയിൽ ആ മണം, കൈതപ്പൂവിലെ ആൺമണം അവൾ ശ്വസിച്ചുറങ്ങി.

ഏഴുനാൾ പുതിയ അനുഭവമായിരുന്നു അമ്മുവിന്. തടാകത്തണുപ്പിൽ മുങ്ങി, നീന്തിത്തുടിച്ച്, നനഞ്ഞൊട്ടിയ ഉടുവസ്ത്രങ്ങളുമായി, കുന്നിൻമുകളിലേക്കുള്ള ഓട്ടത്തിന്റെ രസം ഇല്ലാത്ത ദിവസങ്ങൾ. കുളിപ്പൊരേൽ കുട്ടകത്തിലിരിക്കുന്ന, ചെറുചൂടുവെള്ളം കോരി

ഒഴിക്കും. ഇഞ്ച, താളി, എല്ലാം ഉണ്ടാവും കാളിയമ്മ പുറം തേച്ച് കൊടുക്കും. തല തുവർത്തി കൊടുക്കും. ഏഴാം പക്കം കുളിച്ചിറങ്ങി, കിഴക്കേ മുറിയിലേക്ക് മടങ്ങുമ്പോൾ ബംഗ്ലാവിനകത്തും പുറത്തുമുള്ള വാല്യക്കാരുടെ അളക്കുന്ന നോട്ടം, ഇതുവരെ കണ്ടിട്ടില്ലാത്ത പോലെ. അമ്മുവിനതൊട്ടും പിടിച്ചില്ല. ആകെപ്പാടെ തോന്നിയ ഒരാശ്വാസം, അത്തവണ മലയാള മാസം ഒന്നാം തീയതി ഇരിക്കാൻ വേണ്ടി, തലേന്ന് രാത്രി മാന്തോപ്പ് പറമ്പിന്റെ കിഴക്കേ മൂലയിലുള്ള നക്ഷത്ര ബംഗ്ലാവിൽ രാത്രി കിടക്കാൻ പോകേണ്ടി വന്നില്ല എന്നതാണ്. ഓലമേച്ചിലുള്ള ഒറ്റപ്പുരയിലെ ചൂരൽക്കട്ടിലിലിൽ കിടന്ന് മാനത്തോട്ട് നോക്കിയാൽ, മേച്ചിൽപ്പഴുതിലൂടെ നക്ഷത്രങ്ങളെ കാണാം. പക്ഷേ, ഭിത്തി മൂലകളിൽ നിന്ന് എട്ടുകാലികൾ, വിഷം പൊഴിക്കുമോ? പഴുതാര കടിക്കുമോ? എലികൾ കാലിൽ ഞവറുമോ എന്നൊക്കെ പേടിച്ച് ഉറക്കം കഷ്ടി. കൂട്ടു കിടക്കാൻ വരുന്ന ഈനാംപേച്ചി കൂർക്കം വലിച്ചുറങ്ങും. കാളിയമ്മയായതോടെ കൂടെ ചേർന്ന് കിടന്ന്, മെല്ലെ താളം പിടിച്ച് ഉറക്കും. അമ്മമ്മയ്ക്ക് ബംഗ്ലാവിൽ ഒന്നാം തീയതി ഇരിക്കാൻ അമ്മൂട്ടി തന്നെ വേണമെന്ന് നിർബന്ധമായിരുന്നു. അശ്രീകരങ്ങളാരെങ്കിലും വന്ന് കേറുന്നതിനു മുൻപ്, അമ്മുവിനെ ഉണർത്തി, രണ്ടു പാള വെള്ളം കിണറ്റീന്ന് കോരി, തലവഴി ഒഴിച്ച്, തോർത്തി, അലക്കിയ ഉടുപ്പിടീച്ച് പൂമുഖത്ത് ചമ്രം പടിഞ്ഞ് ഇരുത്തും. പൂജാമുറിയിൽ നിന്ന്, ഒരു നുള്ള് ഭസ്മവുമായി വന്ന്, അമ്മമ്മ അവളുടെ നെറ്റിയിൽ തൊടീക്കും. ഒരു ചക്രം ദക്ഷിണയും കൊടുക്കും. അതൊരു ആശ്വാസ സമ്മാനമായിരുന്നു. ആ ചക്രങ്ങളെല്ലാം കുടുക്കയിലിട്ട്, ഭഗോതിക്കാവിലെ ഉത്സവത്തിന്, അമ്മൂട്ടി, വളയും പൊട്ടും ബലൂണുമൊക്കെ വാങ്ങിക്കും.

ഇപ്പോൾ അമ്മു പുറത്തായി. വയസ്സറിയിച്ച പെണ്ണിനെ ഇനി ഒന്നാം തീയതി ഇരുത്താൻ പാടില്ല. അവൾ അയോഗ്യയായി. ഇനി മുതൽ യശോദയുടെ മോടെ കൊച്ചിനെ അതിരാവിലെ എടുത്തോണ്ട് വരണം. അവക്ക് അഞ്ചുവയസ്സായില്ലേ? അമ്മമ്മയുടെ യശോദാമ്മയോടുള്ള ചോദ്യം കേട്ടപ്പോൾ അമ്മു ആഹ്ലാദിച്ചു. ഒന്നാം തീയതി ഇരിപ്പിൽ നിന്ന് മോചനമായി. രാവിൽ, അവൾ പൊടിമീശക്കാരൻ രാജുവിനെ സ്വപ്നം കണ്ടുറങ്ങി.

ഒരാഴ്ച അവനെ കാണാതിരുന്നപ്പോൾ, അവളറിഞ്ഞു, അവനെത്ര മാത്രം, അവളിൽ ഉണ്ടെന്ന്. കൈത പൂത്തു തീർന്നെങ്കിലും അമ്മൂട്ടിയും രാജുവും തമ്മിലുള്ള സൗഹൃദം പൂത്തുലഞ്ഞ നാളുകളായിരുന്നു അത്. ഒരാഴ്ച കഴിഞ്ഞ്, തീണ്ടാരി കുളിച്ചു. കാളിയമ്മ, തീണ്ടാമുറി കഴുകി, പുൽപ്പായും കട്ടിലുമൊക്കെ വെളിയിലിട്ട് ചൂലുകൊണ്ട് അടിച്ച് കഴുകി ചാണകവെള്ളം തളിക്കുന്നു. എല്ലാരും തിരക്കിലാണ്.

പള്ളിക്കൂടത്തിൽ പോകുന്നതിലും തിരക്കിട്ട്, അമ്മു കാടൻകുന്നിലേക്ക് പാഞ്ഞു. ചാലിന്റെയരുകിൽ വള്ളം കിടക്കുന്നതു കണ്ടു. മണൽ ത്തിട്ടയിൽ അവനുണ്ട്, നിശ്ചലമായ തടാകപ്പരപ്പിലേക്ക് നോക്കിയിരി ക്കുന്നു. മെല്ലെ, ശബ്ദമുണ്ടാക്കാതെ നടന്ന്, പിന്നിലൂടെ ചെന്ന് അവന്റെ കണ്ണുപൊത്തി. ഒരു നിമിഷം, ഒരായുഷ്കാലം ഓർത്തു വച്ച നിമിഷ ങ്ങളിലൊന്ന്. എത്രയോ കാലമായി കാത്തിരുന്ന്, കണ്ട ആവേശ ത്തോടെ, അവനവളെ കെട്ടിപ്പുണർന്നു. ‘‘എവിടെയായിരുന്നു, ന്റെ കുഞ്ഞാവ?’’

‘‘അതുപിന്നെ...’’ അവൾ ചെറുനാണത്തോടെ വാക്കുകൾ തപ്പുന്ന തിനിടയിൽ, അവൻ, അവളുടെ വാ പൊത്തി. ‘‘ഞാനറിഞ്ഞു... കാണാതെ വിഷമിച്ച്, അസുഖം വല്ലതുമാണോന്ന് സംശയിച്ച്, ഊണും ഉറക്കവുമില്ലാതെ വന്നപ്പോൾ ഞാൻ രണ്ടും കൽപ്പിച്ച്, അന്തിക്ക് ഷാപ്പിൽ വരുന്ന കൊച്ചുരാമനെ കാത്തു നിന്നു. ഒരു കുപ്പി കള്ളു വാങ്ങിച്ച് കൊടുത്ത്, കായൽവാരത്ത് കൊണ്ടു വന്നു. അകത്ത് സാധനം ചെന്നതും അവൻ തത്ത പറയും പോലെ, ബംഗ്ലാവിലെ വിശേഷങ്ങൾ പറഞ്ഞു. കൊച്ചമ്പ്രാട്ടിക്ക് തൊട്ടു കൂടാതായി. നിനക്ക വിടെ നിന്നും ഒളിച്ചും പാത്തും വന്ന്, എന്നെ തൊട്ടുകൂടാരുന്നോ വാവേ? നീ വേദനിച്ച, ആ സമയത്ത്, നിന്നെ ഒന്നു തൊടാൻ, ചേർത്തു പിടിക്കാൻ ഞാനെത്ര കൊതിച്ചു...’’

‘‘എന്തെല്ലാം ആചാരങ്ങൾ. ഇതും ഒരു അയിത്തമാ. അയിത്തോ ച്ചാടനം നടത്താൻ നാടാകെ, അർദ്ധനഗ്നനായി നടന്ന് കഷ്ടപ്പെടുന്ന ഗാന്ധിജി പോലും അറിയാത്ത, തീണ്ടാനും തൊടാനും പാടില്ലാത്ത തീണ്ടാരി. പെണ്ണിന്റെ മേൽ അടിച്ചേൽപ്പിച്ചിരിക്കുന്ന അയിത്തം. നമ്മളെന്തിന് ഈ ദുരാചാരങ്ങൾ അംഗീകരിച്ച് ആചരിക്കണം? അവരുണ്ടാക്കിയ ആചാരങ്ങൾ, അവരങ്ങ് ആചരിച്ചാൽ പോരേ? എന്തിന് മറ്റുള്ളവരിൽ അടിച്ചേൽപ്പിക്കുന്നു. പായസം വെപ്പും ഉണ്ണി യപ്പം ഉണ്ടാക്കലുമൊക്കെ ദേ, ഇവിടൊരു പെണ്ണ് പ്രായമായി, പരുവ മായീന്ന് പരസ്യപ്പെടുത്തുന്നതാണ്.’’ രാജു രോഷംകൊണ്ടു.

‘‘കുഞ്ഞാവ, മുറിയിൽ തനിച്ചാരുന്നോ?’’ അവൻ ഉൽക്കണ്ഠപ്പെട്ടു. കാളിയമ്മ, കൂട്ടുകിടന്ന കാര്യം പറഞ്ഞപ്പോൾ, അവന് സന്തോഷമായി. ‘‘ആയമ്മയ്ക്ക്, കന്നാലിരാമനേക്കാൾ വകതിരിവുണ്ട്. മാധവൻ സഖാവിനേക്കാൾ വിദ്യാഭ്യാസമുണ്ട്. ആ പൊണ്ണത്തടിയൻ, മരമോന്ത യുടെ കൂടെക്കിടക്കുന്നതിനേക്കാളെത്ര സുഖമാ, അമ്മുവാവയുടെ അടുത്ത് കിടക്കുന്നത്. ഭാഗ്യവതി. ഒരു നാൾ ആ ഭാഗ്യം എനിക്കും വരും. ഏതൊക്കെ മാറ്റങ്ങളുണ്ടായാലും, രാജുവിന് കുഞ്ഞാവ എന്നും കുഞ്ഞാവയാ...’’ അവന്റെ കണ്ണുകൾ തിളങ്ങി. അനുരാഗത്തിന്റെ തിളക്കം.

പതിമ്മൂന്ന്

ഓണം കഴിഞ്ഞാൽ പൂക്കൈതയൂരുകാര് ഒത്തൊരുമിച്ച് കൊണ്ടാടിയിരുന്നത്, കസ്തൂരിക്കുന്നിലമ്മയുടെ ഉത്സവമാണ്. കസ്തൂരിമഞ്ഞൾ തെളിച്ചപ്പോൾ കണ്ട ദേവീവിഗ്രഹത്തിൽ ചോരനിറം കണ്ടതോടെ മഞ്ഞൾക്കാട് വെട്ടുന്നത്, നിറുത്തി ദേവിയുടെ വിഗ്രഹം അവിടെ പ്രതിഷ്ഠിച്ച് ദേവിയെ ആരാധന തുടങ്ങിയെന്നാണ് ഐതിഹ്യം.

നാലുകരയിലും പറയെഴുന്നള്ളിപ്പ് വരും. പ്രഭാതപൂജ കഴിഞ്ഞ് എഴുന്നള്ളിപ്പ് തുടങ്ങും. മാന്തോപ്പ് ബംഗ്ലാവിൽ ഇറക്കിപൂജയുണ്ട്. വീട് മുഴുവൻ കഴുകി തുടയ്ക്കും. കുഞ്ഞിക്കാളി കളം ഒരുക്കുന്നത് കാണാനൊരു ചന്തമുണ്ട്. മുറ്റത്ത് നടുഭാഗേ ചാണകമിട്ട് നിലം മെഴുകി, അരിപ്പൊടി, മഞ്ഞപ്പൊടി കോലം വരച്ച്, അഞ്ച് തിരിയിട്ട വിളക്ക് വച്ച്, വാഴപ്പിണ്ടിയിൽ നീളത്തിൽ കുത്തിയ ചന്ദനത്തിരികൾ... ഗണപതി ഒരുക്ക്. പത്തായത്തിൽ, പ്രത്യേക അറയിൽ കരുതിയ നെല്ല്, ചാക്കിലാക്കി മുറ്റത്ത് വെക്കും. ജീവത തോളിലേറ്റി, തിരുമേനി എത്തിയാൽ, തിരിതെളിച്ച്, കർപ്പൂരം ഉഴിഞ്ഞ്, പറയിൽ മാന്തോപ്പിലമ്മ മൂന്ന് കൈക്കുമ്പിൾ നെല്ല് നിറയ്ക്കും. പിന്നെ അമ്മു നെല്ലു കോരി പറയിലിടും. പറനിറഞ്ഞ് ചാക്കിലെ ബാക്കി നെല്ല് പറയിടൽ സംഘക്കാരെടുക്കും. ഉഴിഞ്ഞ നെല്ലെടുത്ത് പൂജാരി പൂമുഖത്തും മുറികളിലും വാരി വിതറും. പിന്നാണ്ടിലും പത്തായം നിറയ്ക്കാനുള്ള, പ്രാർത്ഥനയാണത്. തിരുമേനിക്കും സംഘത്തിനും തരാതരം ദക്ഷിണ കൊടുക്കും. വെടിക്കണക്കനുസരിച്ച്, വെടിവെപ്പുകാരന് ചക്രം, മേളക്കാർക്കാർക്ക് പ്രത്യേകം, പ്രത്യേകം. മേളത്തിനൊപ്പം വന്ന പിള്ളേരു കൂട്ടത്തിന് കൈനിറയെ കൊടുത്ത്, എല്ലാരേയും തൃപ്തിപ്പെടുത്തും. പറയിടൽ ദിവസം, എല്ലാർക്കും മാന്തോപ്പിൽ സദ്യയുണ്ട്.

മറ്റൊരോണമാണ് കുന്നിലെ ഭഗോതി ഉത്സവം. കെട്ടുകാഴ്ചയാണ് പിന്നീട് കൂട്ടത്തോടെ ആഘോഷിക്കുന്നത്. നാലുകരക്കാരും മത്സരിച്ച്, ചെണ്ടമേളത്തോടെ അവരവരുടെ കുതിരയേയും കാളയേയുമൊക്കെ അലങ്കരിച്ച് കൊണ്ടു വരും. കെട്ടുകാഴ്ച കാണാൻ താലപ്പൊലിയോടെ

ദേവി ജീവതപ്പുറത്ത് എഴുന്നള്ളും. കെട്ടുകാഴ്ച്ചയേക്കാൾ വലിയ കാഴ്ച്ചയാണ് സർവ്വാഭരണ വിഭൂഷിതയായ മാന്തോപ്പിലമ്മയുടെ കാഴ്ച കാണാനുള്ള വരവ്. ബംഗ്ലാവ് വക കൂറ്റൻകാളയുടെ മുന്നിലെ പടിയിലൊന്ന് തൊട്ട്, തൊഴുത്, എന്നാലിനി കാളയെ എടുക്കടാ, കുഞ്ഞുപിള്ളേ, വാസുക്കുട്ടാ, കൊച്ചുരാമാ, പിള്ളേരെ, എന്നൊക്കെ

ഒരു അനുവാദം കൊടുക്കലുണ്ട്. അതോടെ കാളയെടുപ്പ് കൂക്കു വിളികളോടെ, ആരംഭിക്കും. വല്യമ്പ്രാട്ടിയുടെ കാതിലെ തിളങ്ങുന്ന സൂര്യവട്ടക്കമ്മലിൽ കാളയുടെ മുഞ്ഞി കാണാമെന്ന് ചിരുതയും പഞ്ചമിയും രഹസ്യം പറയും. കഴുത്തിൽ കട്ടി സ്വർണ്ണ അഡ്യലും പതക്കവും പവൻമാലയും മുല്ലമൊട്ടും വെള്ളക്കല്ല് മൂക്കുത്തിയും. കൈകളിലെ തങ്കവളകൾ കിലുങ്ങും. വിരലുകളിൽ പാലയ്ക്കാമോതിരം, ബാലരാമപുരത്ത്, അമ്മമ്മയ്ക്കായി പ്രത്യേകം നെയ്ത, കൈയിലും കഴുത്തിലും പുറകിലും കസവ് തുന്നിപ്പിടിച്ച ബ്ലൗസും വീതിക്കരയുള്ള കസവുമുണ്ടും നേര്യതും.

മാന്തോപ്പിലമ്മയുടെ ധാർഷ്ട്യം മറന്ന്, അവരുടെ സുന്ദരരൂപത്തെ തൊഴുതു നിൽക്കും പാവങ്ങൾ. അങ്ങുന്നിന്, ഈ വക പ്രകടന ങ്ങളൊന്നും ഇഷ്ടമല്ലെങ്കിലും അതൊക്കെ രുദ്രാണിയുടെ ഇഷ്ടമല്ലേ എന്നോർത്ത് മറുത്തൊന്നും പറയാറില്ല. കെട്ടുത്സവരാത്രിയിലെ കഥകളി നടത്തുന്നത് കഥകളി പ്രേമിയായ അങ്ങുന്നാണ്. ഉത്സവ കാലത്ത് മുൻകൂറായി പരിപാടി ഏർപ്പാടാക്കാൻ കാര്യസ്ഥൻ കുഞ്ഞൻ പിള്ളയേയും വാസുക്കുട്ടനേയും അങ്ങുന്ന് ഏല്പിച്ചു. കൊച്ചു രാമനും കൂടെപ്പോയി. ആറ്റിനക്കരെ കഥകളി സമിതിയുടെ സെക്രട്ടറി ഗോവിന്ദനാശാനെ കണ്ടു. രുഗ്മിണീ സ്വയംവരം, ദക്ഷയാഗം, കീചക വധം ഇതിലേതു വേണം? ആശാൻ ആരാഞ്ഞു. ഓരോന്നിനുമുള്ള പ്രതിഫലത്തുക എത്രയെന്നും പറഞ്ഞു. കൊച്ചുരാമന് കീചകവധമാണ് പിടിച്ചത്. അതിന് മൂവായിരം രൂപവരും എന്ന് ഗോവിന്ദനാശാൻ. ‘‘ആശാനെ, കീചകനെ വധിക്കണ്ട, ഒന്നു വിരട്ടി വിട്ടാ മതി, മൂവായിര ത്തീന്ന് എത്ര കുറഞ്ഞു കിട്ടും? ഗോവിന്ദനാശാന്റെ സമനില തെറ്റി. ഇറങ്ങെടാ പുറത്ത്, ഇവിടെ ഒരു കളിയും ലേലത്തിന് വച്ചിട്ടില്ല. മാന്തോപ്പിലങ്ങുന്ന് കന്നുകാലികളെ വളർത്തുന്നുണ്ടെന്ന് കേട്ടിട്ടുണ്ട്. കാലികളെ മേയ്ക്കുന്നത് ഒരു കഴുതയാണെന്ന് അറിഞ്ഞില്ല. കുഞ്ഞു പിള്ള, ആശാന്റെ കാലുപിടിച്ച്, മാപ്പപേക്ഷിച്ച് രുഗ്മിണീ സ്വയംവരം ബുക്ക് ചെയ്ത് മടങ്ങി.

പതിന്നാല്

കുഞ്ഞിക്കാളിക്ക് പറ്റിയ കൂട്ടല്ല കൊച്ചുരാമനെന്ന് പുടവകൊട ദിവസം തന്നെ കൊച്ച് അമ്മൂട്ടിക്ക് തോന്നിയിരുന്നു. അവളത്, വല്യച്ച നോട് പറയുകയും ചെയ്തു. അവൻ അനാഥനല്ലേ മോളേ, ചുണയുള്ള ഒരു പെണ്ണ് കൂട്ടുവന്നാൽ അവൻ മാറും, എന്നു പറഞ്ഞ വല്യച്ചൻ തന്നെ അവന്റെ വേണ്ടാതീനങ്ങൾ കണ്ട് ശാസിക്കാൻ തുടങ്ങി. അന്തിക്കള്ള് കുടിക്കാനുള്ള പോക്കിന്റെ സമയം കൂടി. തിരിച്ചു വന്ന്, കാര്യമില്ലാതെ കുഞ്ഞിക്കാളിയെ ശകാരിക്കും. ശരീരോപദ്രവം തുടങ്ങിയെന്ന്, കാളിയമ്മേടെ കവിളത്തെ അടിപ്പാട് കണ്ട്, അമ്മൂന് മനസ്സിലായി. അത്താഴം വിളമ്പി വച്ചിട്ട് കാളി, അമ്മുവിന്റെ മുറിയിൽ ഉറങ്ങാൻ വന്നു. തുമ്പിയെപ്പോലെ തുള്ളിച്ചാടി നടക്കുമ്പോഴും അമ്മൂട്ടിക്ക്, കുഞ്ഞിക്കാളിയുടെ മ്ലാനമുഖം കാണുമ്പോൾ, ഉത്സാഹം കെടും. പതിവു ജോലികളൊക്കെ ചെയ്യുമെങ്കിലും കാളിയമ്മ ആരോടും പറയാത്തൊരു സങ്കടം കൊണ്ടുനടക്കുന്നുണ്ടെന്ന് അമ്മുവിന് തോന്നി ത്തുടങ്ങി. പത്താം തരത്തിൽ പഠിക്കുന്ന പെൺകുട്ടിക്ക്, പെൺമനസ്സ് മനസ്സിലായി തുടങ്ങുന്ന പ്രായം.

വീട്ടുകാരുടേം നാട്ടുകാരുടേം മുമ്പിൽ അന്യനായിരുന്നിട്ടും രാജു എത്ര സ്നേഹവും കരുതലുമാണ് തന്നോട് കാണിക്കുന്നത്. കൺ മുന്നിൽ വളരുന്ന കുഞ്ഞാവയെ, കണ്ണിലെ കൃഷ്ണമണി പോലെ, ഒരു മുള്ളു പോലും കൊള്ളിക്കാതെ ആയിരുന്നു അവൻ, കാട്ടിലും കൈതയിലും കൊണ്ടു നടന്നിരുന്നത്. പള്ളിക്കൂടത്തിൽ പോകു മ്പോഴും തിരിച്ചു വരുമ്പോഴും ആരും കാണാതെ അവന്റെ നോട്ടം അവളിലുണ്ടാവും. അലക്കുകാരൻ ചീരുക്കുട്ടിയുടെ നായ്, കോന്തി, പള്ളിക്കൂടം കടവിൽ, കുട്ടികൾ ഉച്ചയ്ക്ക് ചോറുപൊതിയഴിക്കുന്ന നേരത്തെ പതിവുകാരി. ചീരുക്കുട്ടി കുറേക്കാലം, കാടൻകുന്നിന്റെ കിഴക്കേ ഇറക്കത്തിൽ കായലിനോട് ചേർന്നുള്ള തടത്തിലുള്ള പുരയിലാണ് താമസിച്ചുകൊണ്ടിരുന്നത്. പള്ളിക്കൂടത്തിന് താഴെ പത്തു സെന്റ് ചീരുക്കുട്ടിക്ക് ആധാരം ചെയ്തു കൊടുത്തതു കൊണ്ട്,

അവിടൊരു പുരവച്ച്, അങ്ങോട്ട് മാറി. അമ്മൂട്ടിയും കോന്തിയും ബാല്യകാലസഖികളായിരുന്നു. പൊതിയിൽ കൊണ്ടുവരുന്ന തന്റെ പാതി ചോറ് കോന്തിക്കുള്ള പങ്കാണ്. ഒരുച്ചനേരത്ത്, കോന്തിയെ കണ്ടില്ല. പതിവായി വിശ്രമിക്കുന്ന പറങ്കിമാവിൻ ചുവട്ടിൽ വായിൽ നുരയും പതയും ഒലിപ്പിച്ച്, അവശയായി കിടക്കുന്നുണ്ടായിരുന്നു. കോന്തീ എന്ന് അമ്മു വിളിച്ചതും കാലിൽ കേറി പിടിച്ചു. രണ്ടു പല്ലു പെട്ടു. ചോരയൊഴുകി. കൈയിലിരുന്ന ഇല കോന്തിക്ക് എറിഞ്ഞു കൊടുത്ത് അമ്മു നിലവിളിച്ചോടി. ചോറ് കഴിച്ചോണ്ടിരുന്ന ലളിതേച്ചി ഓടി വന്ന് അമ്മുവിനെ പിടിച്ചു. കുട്ടികളെല്ലാം അമ്മുവിനെ പട്ടി കടിച്ചേ എന്നു പറഞ്ഞ് സ്കൂളിലേക്കോടി. നിമിഷങ്ങൾക്കുള്ളിലാണ് രാജു എത്തിയത്. കടിപ്പാടിന് തൊട്ടുമുകളിൽ വച്ച് തോർത്തുകൊണ്ട് കടും കെട്ട് കെട്ടി. രക്തയോട്ടം നിന്നു. ''പട്ടിക്ക് പേയിളകിയെന്നാ തോന്നുന്നേ. പെട്ടെന്ന് പേപ്പട്ടി വിഷഹാരിയെ വിളിച്ചു വരാം. അമ്മുവിനെ ബംഗ്ലാവിലോട്ട് കൊണ്ടു പൊയ്ക്കോളൂ ലളിതേ.'' രാജു പാഞ്ഞു പോയി. ബംഗ്ലാവിലെത്തിയ, ഉടൻ കാളിയമ്മ, കുരുമുളകിന്റെ ഇല വാട്ടി, അമ്മമ്മ കൊടുത്ത മുക്കൂട്ടും മുറിവെണ്ണയും തേച്ച് കടിയേറ്റ പാട് കരിച്ചു. വേദന കൊണ്ട് അമ്മു ഉറക്കെ നിലവിളിച്ചു... ഒട്ടും വൈകാതെ വിഷഹാരി ചാത്തു വൈദ്യൻ എത്തി. പച്ചമരുന്നുകൾ അരച്ചു കൊടുത്തു. കഷായത്തിന് കുറിച്ചു. നാൽപത്തെട്ട് ദിവസം കയ്പ്പുള്ള കഷായം കുടിക്കേണ്ടി വന്നു. ഏഴുദിവസം ധാരയും കോരി, പേപ്പട്ടി വിഷബാധയ്ക്കുള്ള കുത്തിവെയ്പ് ഇല്ലാതിരുന്ന അക്കാലത്ത് നാട്ടുവൈദ്യമായിരുന്നു ശരണം. പിന്നറിഞ്ഞു, രാജുവും കൂട്ടുകാരും കോന്തിയെ കല്ലെറിഞ്ഞോടിച്ച്, ഷാപ്പു മുക്കിനടുത്തുള്ള പൊട്ടക്കിണറ്റിൽ ചാടിച്ചു. കോന്തിയുടെ ഭ്രാന്തെടുത്ത കുര കേട്ട്, കാടൻകുന്നിലെ കുറുക്കന്മാരും പൊട്ടക്കിണറ്റിൽ ചാടി ചത്തൊടുങ്ങി, എന്ന് മറ്റൊരു കഥ.

ബംഗ്ലാവിലെല്ലാവരും സങ്കടപ്പെട്ടു, പേടിച്ചു. വല്യങ്ങുന്ന് വല്ലാതെ പരിഭ്രമിച്ച ഒരു സംഭവം ആയിരുന്നത്. മാന്തോപ്പിലമ്മപോലും പ്രാർത്ഥിക്കുന്നതു കേട്ടു, അമ്മൂട്ടിക്ക് ഒന്നും വരുത്തല്ലേ ഭഗോതീ എന്ന്. കാളിയമ്മ രാത്രിയിൽ പലയാവർത്തി വാവയുടെ നെറ്റിയിൽ തൊട്ടുനോക്കി, പനിയില്ലായെന്നുറപ്പു വരുത്തും. പട്ടി കടിച്ച മുറിവുണങ്ങുന്നുണ്ടോയെന്ന്, എല്ലാ ദിവസവും രാവിലെ, രാജു തൊട്ട് പരിശോധിക്കും. വിഷമുണ്ടെങ്കിൽ ഇങ്ങോട്ടു പോരട്ടെ എന്നു പറഞ്ഞ് ചുണ്ടുകൊണ്ട് മൃദുവായി ഉരസും. ഒരു ഭാവഭേദവുമില്ലാതെ ഒരാൾ മാത്രമേ ഉണ്ടായിരുന്നുള്ളൂ, കന്നാലിരാമൻ.

രാജുവിന്റെ സ്നേഹവായ്പിനെക്കുറിച്ച് വാവ പറയുമ്പോൾ, കാളിയമ്മയുടെ കണ്ണ് നിറയും. ഇതുപോലൊരു മോനുണ്ടായിരുന്നെങ്കിൽ എന്ന് ഒരു ദിവസം കാളിയമ്മ അറിയാതെ ഉറക്കെ പറഞ്ഞുപോയി. ''കാളിയമ്മയ്ക്ക്, എന്താ മക്കളുണ്ടാവാത്തേ? എനിക്കൊരു

അനിയൻ കുഞ്ഞിനെ, അല്ലേല് കുഞ്ഞിയായാലും മതി.'' കാളിയമ്മേടെ വയറിൽ വിരലോടിച്ച്, അമ്മൂട്ടി കൊഞ്ചി.

''അതിന്, ആണാപ്പിറന്നവരുടെ കൂടെ കിടക്കണം. കുഞ്ഞിക്കാളിക്ക് അതിന് വിധിയില്ല വാവേ,'' കണ്ണീരിന്റെ നനവുള്ള വാക്കുകൾ. പിന്നൊരു പൊട്ടിത്തെറി. ''ആണും, പെണ്ണും കെട്ട ഒരുത്തനാ കൊച്ചുരാമൻ... കന്നാലി എന്ന് വിളിക്കുന്നത്, മണികണ്ഠൻ കാളയ്ക്കു പോലും ആക്ഷേപമാ.'' ആ രാത്രി അമ്മുവിനും ഉറക്കം വന്നില്ല. അവൾക്ക് മനസ്സിലാകാത്ത എന്തൊക്കെയോ കാളിയമ്മയുടെ ഉള്ളിൽ പുകയുന്നുണ്ട്.

പേഷ്കാരച്ഛനും കൊച്ചുരാമന്റെ പോക്കിൽ തൃപ്തനല്ലെന്ന് അമ്മുവിന് വൈകാതെ ബോദ്ധ്യമായി. കാടൻകുന്നിൽ മുള കൊണ്ടൊരു പൊര വയ്ക്കുന്ന കാര്യം, വല്യച്ചൻ ഇടയ്ക്ക് പറയുമായിരുന്നു. കായലിലെ കുളി കഴിഞ്ഞ് മടങ്ങുമ്പോൾ, വേഷം മാറാം. ഇത്തിരി നേരം വിശ്രമിക്കാം. അവിടിരുന്ന് അമ്മൂട്ടിക്ക് വായിക്കാം, എഴുതാം, മൂന്നു ഭാഗവും കായൽ, നല്ല കാറ്റ്. അത്, അതാവണം എഴുത്തു

പുര, ദീർഘവീക്ഷണ പടുവായ പേഷ്കാരങ്ങുന്ന് മനസ്സിൽ കണ്ടു. കിഴക്കേ തടത്തിൽ, പണ്ട് ചീരുക്കുട്ടി താമസിച്ച പുര ആകെ പൊളിഞ്ഞു കിടക്കുകയാണ്. അതൊന്ന് പുതുക്കിപ്പണിയണം. കാറ്റും മഴയുമൊക്കെ വരുമ്പോൾ ഓല മെടഞ്ഞ് ഞാത്തിയ ചുവരും വാതിലുമൊന്നും പോരാ, ചെളി ചവുട്ടി കുഴച്ച്, കട്ടയുണ്ടാക്കി ഭിത്തി കെട്ടണം. ആഞ്ഞിലി മുറിച്ച് അറുത്ത് പലകയാക്കി ജനലും കതകും വേണം. കൊച്ചുരാമനും കുഞ്ഞിക്കാളിക്കും താമസിക്കാൻ അടച്ചുറപ്പുള്ള ഒരു പുര വേണം. അടുത്താണ്ട് അമ്മു പഠിക്കാനായി തിരുവനന്തപുരത്തേക്ക് പോയാൽ പിന്നെ, രാത്രി കുഞ്ഞിക്കാളി ബംഗ്ലാവിൽ പാർക്കേണ്ട കാര്യമില്ല. ഒരു കുടുംബമായി ജീവിക്കുമ്പോൾ, കൊച്ചുരാമന് ഇത്തിരി ഉത്തരവാദിത്വം വരും.

എഴുത്തുപുര ഉയർന്നു. ഭംഗിയുള്ള മുളവീട്. മിന്നലടിക്കത്തില്ല, കാളിയമ്മ പറഞ്ഞു. തെക്കേക്കരയിലെ കാറ്റു വന്ന് തൊടും. അമ്മു സന്തോഷിച്ചു. കുഞ്ഞിക്കാളിയുടെ അടച്ചുറപ്പുള്ള വീട് കാണാൻ അമ്മുവിന് ധൃതിയായി. പണി തീർന്നയുടൻ, കാളിയമ്മയേയും കൂട്ടി, ഇറക്കം ഇറങ്ങി. നിരപ്പായ സ്ഥലത്താണ് വീട്. കായലിലേക്ക്, അധികദൂരമില്ല. ഓടിച്ചാടിക്കളിക്കാൻ പാകത്തിൽ മണൽപ്പരപ്പുള്ള തീരം. ഇത്തിരിമാറി, ചെറിയൊരു കുളം തോണ്ടി കാളിയമ്മ. ‘‘കുടിക്കാനക്കൊണ്ട് ഊറി ഊറി വെള്ളം വരും. പാർക്കാൻ സുഖം വാവയുള്ളിടമാ.’’ അത്രേം പറഞ്ഞ് നിറുത്തി. ‘‘കാണാൻ പോകുന്ന പൂരം, എന്തിനാ ഇപ്പോഴേ പറഞ്ഞ് തീർക്കുന്നത്.’’ പൊറുതി തുടങ്ങി ആദ്യ ആഴ്ച തന്നെ പൂരം കണ്ടു.

ബംഗ്ലാവിലായിരുന്നപ്പോൾ, കൊച്ചുരാമൻ വൈകി വരുന്നതിനൊരു നിയന്ത്രണമുണ്ടായിരുന്നു. വല്യങ്ങുന്ന് കാണുന്നുണ്ടാവുമോ എന്ന പേടി. വല്യമ്പ്രാട്ടി അറിഞ്ഞാലുള്ള പുകില്. തടത്തിൽ താമസമാക്കിയതോടെ, തോന്നുമ്പോൾ വരും, തോന്നുമ്പോൾ പോകും. ആടിയാടി പുലയാട്ട് പാടിയാണ് വരവ്. 'മച്ചിക്കാളീ, കതക് തുറക്കെടീ' എന്ന്, തുറന്നിട്ട കതകിന്റെ കട്ടളയിൽ മുട്ടി അലറും. 'അത്താഴം വിളമ്പെടീ' എന്നാജ്ഞാപിക്കും. 'ഇതെന്തൊരു മീൻ കറി, നാവിൽ വെക്കാൻ കൊള്ളത്തില്ല' എന്നു പറഞ്ഞ് കറിക്കലം മുറ്റത്തോട്ടെറിയും. ചട്ടീം, കലോം പൊട്ടിക്കുമ്പോൾ കൈക്ക് കേറിപ്പിടിക്കുന്ന കുഞ്ഞിക്കാളിയെ, മൂലയിലിരിക്കുന്ന തെരണ്ടി വാലെടുത്ത് അറഞ്ഞം, പുറഞ്ഞം തല്ലും. തല്ല് സഹിക്കാൻ മേലാതെ വന്നപ്പോൾ, കുഞ്ഞിക്കാളി അർദ്ധരാത്രിക്ക് ചൂട്ടും കത്തിച്ച് ബംഗ്ലാവിലെത്തി. മണികണ്ഠൻ കാളയുടെ കൊച്ചെരുത്തിലിൽ രാത്രി കഴിച്ചു കൂട്ടി. വല്യങ്ങുന്ന് വിവരം അറിഞ്ഞു. അതിരാവിലെ, തടത്തിലിറങ്ങി കെട്ടുവിടാത്ത കൊച്ചുരാമനെ തൊഴിച്ചുണർത്തി. എഴുന്നേറ്റപാടെ വലംകൈയുകൊണ്ട് വലത്തേ കവിളിൽ 'ഠേ' പൊട്ടി. പിന്നെ ഇടത്തും വലത്തുമായി മാറി മാറി, അടികൊണ്ട് വീണ കൊച്ചുരാമൻ, ആ കിടപ്പിൽ കിടന്നു. പച്ചവെള്ളം പോലും കൊടുത്തു പോകരുതെന്ന് ഉത്തരവിട്ടു. ബംഗ്ലാവിലെല്ലാരും നികൃഷ്ടജീവിയായി, കൊച്ചുരാമനെ കണ്ടു തുടങ്ങി.

കുഞ്ഞിക്കാളിയോട് അസൂയ പൂണ്ടിരുന്ന യശോദാമ്മയും പാറോതിയും പഞ്ചമിയും സകലമാന പെൺജന്മങ്ങളും അവളുടെ പുറത്തുള്ള തെരണ്ടി വാൽപ്പാടുകൾ, മാറിലുള്ള തീക്കൊള്ളിക്കുത്തുകൾ കണ്ട്, കരഞ്ഞു. ആണുങ്ങൾ, ഇവനെന്ത് നികൃഷ്ടൻ എന്നുറക്കെ ആക്ഷേപിച്ചു. സമ്മേളനത്തിരക്കിലായിരുന്ന കുഞ്ഞമ്മാനാണ്, പിന്നെ കൊച്ചുരാമനെ വല്യങ്ങുന്നിന്റെ മുമ്പിൽ ഹാജരാക്കിയത്.

''കുറവുകളുള്ളവനാടാ ഭാര്യയെ തല്ലുന്നത്. നിന്നെക്കൊണ്ട് കൊള്ളാത്തതിന് കുഞ്ഞിക്കാളിയെ തല്ലി തീർക്കുകയാ നീ. ഇനി പൂഴിമണ്ണു പോലും അവളുടെ ദേഹത്ത് വീണെന്നറിയുന്ന അന്നു ഞാൻ, നിന്റെ കൈയെടുക്കും, മുട്ടുകാല് തല്ലിയൊടിക്കും. ബംഗ്ലാവിൽ നിന്ന് ചവിട്ടി പുറത്താക്കും.'' അങ്ങുന്ന്, അന്ത്യശാസനം കൊടുത്തതോടെ ദേഹോപദ്രവം നിർത്തി. അതിനും കൂടി ചേർത്ത്, മുറിക്കുന്ന കുത്തുവാക്കുകൾ പിറുപിറുത്തു.

പതിനഞ്ച്

പത്താംക്ലാസ്സില്, ഒന്നാം ക്ലാസ്സിൽ പാസ്സായാൽ വലിയ പത്രാസാണ് നാട്ടിൻപുറത്ത്. ഫസ്റ്റ്ക്ലാസ് അപൂർവമാണ്. അമ്മു പുസ്തകങ്ങളിൽ നിന്നും മാത്രമല്ല പഠിച്ചത്. കുമാരൻമാഷിന്റെ ക്ലാസുകളിൽ നിന്ന്, കാളിയമ്മ നേടിയ അറിവ്, കഥപോലെ കേട്ടത്, പരന്ന വായനയിൽ നിന്ന് ആർജ്ജിച്ച അറിവ് രാജു പകർന്നത്, സർവോപരി പേഷ്കാരച്ചൻ ഇൻഡ്യാചരിത്രവും തിരുവിതാംകൂർ ചരിത്രവും പഠിച്ചും കണ്ടും സ്വായത്തമാക്കിയ കുട്ടിക്കാലം മുതൽ ഉരുവിട്ട വിജ്ഞാനം, മുടങ്ങാതെയുള്ള പത്രപാരായണം. വിദ്യാഭ്യാസ ജില്ലയിൽ ഏറ്റവും കൂടുതൽ മാർക്ക് കിട്ടിയത് അമ്മുദേവുപിള്ളയ്ക്കായിരുന്നു. രാജുവിനേക്കാൾ കൂടുതൽ മാർക്ക്. അതിലേറ്റവും സന്തോഷിച്ചത് അവനാണ്.

അമ്മുവിന് ഉന്നതവിദ്യാഭ്യാസം ഉണ്ടാവണമെന്നത് വല്യച്ചന്റെ ആഗ്രഹമായിരുന്നു. വീടിന്റെ വെളിച്ചവും സന്തോഷവും കൊച്ചുമകളാണ്. ഉപദേശം ഒന്നും കൊടുത്തില്ല. ചേർത്ത് പിടിച്ച് പറഞ്ഞു. ‘‘ദേവയാനിയെപ്പോലെ മിടുക്കി ആകണം.’’

‘‘കുഞ്ഞാവ എന്നെ കടത്തിവെട്ടി. ആ തോൽവിയും ഒരു സുഖമാ. എത്ര ഉയരത്തിലെത്താമോ, മാനത്തിനും അപ്പുറം പൊങ്ങാമോ, അത്രേം,’’ എന്നു പറഞ്ഞ്, അവളെ എടുത്തുയർത്തി, രാജു, കുഞ്ഞാവയുടെ വിജയം ആഘോഷിച്ചു. പിരിയാൻ സങ്കടമുണ്ടെങ്കിലും വീണ്ടും കാണുന്നതിനു വേണ്ടിയുള്ള കാത്തിരിപ്പിലുമുണ്ട് സുഖം എന്നു പറഞ്ഞ് ആശ്വസിച്ചു, അവളെ ആശ്വസിപ്പിച്ചു.

തിരുവനന്തപുരം വനിതാ കോളേജിൽ തന്നെ, ശേഷാരിയെ പഠിപ്പിക്കണമെന്ന് കുഞ്ഞമ്മാന് നിർബന്ധമായിരുന്നു. സമ്മിശ്രമൊന്നും തറവാട്ടിൽ പിറന്നവർക്ക് ചേർന്നതല്ല എന്ന് വിശ്വസിക്കുന്ന, വാക്കുകളിൽ വിപ്ലവം സൃഷ്ടിക്കുന്ന സഖാവ്, അനന്തരവളെ, വിമൻസ് ഹോസ്റ്റലിൽ ആക്കിയിട്ട് ഒരു കുട്ട ഉപദേശം കൊടുത്തു. ‘‘നഗരമാണ്, പുറത്തൊന്നും പോകരുത്. അത്യാവശ്യമെങ്കിൽ കോവിലിൽ മാത്രം ആഴ്ചയിലൊരിക്കൽ. കൂട്ടുകൂടി നടക്കണ്ട. കവിതയും കഥയുമൊന്നും

എഴുതി സമയം കളയരുത്.'' അമ്മുദേവുപിള്ളയുടെ ഒന്നു രണ്ടു കുട്ടിക്കവിതകൾ മാസികകളിൽ അടിച്ചു വന്നത്, കുഞ്ഞമ്മാന് അശേഷം ഇഷ്ടപ്പെട്ടിരുന്നില്ല. പഠിക്കാനാണ് ഇവിടെ വന്നത് എന്ന ഓർമ്മ വേണം. എന്നാൽ സിലബസനുസരിച്ച്, അദ്ധ്യാപകർ പഠിപ്പിക്കുന്നത് കാണാപ്പാഠം പഠിച്ച്, പരീക്ഷയ്ക്ക്, ഛർദ്ദിച്ചു വെക്കുന്നതാണെന്ന സിദ്ധാന്തം, അമ്മുവിന് ബോധിച്ചില്ല. ഹോസ്റ്റൽ വാർഡൻ വകയിലേതോയുള്ള ചാർച്ചക്കാരിയാണെന്നും പറഞ്ഞ്, അമ്മുവിനെയും കൂട്ടി അവരെ കണ്ട്, അനന്തരവളെ പ്രത്യേകം ശ്രദ്ധിക്കണമെന്ന് നേതാവ് ഭാഷയിൽ പറയുകയും ചെയ്തു. നാലുപേരുള്ള മുറിയിൽ, മറ്റാരുമായി സഹവസിക്കരുതെന്ന് പറയുന്ന കുഞ്ഞമ്മാന്റെ വിഡ്ഢിത്തമോർത്ത്, അമ്മു ഊറിച്ചിരിച്ചു.

വനിതാകോളേജിലെ പ്രീയൂണിവേഴ്സിറ്റി ക്ലാസ്... അമ്പരന്നു പോയി. മാന്തോപ്പ് ബംഗ്ലാവിലെ അമ്മുദേവുപിള്ളയുടെ പത്രാസ് വേഷമെല്ലാം ആദ്യ ദിവസം തന്നെ അഴിഞ്ഞു വീണു. അന്നുവരെ കണ്ടിട്ടില്ലാത്ത ആധുനിക വേഷധാരികളായ പെൺകിടാങ്ങൾ, ചിലരൊക്കെ പുതിയ മോഡൽ കാറുകളിൽ. പൂക്കൈതയൂരിലെ അപൂർവ്വ കാഴ്ചയായിരുന്ന കാറ്, വാർഷികാഘോഷം ഉൽഘാടനം ചെയ്യാൻ വന്ന ജില്ലാ കളക്ടറുടെ കാറു കാണാൻ, ഒന്നു തൊടാൻ, കുട്ടികൾ കൂട്ടം കൂടിയപ്പോൾ, അവരെ സുശീല ടീച്ചർ തല്ലി ഓടിച്ചത്, അമ്മു ഓർത്തു.

ആദ്യത്തേത് ഇംഗ്ലീഷ് ക്ലാസ്സായിരുന്നു. ചുവന്ന ബോർഡറുള്ള വെള്ളസാരിയും ചുവന്ന ബ്ലൗസുമിട്ട്, അഴകും ആത്മവിശ്വാസവും ഒത്തിണങ്ങിയ അദ്ധ്യാപിക പ്ലാറ്റ്ഫോമിലേക്ക്, ചടുലതയോടെ കേറി. കുറയേറെ കുട്ടികൾ 'ഗുഡ് മോണിംഗ്' പറഞ്ഞു. സ്ഥലജലഭ്രമം ബാധിച്ച അമ്മുവിന്, ഒരു ഗുഡ്മോണിംഗ് പോലും പറയാൻ കഴിഞ്ഞില്ല. ടീച്ചറിന്റെ മുഖത്തു നിന്നും കണ്ണെടുക്കാനും തോന്നിയില്ല. ചെറിയൊരു കവിതയിലായിരുന്നു തുടക്കം. ആംഗലേയ ഭാഷ ഒഴുകി വന്നു, ഒരു ഗാനം പോലെ. താലൂക്കിൽ ഏറ്റവും കൂടുതൽ മാർക്ക് ഇംഗ്ലീഷിനു കിട്ടിയതാണ്. ആ അമ്മുവിന്റെ ഭാഷാജ്ഞാനം എങ്ങോട്ടു പോയി. ഒന്നും തിരിയുന്നില്ല. ഓർക്കാതെ, മഷിപ്പേന കടിച്ചു.

അമ്മുവിനെ നോക്കി, ടീച്ചർ പറഞ്ഞു. ''പച്ച വേഷക്കാരി പെൺകുട്ടി, മൂന്നാം നിരയിൽ ഇടത്തേ അറ്റം ഇരിക്കുന്ന സുന്ദരീ, ഒന്നെഴുന്നേറ്റേ. Didn't you have your morning tea? എന്തിനാ മഷി കുടിക്കുന്നതെന്നാണ് ചോദിച്ചത്?'' ക്ലാസ്സിൽ കൂട്ടച്ചിരി. അമ്മു വിയർത്തു പോയി. ഇംഗ്ലീഷ് മീഡിയത്തിൽ നിന്നും വന്ന കുട്ടികൾ, ചറപറ ഇംഗ്ലീഷ് പറഞ്ഞ്, ക്ലാസ്സിൽ നിന്ന് പുറത്തേക്ക് പോകുന്നു. വല്ലാത്തൊരു അപകർഷതാബോധം. ഇവിടെ എനിക്കു ശരിയാവില്ല. ബംഗ്ലാവിലേക്ക് തിരിച്ചു പോയാലോ? ആ രാത്രി മുഴുവൻ ആലോചനയിൽ... അമ്മ ദേവയാനിയെ ഓർത്തു. ഈ നഗരത്തിലെ പളപളപ്പിൽ, സ്വർണ്ണാഭരണങ്ങളണിയാതെ ലാളിത്യം അലങ്കാരമാക്കി, പരീക്ഷകളിൽ ഒന്നാമതെത്തിയത്, കോളേജ് മാഗസിനിൽ കഥയെഴുതി ഒന്നാം സമ്മാനം വാങ്ങിയത്, 'എന്റെ ഗ്രാമം' എന്ന കവിത പ്രസിദ്ധീകരിച്ചത്. ഹജൂർ കച്ചേരിയിലെ, സത്യസന്ധനും സമർത്ഥനും ആയ ഉദ്യോഗസ്ഥനെന്ന് പേരെടുത്ത വല്യച്ചൻ. എന്റെ കുഞ്ഞാവ ആകാശം പോലെയാണ്. അതിരില്ല എന്ന് അഭിമാനിക്കുന്ന രാജു. എന്റെ കുലത്തിനെ ഇത്രയ്ക്ക് തരം താഴ്ത്തിയത് എന്തിനാ, എന്ന് വല്യങ്ങുന്നിനെപ്പോലെ ചോദിക്കാൻ മാന്തോപ്പിൽ ബംഗ്ലാവിൽ, അമ്മുവാവയാണ് ഇനിയുള്ളത് എന്ന് ഇടയ്ക്കിടെ പറയുന്ന കാളിയമ്മ.

പഠിച്ച്, അധികാരസ്ഥാനത്തെത്തണം. അവരുടെയെല്ലാം പ്രതീക്ഷകൾ തല്ലിക്കെടുത്തരുത്. അമ്മു തീരുമാനിച്ചുറപ്പിച്ചു. മുറിയിൽ, ഒപ്പമുള്ള റോസമ്മ പാലാക്കാരിയാണ്. മാതാപിതാക്കൾ അമേരിക്കയിലാണ്. ഇംഗ്ലീഷ്മീഡിയത്തിൽ പഠിച്ചതാണ്. ഒഴുക്കോടെ ഇംഗ്ലീഷ് പറയും. ''എന്നോടിനി ഇംഗ്ലീഷ് പറഞ്ഞാൽ മതി കേട്ടോ'', റോസമ്മയോട് ഒരു അപേക്ഷ വച്ചു. ഇതിൽ കൂടുതലെന്ത് ക്രെഡിറ്റ് വേണം. വലിയ തറവാട്ടിൽ നിന്നു വന്ന, ശാലീനസുന്ദരി അപേക്ഷിക്കുന്നു. എന്തിനാ രണ്ടാളും ഇംഗ്ലീഷിൽ കടുകു വറക്കുന്നതെന്ന, കൂട്ടുകാരികളുടെ കളിയാക്കൽ ഗൗനിച്ചില്ല. അങ്ങനെ ഇംഗ്ലീഷിൽ വർത്തമാനം പറയാൻ

പരിശീലിച്ചു, ഇംഗ്ലീഷ് പുസ്തകങ്ങളോടും കൂട്ടു കൂടി. മലയാളത്തിൽ വായിച്ചതിലെത്രയോ മടങ്ങ്, എത്രയോ ആഴത്തിൽ മഹാസാഗരമായി ഇംഗ്ലീഷ് പുസ്തകങ്ങൾ. കഥയും കവിതയും നോവലും നാടകവും ലേഖനങ്ങളും വായിക്കുന്തോറും മറ്റൊന്നു കൂടി മനസ്സിൽ ഉറപ്പിച്ചു. ഇംഗ്ലീഷ് സാഹിത്യം, തുടർന്നുള്ള പഠനം അതാവണം ലക്ഷ്യം. ഉന്നതബിരുദം എടുക്കും, റിസർച്ച് ചെയ്യും. കോളേജ് പഠനത്തിന്റെ തുടക്കത്തിൽ തന്നെ ചെറിയൊരു റാഗിങ് നടത്തി, വാശിപിടിപ്പിച്ച, വെളുത്തു മെലിഞ്ഞ ചുറുചുറുക്കുള്ള ചെറുപ്പക്കാരിയോട് ആരാധന തോന്നി. പിന്നീടത് സൗഹൃദമായി.

വേനലവധിക്ക് മാന്തോപ്പ് ബംഗ്ലാവിൽ അമ്മുവിനൊപ്പം, ഒരാഴ്ച കായലിൽ, നീന്തിത്തുടിച്ച്, നീരാടിയ ശാരദടീച്ചർ പിന്നീടവൾക്ക് വഴികാട്ടിയായി. കൂട്ടിക്കൊണ്ടു പോകാൻ കുഞ്ഞമ്മാൻ എത്താൻ ഒരു ദിവസം വൈകി. എനിക്ക് നെയ്യാറ്റിൻകരയിൽ, ഒരു യോഗമുണ്ടായിരുന്നു. പറഞ്ഞത് നുണയാണെന്ന് പിന്നീട് മനസ്സിലായി. തിരുവനന്തപുരത്തെത്തിയാൽ, കുഞ്ഞമ്മാൻ തങ്ങുന്നത് നെയ്യാറ്റിൽകരയിലെ ബന്ധു വീട്ടിലാണെന്ന് അറിഞ്ഞു. അവിടെ കുഞ്ഞമ്മാന് പിരിയാൻ പറ്റാത്ത ഒരു ബന്ധമുണ്ടെന്നും. സന്ധ്യ കഴിഞ്ഞു, ബംഗ്ലാവിലെത്തിയപ്പോൾ. ഇന്നിനി രാജുവിനെ കാണാൻ പറ്റില്ലല്ലോ എന്ന് നിരാശ.

വല്യച്ചന്റെ മുഖത്ത് പ്രകടമായ സന്തോഷം, വല്ലാതെ ക്ഷീണിച്ച്, കണ്ണുകൾ താണ കാളിയമ്മയുടെ കണ്ണുകളിൽ തെളിച്ചം. അവളെ ചേർത്തുപിടിച്ച് കാളിയമ്മ കിടന്നു. രാത്രിയിലെപ്പോഴോ ഒരു നനവ് തോന്നി. ഉണർന്നു. മഴ ചാറുന്നുണ്ടോ? ഓട് ചോരുന്നുണ്ടോ? ചാറിച്ചാറി പെയ്യുന്നത്, കാളിയമ്മയുടെ കണ്ണുകളാണെന്ന് മനസ്സിലായി. ''എന്താ, എന്റെ അമ്മേ, എന്തു പറ്റി? എന്തിനാ കരയുന്നേ?''

''തോറ്റു പോവുകയാണ് മോളേ, തോക്കാൻ മനസ്സില്ലാത്ത കാളി. നിരീച്ചിട്ട് ഒരെത്തും പിടീമില്ല. എങ്ങോട്ടെങ്കിലും ഓടിപ്പോണമെന്ന് തോന്നും പിന്നെ, വല്യങ്ങുന്നിനെ ഓർക്കുമ്പോൾ നന്ദികേടെന്ന് തോന്നും... തറവാട്ടിന് ചീത്തപ്പേരുണ്ടാക്കാൻ കാളിക്ക് പറ്റൂല. വാവ വരുന്നതു വരെ സഹിക്കുക തന്നെ എന്നുറച്ച്, നാളെണ്ണിയാണ് കഴിയുന്നത്.'' കൊച്ചുരാമനുമായുള്ള പ്രത്യേക പൊറുതി, കുഞ്ഞിക്കാളിക്ക് പൊറുക്കാനാവുന്നില്ലെന്ന് അമ്മൂന് മനസ്സിലായി. ''പഠിച്ചു തീർന്നാലുടനെ ഞാനൊരു ജോലി വാങ്ങിക്കും. രാജുവും കാളിയമ്മയും ഞാനും അവിടെ ഒരുമിച്ച് ജീവിക്കും. വല്യച്ചനോട് ഞാൻ കരഞ്ഞു പറഞ്ഞ് അനുവാദം വാങ്ങിക്കും. വേറെ ആരുടേം അനുവാദം എനിക്ക് വേണ്ട.'' അമ്മു, കാളിയമ്മയ്ക്ക് ഉറപ്പു കൊടുത്തു.

നേരം വെളുക്കാൻ കാത്തു കിടന്നു. കായൽക്കരയിലേക്ക് പാഞ്ഞു. കാടൻകുന്ന് ഇറങ്ങേണ്ടി വന്നില്ല. രാജു മുകളിലെത്തി കാത്തു

നിൽക്കുന്നു. നേരത്തെയെങ്ങാനും എഴുന്നേറ്റുവന്ന്, കുഞ്ഞമ്മാന്റെ ദൃഷ്ടി പതിഞ്ഞാലോ. രണ്ടാളും കൈ കോർത്തു പിടിച്ച് താഴോട്ടിറങ്ങി. കൈതക്കാടുകൾ, ചുറ്റും പടർന്ന് ഓലപ്പുര തീർത്തു. ചിലരൊക്കെ പൂത്തു കായായി. ചിലർ പൂക്കാതിരിക്കാനാവില്ല എന്ന ഭാവത്തിൽ തളിർക്കുന്നു. വേഗം വിടരാൻ കൊതിക്കുന്ന ഒരു പൂമൊട്ടായി അമ്മുവും. ''കാണാതിരുന്നപ്പോളാണ്, കാണാമെന്ന പ്രതീക്ഷയാണ് ജീവിതമെന്നത് മനസ്സിലായത്,'' രാജു പറഞ്ഞു.

''ദിവസങ്ങളല്ല ഞാൻ എണ്ണിയത്. നിമിഷങ്ങളായിരുന്നു. ഹൃദയത്തിൽ സൂക്ഷിക്കുന്ന നിമിഷങ്ങൾ,'' അമ്മു കവിത ചൊല്ലുംപോലെ പറഞ്ഞു. ''കുഞ്ഞാവ, ഇത്തിരി കൂടി പൊക്കം വച്ചടാ,'' അവൻ വാത്സല്യത്തോടെ പറഞ്ഞു. മൂന്നു മാസത്തെ വർത്തമാനം പറഞ്ഞു തീർക്കാൻ, പത്തു ദിവസം പോരാ എന്ന് രണ്ടാൾക്കും തോന്നി. ജലധാര ഗ്രന്ഥശാല ഇത്തവണ അവിട്ടത്തിന് ഒരു നാടകം നടത്തുന്നുണ്ട്. ''ഗോപാലകൃഷ്ണ പിള്ള സാറാണ് നാടകം തെരെഞ്ഞെടുത്തത്. 'വേലുത്തമ്പിദളവ.' പുള്ളിക്ക് വേലുത്തമ്പിദളവ ആയിട്ട് അഭിനയിക്കാൻ കൊതി മൂത്തിരിക്കയാണ്. ചിലവെല്ലാം അങ്ങേര് വഹിച്ചോളാമെന്ന് പറഞ്ഞിട്ടാണ്, എന്നാ പിന്നെ നടക്കട്ടെ എന്ന് ഞങ്ങളും വിചാരിച്ചു. പിരിവിന് ഇറങ്ങണ്ടാല്ലോ? അങ്ങേര് കുറെ പുസ്തകങ്ങളും ഗ്രന്ഥഗാലയ്ക്ക് സംഭാവന ചെയ്തിട്ടുണ്ട്. ആളത്ര ശരിയല്ല. സ്വാഗത ഗാനം പാടുന്ന പെൺകൊച്ച് റിഹേഴ്സലിനു വന്നപ്പോൾ തോണ്ടി, അതിനെ അസ്ഥാനത്ത് പിടിച്ചു. ആ കൊച്ച് പേടിച്ചോടി. പിന്നെ സമാധാനിപ്പിച്ച്, കാവലു നിന്നാണ്, അതിനെ കൊണ്ടുവന്നത്. അയാടെ രോഗത്തിന് ഇത്തവണ ഞങ്ങൾ പണി കൊടുക്കും.'' ആ പണി എന്താണെന്ന് ചോദിച്ചു. ''സംഗതി നടന്നു കഴിഞ്ഞ് പറയാം. അവിട്ടം കഴിഞ്ഞാൽ ഞാൻ ഫ്രീ. നമുക്കീ നാലുകരയിലും തുഴഞ്ഞു തുഴഞ്ഞു പോണം.''

ബംഗ്ലാവിലെ ഓണാഘോഷം പതിവുപടി നടന്നു. കുഞ്ഞിക്കാളിക്ക്, പഴയ ഉത്സാഹമില്ലെന്ന് അമ്മു കണ്ടു. ഈനാംപേച്ചി, ചീവീട് ശബ്ദത്തിൽ പാടിയിട്ടും, കുഞ്ഞിക്കാളിയുടെ കിളി സ്വരം കേട്ടില്ല. പഞ്ചമിക്ക് താളം തെറ്റിയിട്ടും കൊട്ടുവടി എടുത്ത്, അടിച്ച് താളപ്പിശക് തിരുത്തിയില്ല. ''അതെന്താ കാളിയമ്മേ, പാട്ടിലും കളിയിലും ഒന്നും ശ്രദ്ധിക്കാത്തെ? താളം തെറ്റിയിട്ടും അനങ്ങിയില്ലല്ലോ?'' അമ്മു ചോദിച്ചു ''ലോകത്തിന്റെ ആകെ താളക്രമം തെറ്റിയിരുക്കുകയല്ലേ വാവേ? സഹിച്ച് സഹിച്ച്, സഹികെടുമ്പോള്, ഭൂമീദേവി തിരുത്തും, ഭൂമിയെപ്പോലെ സഹിക്കണം.''

ചതയദിവസം രാവിലെ രാജുവിനെ കണ്ടമാത്രയിൽ തന്നെ ചോദിച്ചു. ''ഗോപാലകൃഷ്ണൻ സാറിന് പണി കൊടുത്തോ?''

ഊറിച്ചിരിച്ചോണ്ട്, അവൻ പറഞ്ഞു. ''കൊടുത്തോന്നോ? മുട്ടൻ പണി കൊടുത്തു.'' അക്കഥ, രാജു പറഞ്ഞപ്പോൾ, അമ്മുവും ഉറക്കെ പൊട്ടിച്ചിരിച്ചു പോയി. വേലുത്തമ്പിദളവയ്ക്കണിയാനുള്ള കോട്ട് വാടകയ്ക്കെടുത്തത് രാജുവാണ്. നീളൻ കോട്ട്. തലേന്നാൾ രാത്രിയിൽ കോട്ടിനുള്ളിൽ നീറിന്റെ കൂട് തുണിയിൽ പൊതിഞ്ഞ് തയ്ച്ചു വച്ചു. വെറും രണ്ട് തയ്യല്. സാധനം അവിടിരുന്നു. വിശറ് ഉറങ്ങിക്കാണും. നാടകം വൈകിട്ട് എട്ട് മണിക്കു തന്നെ തുടങ്ങി. സ്വാഗതഗാനത്തോടെ തിരശ്ശീല പൊങ്ങി. തുടങ്ങുന്നതേ കുണ്ടറ വിളംബരത്തിലാ. 'ദേശസ്നേഹികളേ', അടുത്തവാക്ക് പറയുന്നതിനു മുമ്പ്, ദളവ ചെറുതായൊന്നു പുറം ചൊറിഞ്ഞു. അടുത്ത വാചകം 'ഇനി തുറന്ന യുദ്ധം തന്നെ,' അപ്പോഴേക്കും കൂട് പൊട്ടിയിറങ്ങിയ വിശറ് യുദ്ധം തുടങ്ങിക്കഴിഞ്ഞു. ചൊറിച്ചിൽ പല ഭാഗത്തായി. ആകെ വശപ്പിശക്, ചൊറിഞ്ഞിട്ട് നിൽക്കാൻ മേല സാറിന്, പ്രസംഗം പൂർത്തിയാക്കുന്നതിനു മുൻപ് കർട്ടനിട്ടു, കോട്ടൂരി കളഞ്ഞു. ചൊറിഞ്ഞു തീർക്കാൻ ഇത്തിരി സമയമെടുത്തു. ''സാറ് ദേഹം മാന്തിപ്പൊളിക്കണ്ട. പയ്യെ ചൊറിഞ്ഞാൽ മതി.'' രാജു പറഞ്ഞു.

കാണികളെ സമാധാനിപ്പിക്കാൻ, സ്വാഗതഗാനം പാടിയ കുട്ടി ഒരു ദേശഭക്തി ഗാനംപാടുന്നുണ്ട്. ഞരമ്പുദീനം ചൊറിഞ്ഞു തീർത്തു. കോട്ടു വേണ്ടേ വേണ്ട, വേലുത്തമ്പിദളവ ജുബ്ബയിട്ട് നാടകം തുടർന്നു. ഞാനെവിടെയോ വായിച്ചതാണ്. അത് വാദ്ധ്യാർക്കിട്ട് പ്രയോഗിച്ചു. ചതയത്തിന്, പായസവുമായി ലളിതേച്ചി വന്നപ്പോൾ, ഗോപാലകൃഷ്ണൻ സാറിനെ നീറ് ആക്രമിച്ച കഥ അമ്മു പറഞ്ഞു. രണ്ടാളും ഒത്തിരി ചിരിച്ചു.

രാജുവിനും കാളിയമ്മയെ പെരുത്തിഷ്ടമായിരുന്നു. കാണുമ്പോഴൊക്കെ വാവയില്ലാത്ത സങ്കടം പറയും. ഉരലും മദ്ദളവും തമ്മിൽ തമ്മിൽ പറയുമ്പോഴുള്ള ആശ്വാസം. ''തങ്കപ്പെട്ട അമ്മയാണ്. എന്നെ രാജു മോനേന്നേ വിളിക്കൂ. എന്റെ അമ്മ പോലും അത്രയും ഇനിപ്പോടെ വിളിക്കത്തില്ല. അദ്ധ്വാനവും അഭിമാനവും അടിയറവ് വെച്ചിരിക്കുന്ന ദളിത് വർഗ്ഗങ്ങൾ കാളിയമ്മയെ കണ്ട് പഠിക്കണം. മരങ്ങോടൻ കൊച്ചുരാമന്, ഷാപ്പ് നടയിൽ വച്ച് ഓണത്തല്ലു കൊടുക്കാൻ ഓങ്ങി വച്ചിരിക്കുകയായിരുന്നു. വല്യങ്ങുന്ന് അത് കൊടുത്തു. മുറിഞ്ഞത്, മുറിഞ്ഞിട്ട് പ്രതികരിക്കാഞ്ഞിട്ടല്ലേ? ചിതറിപ്പോയത്, ഒരുമിച്ചു നിൽക്കാനുള്ള ഇച്ഛാശക്തി ഇല്ലാഞ്ഞിട്ടല്ലേ? വരിവരിയായി ഉറുമ്പുകളെല്ലാം ഒരേ ലക്ഷ്യത്തിലേക്ക് പോകുന്നത് കണ്ടു പഠിക്കണം എന്റെ കുലക്കാർ, സ്വയം തരം താഴ്ത്തുന്നവർ.'' രാജു വാചാലനായി. വിരഹം താൽക്കാലികമാണെന്ന് ഉറപ്പിച്ച്, ആയുഷ്ക്കാല ഒത്തുചേരലിന്റെ സ്വപ്നങ്ങളുമായി, രണ്ടാളും പിരിഞ്ഞു.

അമ്മുദേവുപിള്ള വനിതാ കോളേജിലെ താരമാകാൻ, അധികകാലം വേണ്ടി വന്നില്ല. പഠനത്തിലും സാഹിത്യകലാരംഗങ്ങളിലും ഒന്നു പോലെ ശോഭിച്ച അവളെ, ആദ്യ ക്ലാസ്സിൽ റാഗു ചെയ്ത ശാരദ ടീച്ചർ പ്രോത്സാഹിപ്പിച്ചു. അവധിദിനങ്ങളിൽ സ്വന്തം മുറിയിലേക്ക് കൂട്ടിക്കൊണ്ടുപോയി, പുസ്തകങ്ങൾ കൊടുത്തു. ഇംഗ്ലീഷ് സാഹിത്യലോകത്തിന്റെ വാതിൽ മലർക്കെ തുറന്നിട്ടത്, ശാരദ ടീച്ചറാണ്. ഡിഗ്രിക്ക് ഇംഗ്ലീഷ് ഭാഷയും സാഹിത്യവും ഐച്ഛികമാക്കാൻ, അമ്മുവിന് ഒരാലോചനയും വേണ്ടി വന്നില്ല. ഉറവ വറ്റാത്ത തടാകത്തിന്റെ നിർമ്മലമായ ജലജ്ഞാനസ്നാനം ചെയ്ത അമ്മുവിന്, വിജ്ഞാനം ജന്മസിദ്ധമായിരുന്നു.

പതിനാറ്

ക്രിസ്തുമസ് അവധിക്ക് മാന്തോപ്പിലെത്തിയപ്പോഴാണ് വല്യച്ചന് നെഞ്ചുവേദന വന്ന്, ജില്ലാ ആശുപത്രിയിൽ കൊണ്ടുപോയ വിവരം അമ്മു അറിയുന്നത്. വിളിക്കാൻ വന്ന കുഞ്ഞമ്മാൻ അതിനെക്കുറിച്ച് ഒരക്ഷരം മിണ്ടിയില്ല. ബംഗ്ലാവിലെത്തിയപ്പോഴേ പന്തികേട് തോന്നി. വൈകുന്നേരം, മാവിൻചുവട്ടിൽ ചാരുകസേരയിലിരുന്ന് അന്തി വെയിൽ കൊള്ളുന്ന വല്യച്ചൻ അവിടെയില്ല. ആ മുഖം കണ്ടിട്ടേ അകത്തോട്ട് കയറാറുള്ളൂ. കാലും മുഖവും കഴുകി, വേഷം മാറി. തെക്കേ മുറിയിലേക്ക് ചെന്നു. പകലൊന്നും കട്ടിലിൽ കിടക്കാത്ത വല്യച്ചൻ, കിടക്ക മടക്കി ചാരി തലപൊക്കി വച്ച്, കണ്ണടച്ചു കിടക്കുന്നു. അമ്മു അടുത്തു ചെന്നു. വല്യച്ചാ, ഞാൻ വന്നു എന്നു പറഞ്ഞപ്പോഴാണ് കണ്ണ് തുറന്നത്.

തുലാമഴ തകർത്തു പെയ്യുന്ന ഒരു രാത്രിയിലാണ് വല്യച്ചന് നെഞ്ചുവേദന വന്നത്. രണ്ടു ദിവസം മുൻപ്, ആ പിതാവിന്റെ നെഞ്ചു തകർക്കുന്ന ഒരു വാർത്ത കമ്പിരൂപത്തിൽ ബംഗ്ലാവിലെത്തിയിരുന്നു. ''ശിവസുതൻപിള്ള ഇന്നലെ രാവിലെ ഒരപകടത്തിൽ മരിച്ചു. വിക്ടോറിയ സ്റ്റേഷനിൽ നിന്ന് പുറപ്പെട്ട ഒരു തീവണ്ടിയിൽ, ഓടിക്കേറിയപ്പോൾ വീണ്, വണ്ടിക്കടിയിൽ പെട്ടു. രണ്ടു ദിവസം മോർച്ചറിയിൽ വെയ്ക്കാൻ ഏർപ്പാടുണ്ടാക്കിയിട്ടുണ്ട്. ശവസംസ്കാരത്തിന് വരുന്ന വിവരം അറിയിക്കണം.'' ബോംബേയിലുള്ള ശിവന്റെ കൂട്ടുകാരൻ, ബാബുവിന്റെ ടെലഗ്രാമാണ്. ഏത് പ്രതിസന്ധിയേയും സമനിലയോടെ നേരിടുന്ന പേഷ്കാരങ്ങുന്നിന് തല കറങ്ങി. പിടിച്ചു നിൽക്കാൻ പറ്റാതെ ചാരുകസേരയിലേക്ക് വീണു. കുഞ്ഞുപിള്ള ഓടിയെത്തി വീശി. യശോദാമ്മ ചൂടുജീരകവെള്ളവുമായി വന്നു.

പ്രകടമായ ആഘാതമൊന്നുമില്ലാതെ മാന്തോപ്പിലമ്മ, മൂത്ത മകന്റെ മരണവാർത്തയറിഞ്ഞു. ഒരു ദീർഘനിശ്വാസം മാത്രം. ''അതിന് നമ്മളിപ്പോൾ എന്തു ചെയ്യാനാണ്? അന്യനാട്ടിൽ എത്തിപ്പെടാൻ

എന്തെല്ലാം ബുദ്ധിമുട്ടുണ്ട്. അങ്ങുന്നിനാണേൽ പണ്ടത്തെ പ്രായമല്ലല്ലോ, ഓടിച്ചാടി എത്താൻ.'' അത്രയും പറഞ്ഞ് രുദ്രാണിത്തങ്കച്ചി, അറപ്പുരയിലേക്കു പോയി.

അങ്ങുന്നിന് ഇരിപ്പും, കിടപ്പും ഉറയ്ക്കാതായപ്പോൾ, അറപ്പുര വാതിലിൽ ചെന്ന് കൊട്ടി വിളിച്ചു. വാതിൽ മെല്ലെ തുറന്ന രുദ്രാണിത്തങ്കച്ചിയുടെ മുഖം നിർവികാരത പൂണ്ടിരുന്നു.

''നാളെ രാവിലെയുള്ള തീവണ്ടിക്ക് ഞാനൊന്നു പോയി, ശിവന്റെ മുഖം അവസാനമായൊന്നു കണ്ടോട്ടെ രുദ്രാണി? അവന്റെ ഭാര്യയും ചെറിയ രണ്ടു കുട്ടികളും, നമ്മടെ പേരമക്കളല്ലേ? ഞാൻ ജീവിച്ചിരിക്കുമ്പോൾ, അവരെ അനാഥരാക്കാൻ നിന്റേത്ര മനസ്സുറപ്പില്ല എനിക്ക് രുദ്രാണീ.'' അങ്ങുന്നിന്റെ യാചന, ദുർവാശി കല്ലാക്കിയ രുദ്രാണി കേട്ടില്ല. ''അങ്ങുന്നിന്, എന്നേക്കാൾ വലുത് മോന്റെ ഭാര്യയും കുട്ടികളുമാണെങ്കിൽ പൊക്കോ, തിരിച്ചുള്ള ടിക്കറ്റെടുത്തു

വേണം പോകാൻ, എന്റെ ശവമടക്കിന് കൂടാൻ.'' അറപ്പുരവാതിൽ അടഞ്ഞു.

വല്യങ്ങുന്ന് ധർമ്മസങ്കടത്തിലായ നാളുകൾ. പുത്രദുഃഖംകൊണ്ട് തളർന്ന് വിശപ്പും ദാഹവുമില്ലാതെ രണ്ടു ദിവസങ്ങൾ. മകന്റെ ശവ സംസ്കാരം നടന്ന ദിവസം, അതിരാവിലെ കായൽക്കരയിലെ കല്ലിൽ പോയി ഏറെനേരം ധ്യാനിച്ചിരുന്നു. കണ്ണുനീർച്ചാലുകൾ, കായലമ്മ നെഞ്ചോട് ചേർത്തു. പിന്നത്, പൊട്ടിക്കരച്ചിലായി. ദിഗന്തങ്ങൾ കേൾക്കുന്നത്ര ഉച്ചത്തിൽ. പടിഞ്ഞാറൻ കാറ്റ് രോദനം പേറിക്കൊണ്ട് അറബിക്കടൽ കടന്ന് ചെമ്പൂരിലെ അന്തിമസംസ്കാര കേന്ദ്രത്തി ലെത്തുംവരെ...

വല്യങ്ങുന്ന് നെഞ്ചുപൊട്ടി കരയുന്നത് കൈതക്കാടിന് പിന്നിൽ മറഞ്ഞു നിന്ന് കണ്ടെന്ന് രാജു അമ്മുവിനോട് അടുത്തദിവസം പറഞ്ഞപ്പോൾ അവനും വിങ്ങുന്നുണ്ടായിരുന്നു. ''കണ്ടിട്ട് സഹിച്ചി ല്ലെന്റെ കുഞ്ഞാവേ! രണ്ടും കല്പിച്ച്, ഞാനങ്ങടുത്തു ചെന്ന് കൈ പിടിച്ച് ആ വലിയ മനുഷ്യനെ എഴുന്നേൽപ്പിച്ചു. കാടൻകുന്നുവരെ ഒന്നും മിണ്ടാതെ കൂടെ നടന്നു. കുഞ്ഞാവയുടെ വല്യമ്മാന്റെ വേർ പാടിൽ മൗനദുഃഖം പങ്കിട്ടു. എഴുത്തുപുരയിലെ തിണ്ണയിലിട്ടിരി ക്കുന്ന ചൂരൽക്കസേരയിൽ അദ്ദേഹം കുറേനേരം ഇരുന്നു, ഞാനാ അരഭിത്തിയിലും.''

ഏറെ നേരം കാണാഞ്ഞിട്ടാവാം, കുഞ്ഞുപിള്ള തിരക്കി വന്നു. ബംഗ്ലാവിലേക്ക് മെല്ലെ നടക്കുമ്പോൾ അദ്ദേഹമെന്റെ തോളിൽ തട്ടി പയ്യെ ചോദിച്ചു. ''അന്യദുഃഖം അറിയുന്നവൻ, പേരെന്താ?'' രാജു വെന്ന് ഞാൻ പറഞ്ഞപ്പോൾ വാത്സല്യത്തോടെ ഒന്നു നോക്കി. ''മോനേ രാജു, നീ രാജാവാകണം,'' എന്നു പറഞ്ഞു നടന്നു. ''ഞാനിന്നും കേൾക്കുന്നുണ്ടാ വിളി. നെഞ്ചേറ്റി നടക്കുന്നുണ്ട്. കുഞ്ഞാവ ധൈര്യമായിട്ടിരിക്ക്. മഹാമനുഷ്യനാണ് മാന്തോപ്പില ങ്ങുന്ന്. ഈ നാടിന് ആവശ്യമുള്ളവൻ. അത്ര പെട്ടെന്നൊന്നും പോകത്തില്ല.''

പെട്ടെന്ന് പോയില്ല. കിടന്നു പോയി ആ രാത്രിയിൽ, കടുത്ത നെഞ്ചുവേദന വന്നു. കുഞ്ഞമ്മാൻ തെക്കൻ ടൂറിലായിരുന്നു. പറ്റു പടി വിശ്വംഭരൻ കാറുമായി വന്ന് അങ്ങുന്നിനെ ജില്ലാ ആശുപത്രി യിൽ കൊണ്ടുപോയി, പരിശോധനകൾ നടത്തി, ഹൃദയധമനികളിലെ തടസ്സം കണ്ടുപിടിച്ചു. ഗുളികകൾ കൊടുത്തു. കീറി മുറിക്കുന്നത് അങ്ങുന്നിന് സമ്മതമായിരുന്നില്ല. അഞ്ചു ദിവസം ആശുപത്രി വാസം തന്നെ വല്ലാതെ മടുപ്പിച്ചു. സ്വതന്ത്രജീവിതം ശീലമാക്കിയി രുന്ന അങ്ങുന്ന് നിയന്ത്രണങ്ങൾ പാലിക്കാൻ ബുദ്ധിമുട്ടി. ശരീര ത്തിന് ആയാസമുള്ളതൊന്നും പാടില്ല. അങ്ങുന്നിന്റെ ദിനചര്യകൾ

ആകെത്തെറ്റി. പ്രാതലിനു മുമ്പുള്ള, കായൽവരെയുള്ള നടത്ത, വ്യായാമം, നീന്തൽ എല്ലാം മുടങ്ങി. സൈക്കിൾ സവാരി പാടില്ല. ദീർഘദൂരം റാലി സൈക്കിൾ ചവിട്ടുന്നത് അങ്ങുന്നിന്റെ ഇഷ്ട വിനോദമായിരുന്നു. എല്ലാം വിലക്കിയതോടെ, എന്തിനിങ്ങനെ ജീവിക്കണം എന്ന ചിന്ത അദ്ദേഹത്തിനെ അലട്ടി. ഹൃദയമല്ല, മനസ്സാണ് സ്തംഭിച്ചത്. വൈകുന്നേരങ്ങളിലെ പത്രപാരായണം പോലും മുഷിഞ്ഞു തുടങ്ങി. ഏറെ നേരവും കണ്ണടച്ചു കിടക്കും. ഒന്നിലും, ഒരു താല്പര്യം കാട്ടിയില്ല. അമ്മൂട്ടി അടുത്തുള്ളപ്പോൾ മാത്രം മഴമേഘങ്ങൾക്കിടയിൽ നിന്ന് സൂര്യൻ തെളിയുന്നതു പോലെ, ഇത്തിരി നേരം തെളിയും. വീണ്ടും മങ്ങും.

പതിനേഴ്

ക്രിസ്തുമസ് അവധി തീർന്നെങ്കിലും വല്യച്ചനെ വിട്ടുപിരിയാൻ അമ്മുവിന്റെ മനസ്സനുവദിച്ചില്ല രണ്ടാഴ്ച അവധി, പ്രിൻസിപ്പലിനോടും ഹോസ്റ്റൽ വാർഡനോടും കുഞ്ഞമ്മാൻ ചോദിച്ചു വാങ്ങിച്ചപ്പോൾ, വല്യച്ചനോടുള്ള സ്നേഹം കൊണ്ടാണെന്ന് അമ്മു ധരിച്ചു. സംഗതി അതായിരുന്നില്ല. അമ്മയും, മകനും തിരക്കിട്ട കൂടിയാലോചനകൾ നടത്തുകയായിരുന്നു.

കാടൻകുന്നും പരിസരങ്ങളുമൊക്കെയായി മാന്തോപ്പിലങ്ങുന്നിന്റെ പേരിലുള്ള കരഭൂമി, തോട്ടിൻകരയിലുള്ള ആയിരപ്പറ കണ്ടം, വല്യച്ചൻ, അമ്മമ്മയുടെ പേരിൽ വച്ചിരിക്കുന്ന മാന്തോപ്പ് ബംഗ്ലാവ് നിൽക്കുന്ന പത്തേക്കർ, വമ്പിച്ച ഭൂസ്വത്താണ്. അങ്ങുന്നിന് എന്തെങ്കിലും സംഭവിച്ചാൽ, മൂത്തമകന്റെ പരദേശി ഭാര്യയും മക്കളും അവകാശത്തർക്കവുമായി വരും. ലോകവിവരമുള്ള കുഞ്ഞമ്മാൻ ബോധവൽക്കരിച്ചതോടെ അമ്മമ്മയ്ക്ക് വെപ്രാളമായി. പല തവണ ഉദ്ദണ്ഡിച്ചപ്പോൾ അങ്ങുന്ന് പറഞ്ഞു. ‘‘രുദ്രാണിയുടെ ഇഷ്ടം നടക്കട്ടെ. രണ്ടു ദിവസം കഴിഞ്ഞ് വെണ്ടർ നാണുനായരെ വരുത്തി പ്രമാണം എഴുതിക്കോ. പടി കെട്ടിവച്ച്, രജിസ്ട്രാറെ വീട്ടിലോട്ട് വരുത്ത്. ഞാൻ ഒപ്പിട്ട് തരാം.’’

അടുത്ത ദിവസം രാവിലെ വല്യച്ചൻ, അമ്മുവിനോടു പറഞ്ഞു. ‘‘മോളെ കായലിലൊന്നു പോയി, അമ്മയുടെ ആഴങ്ങളിലൊന്ന് മുങ്ങിയിട്ട് നാളൊത്തിരി ആയി. നമുക്കൊന്ന് പോയി വരാം. ഇത്തിരി പതിയെ നടന്നതു കൊണ്ടൊന്നും ഹൃദയം നിന്നു പോകത്തില്ല. രക്ത ഓട്ടം കൂടുകയേ ഉള്ളൂ.’’ കാടൻ കുന്നിറങ്ങുമ്പോൾ, മെല്ലെ അമ്മൂട്ടിയുടെ കൈയിൽ പിടിച്ചു. ‘‘ന്റെ മോൾക്ക്, വല്യച്ചന്റെ കൈ പിടിക്കാനുള്ള കരുത്തായി. വെള്ളത്തിലിറങ്ങി, മുങ്ങിക്കുളിക്കുന്നതിന്റെ സുഖമൊന്നു വേറെയാ.’’ ഓരോ പ്രാവശ്യം മുങ്ങുമ്പോഴും അമ്മുവിന് ഒരു ധൈര്യമുണ്ടായിരുന്നു ഒരു നിമിഷം മതി, കൈതക്കൂട്ടത്തിന്റെ പിന്നിൽ രാജുവുണ്ട് വെള്ളത്തിലോട്ട് ചാടി ആവശ്യം വന്നാൽ വല്യച്ചനെ പൊക്കിയെടുക്കാൻ.

കുളിച്ചു കേറി, എഴുത്തുപുരയിലെ കസേരയിലിരുന്നു. പുരയുടെ മുൻഭാഗത്ത് കുലച്ചു നിൽക്കുന്ന ചെന്തെങ്ങിൻ കരിക്ക്, കുഞ്ഞു പിള്ള വെട്ടിവച്ചിരുന്നു. വല്യച്ചനും മോളും അമൃതുപോലെ അതു കുടിച്ചു. വല്യച്ചന് പറയാനുണ്ടായിരുന്നു.

“അമ്മൂട്ടി മുമ്പൊരിക്കൽ ചോദിച്ചിട്ടുണ്ട്, എന്താ വല്യച്ചനിങ്ങനെ അമ്മമ്മയുടെ ശാഠ്യം വകവച്ചു കൊടുക്കുന്നതെന്ന്. കുറച്ചുകാര്യങ്ങൾ ഞാൻ പറഞ്ഞിരുന്നു. ദൈവത്തെപ്പോലെ കണ്ടിരുന്ന അച്യുതൻ പിള്ള സാറ് എന്നെ ഏല്പിച്ചു പോയ മകളാണ്. നിധി പോലെ ഞാനത് കാക്കണം. ആ പുണ്യാത്മാവ് സ്വസ്ഥമായിരിക്കണം. പാവാട പ്രായത്തിലേ ഞാൻ കണ്ടു തുടങ്ങിയതാ രുദ്രയെ. അഹങ്കാരവും തന്നിഷ്ടവും ജന്മഗുണമായിരുന്നു. അവളുടെ അമ്മ കാർത്ത്യായനി ത്തങ്കച്ചിയും വലിയകോയിക്കൽ തറവാട്ടിലെ എല്ലാ സ്ത്രീകളും സ്നേഹിച്ചത് ഭൂസ്വത്തിനെയാണ്. നോക്കെത്താദൂരത്തിലുള്ള പാടവും പറമ്പും കാൽച്ചുവട്ടിൽ കഴിയുന്ന അടിയാന്മാരും. മരുമക്കത്തായം നിലവിലിരുന്നതുകൊണ്ട് അമ്മാവന്മാരായിരുന്നു സർവ്വാധികാരികൾ. അച്ഛനെന്നത് ഒരു പദവി മാത്രം. അമ്മാവിമാരുടെ ചൊൽപ്പടിക്ക് നിൽക്കുന്ന അമ്മാവന്മാരാണേല്, അനന്തരവരും ആശ്രിതന്മാരാവേണ്ടി വരുന്ന അവസ്ഥ. രുദ്രാണിയുടെ അമ്മൂമ്മയുടെ ആങ്ങള ഒറ്റശേഖരമംഗലത്ത് ആർത്തിമൂത്തൊരു സ്ത്രീയെ കല്യാണം കഴിച്ചതോടെ കാർത്ത്യായനി തങ്കച്ചിക്ക് അർഹതപ്പെട്ട സ്വത്ത് കിട്ടിയില്ല. സ്വത്ത് തർക്കം മൂത്ത് സിവിൽ കേസായി. ഒരിക്കലും തീരാത്ത കേസുകൾ. അച്ഛൻ വേലായുധൻപിള്ള കോടതി കയറി ഇറങ്ങി. വിധി പ്രതികൂലമായി. അച്ഛൻ തിരിച്ച് വീടെത്തിയില്ല. കോടതി വരാന്തയിൽ തന്നെ വീണുമരിച്ചു.

പ്രസവത്തിന് വീട്ടിലേക്ക് പോയ കാർത്ത്യായനിയും കൊച്ചും മടങ്ങി വന്നില്ല. അച്യുതൻസാറിന് കൊട്ടാരത്തിൽ പിടിപ്പുണ്ടായിട്ടും കേസു കാര്യത്തിൽ ചെറുവിരലുപോലും അനക്കിയില്ല എന്ന പരാതിയായിരുന്നു ഭാര്യ കാർത്ത്യായനിത്തങ്കച്ചിക്ക്. വിദ്യാധനം സർവ ധനാൽ പ്രധാനം എന്ന പ്രമാണത്തിൽ അടിയുറച്ചു വിശ്വസിച്ചിരുന്ന സാറിന് മറ്റൊരു പ്രമാണത്തിലും താല്പര്യമുണ്ടായിരുന്നില്ല. അതുകൊണ്ട് അമ്മായിഅമ്മയ്ക്ക് മരുമകനോട് പുച്ഛമായിരുന്നു. ഒരുപകാരവുമില്ലാത്തവൻ എന്ന് ആവർത്തിച്ചു കൊണ്ടേയിരിക്കും. കാർത്ത്യായനിക്കാണെങ്കിൽ അവളുടെ അമ്മ പറയുന്നതായിരുന്നു ശരി. പ്രസവം കഴിഞ്ഞ് കുഞ്ഞിനേയുംകൊണ്ട് തിരിച്ചു വരാൻ ആദ്യമൊന്നും കൂട്ടാക്കിയില്ല. നിർഗുണന്റെ കൂടെ പോയി പൊറുത്തിട്ടെന്തു കാര്യം എന്ന പരിഭവം. ഒടുവിൽ കോടതി വിധി നടപ്പാക്കാൻ ആമീൻ വന്ന് വീട്ടിനു മുന്നിൽ നോട്ടീസ് പതിപ്പിച്ചപ്പോൾ അച്യുതൻപിള്ള

സാർ പോയി അമ്മയേയും കുഞ്ഞിനേയും കൂട്ടിക്കൊണ്ടുവരിക യായിരുന്നു. മരുമോന്റെ കൂടെ താമസിക്കേണ്ട ഗതികേടൊന്നും വന്നിട്ടില്ല എന്നു പറഞ്ഞ്, കാർത്ത്യായനിത്തങ്കച്ചിയുടെ അമ്മ പാറ ശ്ശാലയിലെ ഏതോ ആശ്രമത്തിൽ പോയി ഭക്തിമാർഗ്ഗം സ്വീകരിച്ചു.

അച്യുതൻ പിള്ളസാർ ഭാര്യയോട് അപ്രിയമൊന്നും കാണിച്ചില്ല. മകളോട് അതീവ വാത്സല്യമായിരുന്നു. പക്ഷേ തങ്കച്ചി നഷ്ട പ്രതാപങ്ങളോർത്ത് നെടുവീർപ്പിടാത്ത ദിവസങ്ങളുണ്ടായിരുന്നില്ല. മൂശേട്ട ബാധിച്ച മുഖവും പ്രവർത്തിയും... മകൾക്കും ആ സ്വഭാവ ങ്ങളൊക്കെ മുലപ്പാലിലൂടെ പകർന്നുകിട്ടി. ചുറ്റും വാല്യക്കാരില്ലാതെ ജീവിക്കാൻ ബുദ്ധിമുട്ടായിരുന്നു തങ്കച്ചിക്ക്. ശാപവാക്കുകളേ വായിൽ വരൂ. പനി വന്ന് മൂത്ത് ന്യുമോണിയ ആയിട്ടും ആശുപത്രിയിൽ പോകാൻ വിസമ്മതിച്ചു. ചുമച്ച് ചോര തുപ്പി മരിച്ചു. രുദ്രയ്ക്ക് പത്ത് വയസ്സ് തികയും മുൻപേ പെറ്റമ്മ പോയി.

അമ്മ മരിച്ച കുട്ടിയെ അമിതവാത്സല്യം കൊടുത്താണ് സാർ വളർത്തിയത്. എന്റെ കൈയിൽ ഏൽപ്പിക്കുമ്പോൾ എനിക്കറിയാ മായിരുന്നു രുദ്രാണിയുടെ ദുർവാശിയും സ്വത്തിനോടുള്ള ആർത്തിയും. പക്ഷേ, ഈ കുറവുകളൊന്നും എനിക്കവളോടുള്ള സ്നേഹം കുറച്ചി ട്ടില്ല. ഞാനാദ്യം കണ്ട പെണ്ണ് അവളാണ്. ആദ്യം പേടി ആയിരുന്നു. പിന്നത് അടുപ്പമായി. പാവാട പ്രായംതൊട്ട് ഇന്നുവരെ സ്നേ ഹിച്ചിട്ടേയുള്ളൂ. ആദ്യം തൊടാൻ പറ്റാത്ത ഉയരത്തിലായിരുന്നു അവൾ. അവൾക്കെന്തു കൊടുത്തും ആ ഉയരത്തിൽ തന്നെ അവളെ നിറുത്തണം, എന്നാലേ, എന്റെ ഗുരുവിന് ഞാൻ കൊടുത്ത വാക്കു പാലിക്കാൻ പറ്റൂ.

എന്റെ രണ്ടു മക്കളാ പോയത്. പിതാവ് ജീവിച്ചിരിക്കുമ്പോൾ, മക്കൾ മരിക്കുന്നത് ശാപമാണ്, മുജ്ജന്മശാപം. തലമുറകൾക്കു മുൻപ് പൂർവ്വികർ ചെയ്ത പാപം. മണ്ണിനെ സ്നേഹിക്കുന്നവർക്ക്, മണ്ണ് കൊടുക്കാത്ത പാപം. പുര പണിയുന്നവർക്ക് കൂര കൊടുക്കാത്ത പാപം. ഞാറുനട്ട്, നനച്ച്, വിളയിച്ച്, കറ്റകൾ കൊയ്ത് മെതിച്ച് പത്തായം നിറയ്ക്കുന്നവരെ പട്ടിണിക്കിട്ട പാപം. പാപമോക്ഷത്തിന് വേണ്ടി വല്യച്ഛൻ, എതിർപ്പുകൾ കൂട്ടാക്കാതെ പലതും ചെയ്തു. ശിവനും ദേവയാനിയും അതു ചെയ്യാൻ മോഹിച്ചവരാണ്. പക്ഷേ, ജന്മശാപം അവരെയും തീണ്ടി. മാധവൻ, അമ്മയുടെ രക്തമാണ്. പാപങ്ങൾ ചെയ്തു കൂട്ടുന്നുണ്ട്. വരുംതലമുറകൾക്കും മോചന മില്ലാതാവുമെന്ന് ആലോചിക്കുമ്പോൾ ആളലുണ്ട്. അമ്മൂട്ടിയാണ് വല്യച്ഛന്റെ പ്രതീക്ഷ. കാളിയമ്മ, മോടെ ശക്തിയാണ്. വിദ്യ അഭ്യസിക്കുന്നത്, ഉദ്യോഗം കിട്ടാൻ വേണ്ടി മാത്രമല്ല, മനുഷ്യരാകാൻ വേണ്ടിയാണ്. മോളെഴുതണം, മാറ്റത്തിന്റെ ശബ്ദമാകണം. നാളെ

ഞാൻ പ്രമാണം ചമയ്ക്കുകയാണ്. രുദ്രാണിക്ക് സമാധാനം കിട്ടട്ടെ. അവളുടെ ഇഷ്ടം നടക്കട്ടെ.

അടുത്ത ദിവസം തന്നെ ആധാരം തയ്യാറാക്കാൻ നാണുനായർ വന്നു. പകുതി സ്വത്ത് അമ്മുവിന്റെ പേരിലെഴുതണം. ദേവയാനിക്ക് അവകാശപ്പെട്ടതാണ് അതെന്ന് ക്ഷീണിതനെങ്കിലും വല്യങ്ങുന്ന് തറപ്പിച്ചു പറഞ്ഞു. ‘‘അതെങ്ങനെ നടക്കും? മൂന്നായി വീതിക്കണം. അമ്മയ്ക്കും എനിക്കും ചേച്ചിക്കുള്ളത് മൈനർ അവകാശം കാണിച്ച് അമ്മുവിനും.’’ കുഞ്ഞമ്മാൻ പറഞ്ഞു. ‘‘മൈനറായ അമ്മുവിന്റെ പേരിൽ മൂന്നിലൊന്ന് കാണിച്ച് രക്ഷാകർത്തസ്ഥാനത്ത് മാതുലൻ മാധവനെ വെക്കണം. കല്യാണസമയത്ത് അവടെ പേരിൽ മാറ്റിക്കൊടുത്താൽ മതിയല്ലോ? അല്ലെങ്കിലും അമ്മാവനല്ലേ അതിന് ഉത്തവാദപ്പെട്ടയാൾ.’’ അമ്മമ്മ ഇടപെട്ടു. നാണുനായർ പിന്തുണച്ചു. എഴുത്തുപുര നിൽക്കുന്ന കാടൻകുന്നിലുള്ള ആറ് ഏക്കർ എഴുപത് സെന്റ് അമ്മുദേവുപിള്ളയുടെ പേർക്കെഴുതി മാതുലൻ മാധവൻ പിള്ളയെ രക്ഷാകർതൃസ്ഥാനത്തു വച്ചു. അമ്മു ദേവുപിള്ള വിവാഹിതയാകുമ്പോൾ അവളുടെ പേരിൽ കൂട്ടി കരം തീർക്കാൻ വ്യവസ്ഥ ചെയ്തു. മനസ്സില്ലാമനസ്സോടെ വല്യച്ചൻ ഒപ്പിട്ടു. വിറയ്ക്കുന്ന വിരൽ പതിച്ചു. അമ്മമ്മയുടെ പേരിലുള്ള മാന്തോപ്പ് ബംഗ്ളാവും പുരയിടവും

ഇഷ്ടദാനമായി കുഞ്ഞമ്മാന്റെ പേർക്കും എഴുതി. ഒസ്യത്ത് കരണം ചെയ്തതോടെ എന്റെ പണി തീർന്നു എന്നൊരു ഭാവം വല്യച്ചന്റെ മുഖത്തു വന്നോ എന്ന് അമ്മു സംശയിച്ചു. ആ സംശയം തെറ്റിയില്ല.

മകരമഞ്ഞിൽ കായലമ്മ മൂടിപ്പുതച്ചുറങ്ങുന്ന വെള്ളിയാഴ്ച്ച രാത്രി, അങ്ങുന്നിന് കാവൽ കിടന്ന കുഞ്ഞുപിള്ള ഓടിക്കിതച്ചു വന്ന് കാളിയമ്മയെ ഉണർത്തി. അങ്ങുന്ന് ഊർദ്ധശ്വാസം വലിക്കുന്നു. ഞരക്കത്തിൽ അമ്മുക്കുഞ്ഞിന്റെ പേര് പറഞ്ഞു. ഞെട്ടിയുണർന്ന അമ്മു, കാളിയമ്മയുടെ പിറകെ പാഞ്ഞു. പൂജാമുറിയിലെ കിണ്ടി യിലിരുന്ന വെള്ളം, പ്ലാവിലക്കുമ്പിളിൽ കോരി കുഞ്ഞിക്കാളി, അമ്മുവിന്റെ കയ്യിൽ കൊടുത്തു. പാതി തുറന്ന വായിൽ, ഇറ്റി വീണ വെള്ളം ഇറങ്ങിത്തീരും മുൻപ്, മാന്തോപ്പിലങ്ങുന്നിന്റെ ദേഹി, ദേഹത്തെ വിട്ടു പിരിഞ്ഞു. അടുത്ത പ്രഭാതത്തിൽ സൂര്യൻ വൈകി യാണ് ഉണർന്നത്. മഞ്ഞുപുതച്ചു കിടന്ന തടാകം നിശ്ചലമായിരുന്നു. പൂക്കൈതയൂർ ഗ്രാമം കരഞ്ഞ ദിവസം. പേഷ്കാരങ്ങുന്നിന്റെ മുഖം, അവസാനമായൊന്നു കാണാൻ ഗ്രാമവാസികൾ തിങ്ങിക്കൂടി. ദൈവ ത്താളും പഞ്ചമിയും നങ്ങേലിയും തേവിയും ഒപ്പാരു പറഞ്ഞ് നെഞ്ചത്തടിച്ച് നിലവിളിച്ചു. വായ്ക്കരി ഇടുന്ന നേരം വരെ, പിടിച്ചു നിന്ന അമ്മമ്മയുടെ കണ്ണിൽ നിന്ന്, നീർച്ചാലുകൾ ഒഴുകി. കാളിയമ്മ താങ്ങിപ്പിടിച്ചാണ്, അമ്മുവിനെ വല്യച്ചനെ കാണിക്കാനായി കൊണ്ടു വന്നത്. ആ അടഞ്ഞ കണ്ണുകളിൽ മുത്തിയിട്ട്, ചുണ്ടുകൾ കാതോട് ചേർത്ത് അവൾ മന്ത്രിച്ചു. ''അമ്മൂട്ടി ഇനി എന്തു ചെയ്യണം പറഞ്ഞിട്ട് പോകൂ വല്യച്ചാ...'' കണ്ടു നിന്നവരൊക്കെ കണ്ണീരൊപ്പി. കുഞ്ഞമ്മാൻ മാത്രം വികാര വിക്ഷോഭങ്ങളൊന്നും കാട്ടിയില്ല. ഒരു ശല്യമൊഴിഞ്ഞു എന്ന ഭാവം ഒളിച്ചുവെച്ചുവെന്ന് മാത്രം. കാളിയമ്മ അമ്മുവിനെ താങ്ങി കിഴക്കേമുറിയിലേക്ക് കൊണ്ടുപോകുമ്പോൾ അമ്മു കണ്ടു, ശൂരൻകുടിമാവിന്റെ തായ്ത്തടിയിൽ ചാരിനിൽക്കുന്ന രാജു. തനിച്ചല്ല കുഞ്ഞാവേ, ഞാനും കരയുന്നുണ്ടെന്നു പറയുന്ന കണ്ണുകൾ അവളെ താലോലിക്കുന്നത്. ഉറക്കെ കരയാതിരിക്കാൻ പാടുപെട്ട്, ഓടി, കട്ടിലിലേക്ക് വീണു.

രാത്രിയിൽ വല്യച്ചന്റെ മെതിയടി ശബ്ദം കേട്ട് ഞെട്ടിയുണർന്നു. അങ്ങുന്ന് പോയിട്ടില്ല, ആത്മാവ് വാവയുടെ ഒപ്പമുണ്ട്, അതാ മെതിയടി ശബ്ദം കേൾക്കുന്നതെന്ന് കാളിയമ്മ അവളെ ആശ്വസിപ്പിച്ചു. വല്യ ച്ചനെപ്പോലെ വലിയ ആളാകണം. ഉപകാരിയാവണം എന്നോതി ക്കൊണ്ടിരുന്നു. സഞ്ചയനപ്പിറ്റേന്ന് അമ്മമ്മ കിട്ടൻ ജ്യോത്സ്യരേയും ഭഗോതിക്കുന്നിലെ തിരുമേനിയേയും വിളിച്ചു വരുത്തി. കുഞ്ഞമ്മാൻ അനുഷ്ഠിക്കേണ്ട ബലികർമ്മങ്ങളെക്കുറിച്ച് വിശദമായി കേട്ടു. വെള്ളി യാഴ്ചയാണ് മരണം. തുടർമരണങ്ങളുണ്ടാവാം. അതിനുവേണ്ട

പരിഹാരകർമ്മങ്ങളുടെ നീണ്ട ചാർത്തെഴുതിക്കൊടുത്തു. കുഞ്ഞമ്മാൻ അതിനൊന്നും മിനക്കെടില്ലെന്ന് അമ്മുവിന് അറിയാമായിരുന്നു. ബംഗ്ലാവിന്റെ ആത്മാവ് പറന്നുപോയ തോന്നൽ, ഒന്നും വായിക്കാനാവുന്നില്ല; ആകെ ഒരു അനാഥത്വം. എന്തിനെന്നില്ലാതെ അമ്മു കാടു മുഴുവൻ അലഞ്ഞു നടന്നു. തൊട്ടാവാടികൂട്ടങ്ങളിൽ ചവുട്ടി ഞെരിച്ച് നടന്നു. റബ്ബർ ചെരിപ്പ് തുളച്ച് പാദത്തിൽ കട്ടാരമുള്ള് തറച്ചു കയറി. ഇത്തിരി വേദനിക്കട്ടെ. ഉന്തിയുന്തി നടന്ന്, മുള്ള് അകത്തേക്ക് കയറിക്കൊണ്ടിരുന്നു. വല്യച്ചൻ തൂങ്ങിയാടുന്ന കാഞ്ഞിരമരത്തിലെ വളയത്തിൽ എത്തിപ്പിടിച്ചു. അക്കരെനിന്ന് വേഗം തുഴഞ്ഞ് വള്ളം കടവിലടുപ്പിച്ച്, രാജു ഇറങ്ങി. ‘‘കുഞ്ഞാവേ, എന്തു സാഹസമാ ഇക്കാണിക്കുന്നത്? ആ വളയത്തിൽ എത്തിപ്പിടിക്കാൻ നോക്കിയാല് കരണം കുത്തി വീഴില്ലേ, മുട്ടു പൊട്ടില്ലേ. കോളേജിൽ പോകണ്ടേ?’’

‘‘വാ, ഇവിടിരിക്ക്,’’ അവനവളെ പിടിച്ച് അടുത്തിരുത്തി. ‘‘എന്താ ഇത്, പാദം മുറിഞ്ഞിരിക്കുന്നല്ലോ? അയ്യോ, കട്ടാരമുള്ള്, വിഷമുള്ളാണിത്. മുള്ളിന്റെ അറ്റം പിടിച്ച് വിരലുകൊണ്ട് വലിച്ചു. വരുന്നില്ലെന്നു കണ്ടപ്പോൾ, പല്ലുകൊണ്ട് കടിച്ചെടുത്ത്, പുറത്തേക്കിട്ടു. ചോര ഒഴുകിയത് കഴുകി തുടച്ച് കുറ്റിക്കാട്ടിൽ നിന്ന് കമ്മ്യൂണിസ്റ്റ് പച്ച പറിച്ച് പിഴിഞ്ഞ് മുറിവിൽ ഒഴിച്ചു. ‘‘ബംഗ്ലാവിലേക്ക് പോ, മുറിവ് പഴുക്കാതിരിക്കാൻ എന്തു ചെയ്യണമെന്ന് കാളിയമ്മയ്ക്ക് അറിയാമായിരിക്കും.’’ ഒരു കാല് തറയിൽ കുത്തി, മുള്ളു കൊണ്ട കാല് പകുതി കുത്തി അവന്റെ തോളിൽ ചാരി, നടക്കുമ്പോൾ അവൾ മനസ്സിൽ പറഞ്ഞു. ‘‘ഇവനെന്റെ സുകൃതം.’’ ‘‘കാടൻകുന്നു വരെ ഞാൻ കൂടെ വരാം.., ഞാനെടുക്കട്ടെ കുഞ്ഞാവയെ?’’ ‘‘വേണ്ട നടന്നോളാം.’’ അവൾ പറഞ്ഞു. ‘‘ആരെങ്കിലും കണ്ടാലോ?’’ ‘‘കണ്ടാലെന്താ, കുഞ്ഞാവയെ മുള്ളു കുത്തി, നടക്കാൻ മേല. ഞാനെടുത്തു, അതിന് നിങ്ങക്കെന്താ മാളോരേ...’’ എന്ന് രാജു ഉറക്കെ ചോദിക്കും. പുഷ്പം പോലെ പൊക്കി, അവനവളെ തോളിലിട്ടു.

‘‘വല്യച്ചനോടുള്ള സ്നേഹം കാലിൽ കട്ടാരമുള്ള് തറപ്പിച്ച്, സ്വയം വേദനിപ്പിച്ചല്ല കാട്ടേണ്ടത്. മാന്തോപ്പ് ബംഗ്ലാവിൽ അദ്ദേഹം വരുത്തിയ മാറ്റങ്ങളുണ്ട്. പൂക്കൈതയൂർക്കാർക്ക്, അദ്ദേഹം നൽകിയ അനുഗ്രഹങ്ങളുണ്ട്. മുഖ്യമായിട്ടുള്ളത് അച്യുതവിലാസം സ്കൂളാണ്. അതിലും വലിയ മനസ്സാണ് സ്കൂൾ കുടുംബവകയാക്കാതെ സർക്കാരിന് വിട്ടുകൊടുത്ത് അത് പൊതുമുതലാക്കിയത്. കുഞ്ഞാവേ, നമുക്ക് മാന്തോപ്പിലങ്ങുന്ന് തുടങ്ങിവച്ചത് തുടരാം. ദേ, ഞാനിന്നൊരു പുസ്തകം കൊണ്ടുവന്നിട്ടുണ്ട്. അങ്ങുന്ന് പിന്തുടരാൻ ശ്രമിച്ച മഹാത്മാഗാന്ധിയുടെ ‘സത്യാന്വേഷണ പരീക്ഷണങ്ങൾ.’ ’’

അവൻ വള്ളത്തിൽ നിന്ന് പുസ്തകമെടുത്ത് അവൾക്ക് കൊടുത്തു. സ്കൂൾ കുട്ടി ആയിരുന്ന കാലത്ത്, വല്യച്ചൻ പ്രധാനമന്ത്രി നെഹ്റുജിയെ

കാണാൻ കൂട്ടിക്കൊണ്ടുപോയത് അമ്മു ഓർത്തു. ദേശീയപാതയുടെ ഇരുഭാഗത്തും ജനങ്ങൾ അദ്ദേഹത്തെ കാണാൻ തിങ്ങിക്കൂടി. ചവറ മണ്ണുകമ്പനിയുടെ മുന്നിൽ താലപ്പൊലിയേന്തിയ പെൺകുട്ടികൾ പ്രധാനമന്ത്രിയെ വരവേറ്റു. എല്ലാവരും തൂവെള്ള ഖദർ പാവാടയും ഉടുപ്പും. അതിലൊരു കുട്ടി ചാച്ചാ നെഹ്റുവിന്റെ കഴുത്തിൽ ഹാര മണിയിച്ചു. നീളൻ നീല ഉടുപ്പിട്ട അമ്മു നാണക്കേടുകൊണ്ട്, വല്യച്ഛന്റെ പിറകിലേക്ക് ഒളിച്ചു. ‘‘അമ്മൂ, വേഷത്തിലൊന്നുമല്ല കാര്യം’’ എന്നു പറഞ്ഞ് വല്യച്ഛൻ അവളെ പൊക്കി ഉയർത്തി, നെഹ്റുജിയെ കണ്ടോളൂ എന്ന് മെല്ലെ പറഞ്ഞു തീർന്നില്ല, തുറന്ന ജീപ്പൊന്ന് ചെറുതായി നിർത്തി, വണ്ടിയിൽ പുഞ്ചിരിയോട് കൈ കൂപ്പി നിന്നിരുന്ന ചാച്ചാജി കഴുത്തിൽ കിടന്ന റോസാപ്പൂ മാല അമ്മുവിന്റെ കഴുത്തിലേക്ക് എറിഞ്ഞു. ഉന്നം തെറ്റിയില്ല. ജീപ്പ് നീങ്ങും മുന്നേ, വല്യച്ഛൻ ഓടി അടുത്തു ചെന്നു. കുനിഞ്ഞ്, അവളുടെ കവിളിൽ തലോടി ചാച്ചാജി എന്തോ ചോദിച്ചു, ‘‘ഹൗ ആർ യൂ’’ എന്നാണെന്ന് വല്യച്ഛൻ പിന്നീട് പറഞ്ഞു. സ്വർഗീയ നിമിഷ ങ്ങളായിരുന്നു അത്. വല്യച്ഛന്റെ മുഖത്ത് സന്തോഷവും അഭിമാനവും. ബംഗ്ളാവിലെത്തി, കാളിയമ്മ ഹാരം, അമ്മയുടെ പടത്തിൽ തൂക്കി. അടുത്ത ദിനം സ്കൂളിൽ പോകുന്നതിന്മുൻപ് അമ്മു ഒന്നൂടെ കഴുത്തിലിട്ടു വൈകുന്നേരം മടങ്ങിവന്നപ്പോൾ, റോസാപ്പൂ മാല അവിടെയില്ല. അതിലെ നാരങ്ങാ വെട്ടിയെടുത്ത്, കൊച്ചങ്ങുന്നിന്, നാരങ്ങാ വെള്ളം ഉണ്ടാക്കിക്കൊടുത്തു. ‘‘അമ്മമ്മ പറഞ്ഞിട്ടാ...’’ യശോദാമ്മ പറഞ്ഞു. അമ്മുവിന്റെ പൊട്ടിക്കരച്ചിൽ കേട്ട്, കാളിയമ്മ ഓടി വന്നു. അമ്മു അന്ന് അത്താഴം കഴിച്ചില്ല. വല്യച്ഛൻ അമ്മൂട്ടിയെ വിളിച്ചു. നെഹ്റു ജയിലിൽ കിടന്നപ്പോൾ എഴുതിയ, അച്ഛൻ മകൾക്കയച്ച കത്തുകൾ കൊടുത്തിട്ട് പറഞ്ഞു. ‘‘കരയാതെ മോളിത് വായിക്ക്.’’ വായിച്ചു. എന്റച്ഛനോ അമ്മയോ ഇങ്ങനെ കത്തുകൾ എഴുതിയരുന്നെങ്കിലെന്ന് മോഹിച്ചു.

ഒന്നാം വർഷം പരീക്ഷ ഉണ്ടായിരുന്നില്ല. ഏറെ നേരം എഴുത്തു പുരയിൽ തന്നെ ഇരുന്നു. കുറെ വായിച്ചു കൂട്ടി, കുറച്ചെഴുതി. അമ്മു വിന്റെ എഴുത്തു വഴി തെളിഞ്ഞു വന്നത്, ആ സങ്കടകാലത്താണ്.

പതിനെട്ട്

വലിയങ്ങുന്ന് പോയതോടെ മാന്തോപ്പിന്റെ ആത്മാവ് ചോർന്നു പോയി. എങ്ങും ശ്മശാനമൂകത. എപ്പോഴും വായിട്ടലച്ചു കൊണ്ടിരുന്ന അച്ചിമാർ പോലും വാപൂട്ടി. കുഞ്ഞുപിള്ളയും വാസുക്കുട്ടനും പാച്ചുവുമൊക്കെ ശക്തി ക്ഷയിച്ചവരായി. മാന്തോപ്പിലമ്മയുടെ പ്രൗഢി അങ്ങുന്നിനൊപ്പം പോയി. തല ഉയർത്തിപ്പിടിച്ച്, തറയിൽ അമർത്തി ച്ചവിട്ടിയുള്ള നടത്തം ആജ്ഞാസ്വരം എല്ലാം മയപ്പെട്ടു. താനറി യാതെ മാന്തോപ്പിൽ ഒരു ഇല പോലും ചലിക്കരുത് എന്ന് വാശി പിടിച്ച രുദ്രാണി തങ്കച്ചിയുടെ ഉത്സാഹം കെട്ടു. എന്തെങ്കിലും ചോദിച്ചാലും മാധവനോട് ചോദിച്ച് ചെയ്യ് എന്നായി. അപ്പോഴീ അമ്മമ്മയുടെ വലിപ്പമല്ലാം പേഷ്കാരച്ചൻ, വേണ്ടെന്ന് വച്ചത് ഏറ്റെടുത്തതാണോ? അമ്മു വിചാരിച്ചുപോയി മാസത്തിലൊരിക്കൽ വന്നു കൊണ്ടിരുന്ന കിട്ടു ജോത്സ്യർ ആഴ്ചയിലൊരിക്കൽ വരാൻ തുടങ്ങിയപ്പോഴാണ് മരണഭയമാണ് അമ്മമ്മയെ ഭയപ്പെടുത്തിയതെന്ന് അമ്മു കണ്ടു. അങ്ങുന്നിന്റെ മരണം, വെള്ളിയാഴ്ച്ച ആയിരുന്നതുകൊണ്ട്, തുടർമരണങ്ങൾ ഒഴിവാക്കാൻ മരിച്ച നാളിൽ എല്ലാ മാസവും കൊച്ച ങ്ങുന്ന്, തിരുവനന്തപുരത്ത് തിരുവല്ലത്ത് പോയി ബലിയിടണമെന്നാണ് ഒഴിവ് കണ്ടത്. കുഞ്ഞമ്മാൻ, കൃത്യമായി ആ ദിവസം തിരുവനന്ത പുരത്തേക്കു പോകും. കുറെക്കൂടി തെക്കോട്ട് യാത്ര ചെയ്ത് നെയ്യാ റ്റിൻകരയെത്തും. രണ്ടുദിവസം അവിടെ പാർത്തിട്ട് മടങ്ങിവരും.

മാന്തോപ്പിലമ്മയുടെ വാതക്കൂറു ശരീരത്തിന് ആണ്ടോടാണ്ടു നടത്തുന്ന ചികിത്സകളൊന്നും കാര്യമായി ഫലിക്കാതായി. വടക്കുന്തല ആശാട്ടിയുടെ കിഴിയും ഉഴിച്ചിലും കഷായവുമൊന്നും കൊണ്ടു രോഗശമനമായില്ല. അതിനിടെ ഏതൊക്കെയോ പച്ചിലകൾ അരച്ചു കഴിച്ച് വയറും കുഴപ്പത്തിലായി. വാതരോഗിയായ അമ്മമ്മ ഉദരരോഗി കൂടി ആയി. കിടക്കയിൽ നിന്ന് എഴുന്നേൽക്കാൻ വയ്യാതെ, തളർവാതം ബാധിച്ച അമ്മമ്മയെ പരിശോധിക്കാൻ, കുഞ്ഞമ്മാൻ തിരുവനന്ത പുരത്തു നിന്ന് ഉദരരോഗവിദഗ്ദ്ധനെ കൊണ്ടുവന്നു. ഗുരുതരമായ

പാൻക്രിയാറ്റിക് ക്യാൻസർ ആണെന്ന് പരിശോധനകളിൽ തെളിഞ്ഞു. വീട്ടിൽ തന്നെ കിടത്തി, വേദനസംഹാരികൾ കൊടുക്കാൻ ഡോക്ടർ നിർദ്ദേശിച്ചു.

കുഞ്ഞിക്കാളിയോട് അമ്മമ്മയ്ക്ക് ആയകാലത്ത് പ്രതിപത്തി ഇല്ലായിരുന്നെങ്കിലും മുടക്കം കൂടാതെ മരുന്നും ഭക്ഷണവും കൊടുത്തതും ദേഹം തിരിച്ചും മറിച്ചും തുടച്ച് വ്രണങ്ങൾ വരാതെ നോക്കിയതും കാളിയമ്മയാണ്. കുഞ്ഞമ്മാന്റെ തിരക്ക് കൂടിക്കൊണ്ടിരുന്നു. ഒടുവിലൊടുവിൽ അമ്മമ്മ മകനെക്കുറിച്ചോർത്ത് സങ്കടപ്പെടുമായിരുന്നു എന്ന് കാളിയമ്മ പറഞ്ഞു. ''ഇത്തിരി നേരം എന്റെ അടുത്തിരിക്കാൻ എന്റെ മോന് സമയമില്ല. അവന് നാട്ടുകാരോടുള്ള സ്നേഹം, പെറ്റതള്ളയോടില്ല.'' അമ്മമ്മ വിലപിച്ചു. പാവം അമ്മമ്മ അറിഞ്ഞില്ല, മാധവന് സ്നേഹം എന്ന വികാരമേ ഇല്ലായിരുന്നുവെന്ന്. സ്വന്തം കാര്യസാദ്ധ്യത്തിനുവേണ്ടി, അമ്മയുടെ മുന്നിലും അഭിനയിച്ചു ഫലിപ്പിച്ച ആളാണ് മാന്തോപ്പിൽ മാധവൻപിള്ളയെന്ന് പുറത്തറിഞ്ഞത് മാന്തോപ്പിലമ്മ മരിച്ച് ഒരു വർഷം കഴിഞ്ഞാണ്. അമ്മു രണ്ടാം വർഷ പരീക്ഷ കഴിഞ്ഞ് വേനൽ അവധിക്കെത്തിയ സമയത്തായിരുന്നു അമ്മമ്മയുടെ വേർപാട്. അങ്ങുന്ന് മരിച്ച് ഒരു വർഷം തികഞ്ഞില്ല. ''കിട്ടൻ ജ്യോത്സ്യർ പറഞ്ഞാൽ അച്ചട്ടാ, സ്ത്രീ ജനങ്ങൾ പറഞ്ഞു. ഇനി ആരാണോ അടുത്തത്,'' പുക്കൈതയൂർക്കാര്, ആശങ്കപ്പെട്ടു.

അമ്മമ്മയും കൂടി മരിച്ചതോടെ കുഞ്ഞമ്മാന്റെ സമ്പൂർണ്ണ ഭരണമായി. മാസത്തിൽ പകുതിയിലേറെ ദിവസം തിരുവനന്തപുരത്തായി താമസം. കൊച്ചുരാമന്റെ ഏന്തിവലിഞ്ഞ്, ബ്രാക്കറ്റ് പോലെയുള്ള നടത്തത്തിന്റെ വേഗം കൂടി. വാസന്തിയുടെ ഷാപ്പിൽ തന്നെ തീറ്റേം കുടീം. സഹദേവന്റെ വാറ്റു പരിപാടിക്ക് ശിങ്കിടിയായി കൊച്ചുരാമൻ. ഷാപ്പിനു പുറകിലുള്ള കണ്ടത്തിൽ കോടക്കലം കുഴിച്ചിട്ട് എടുത്തു കൊണ്ടുവരുന്നത് കൊച്ചുരാമൻ. കോടയുടെ അളവൊക്കെ സഹദേവനാണ് തിട്ടം. വാസന്തി വാറ്റു കലത്തിനടിയിൽ തീ ഊതുമ്പോൾ കലത്തിനു മുകളിലുള്ള അടപ്പുകലത്തിൽ വെള്ളം നിറയ്ക്കുന്നതും കൊച്ചുരാമൻ. സഹദേവൻ കലത്തിലെ പൈപ്പിലൂടെ ഇറ്റിവീഴുന്ന വാറ്റ് കുപ്പിയിലാക്കും. സന്താനസമൃദ്ധമായിരുന്നു വാസന്തിയുടെ പുര. ഉരിയും നാഴീംപോലെ നാലു പിള്ളേർ. അവരെ എടുത്തോണ്ടു നടക്കുന്നതും, മൂക്കള തുടയ്ക്കുന്നതും കൊച്ചുരാമൻ.

''മച്ചിക്കാളീ ഞാൻ കൊച്ചുങ്ങളുള്ളേടത്ത് പാർക്കുവാടീ. അവരടെ ചിരിയും കളിയും കാണാനെക്കൊണ്ട് എന്തു രസമാ. നിന്റെ മൂധേവി മോന്ത കണ്ടോണ്ടിരിക്കാൻ വയ്യാഞ്ഞിട്ടാടീ ഞാനവിടെ കുടിപാർക്കുന്നത്.'' കൊച്ചുരാമൻ വല്ലപ്പോഴും സന്ദർശനത്തിനു വരുമ്പോൾ അങ്ങനെ കുറെ പുലഭ്യം പറയും. കുഞ്ഞിക്കാളി പുരയിൽ നിന്നിറങ്ങി

കുറ്റിക്കാട്ടിൽ ഒളിച്ചിരിക്കും. വയറ്റിൽ കിടക്കുന്ന സാധനത്തിന്റെ വീര്യം കുറയുമ്പോൾ കൊച്ചുരാമൻ തിണ്ണയിൽ മലർന്നടിച്ച് കിടന്ന് ഉറങ്ങും. നേരം വെളുത്ത് ബംഗ്ലാവിലോട്ട് പോകും. അവിടെ കറവ പ്പശുക്കളെയൊക്കെ കൊച്ചങ്ങുന്ന് വിറ്റു. മണികണ്ഠൻ കാളയ്ക്ക് വില കിട്ടാത്തതുകൊണ്ട്, കൊടുത്തില്ല. വില്ലുവണ്ടി തുരുമ്പെടുത്തു. ചെല്ലും ചെലവുമൊന്നും നോക്കാനാരുമില്ലാത്ത ബംഗ്ലാവിൽ നിന്ന് കുഞ്ഞുപിള്ളയും പാച്ചുവും വാസുക്കുട്ടനുമൊക്കെ പണി തേടി പിരിഞ്ഞു പോയി. അടുക്കളയിൽ യശോദാമ്മ മാത്രമായി. കൊച്ചു രാമന് വാറ്റ് പണിയും കൊച്ചങ്ങുന്നിന്റെ കളപ്പുര ഒരുക്കും ഉണ്ടായിരു ന്നതുകൊണ്ട് മുട്ടുണ്ടായില്ല. ചൂട്ടും കൊതുമ്പും ഓലമടലുമൊക്കെ കൂട്ടി, വെട്ടിക്കണ്ടിച്ച് പരമുനായരുടെ ചായക്കടയിൽ കൊടുത്ത് കാളി കഴിച്ചില് നടത്തി. ആരോടും കൈ നീട്ടാൻ പോയില്ല. ബംഗ്ലാവും പരിസരവുമെല്ലാം തൂത്ത് വൃത്തിയാക്കിയിട്ടു. എഴുത്തുപുരയിൽ ഒരു പൊടി പോലും വീഴാതെ അവിടം സംരക്ഷിച്ചു.

‘‘വലിയൊരു മനുഷ്യൻ പാർത്ത വീടാ, മാന്തോപ്പിലങ്ങുന്നിന്റെ ബംഗ്ലാവ്. ന്റെ വാവാ പഠിച്ച്, ജോലിയായി കഴിഞ്ഞ് ഈ സ്ഥിതി യൊക്കെ മാറും.’’

കുഞ്ഞമ്മാൻ വരുന്നത്, ഒഴിയടപ്പിക്കാനും നാളികേരം വിൽ ക്കാനും കിട്ടുന്നതുംകൊണ്ട് തിരുവനന്തപുരത്തേക്ക് പോകാനു മാണ്. വന്നാൽ കളപ്പുരയിൽ കൂട്ടുകാരുമൊത്ത് മേളമാണ്. തടത്തിലെ പൊരയിൽ കാളി ഒറ്റയ്ക്കു കഴിച്ചു കൂട്ടിയ രാത്രികൾ വെട്ടിരുമ്പായിരുന്നു അവൾക്ക് കൂട്ട്.

ഒരു രാത്രി, വൈകി സന്ദർശനത്തിനു വന്ന കൊച്ചുരാമന്റെ ഒപ്പം സഹദേവനുമുണ്ടായിരുന്നു. രണ്ടാളും ആടിപ്പാടിയാണ് വരവ്. കത കിൽ മുട്ടിയപ്പൊഴേ, കാളി വെട്ടിരുമ്പെടുത്ത്, കതക് തുറന്നു. കാളിയെ തള്ളി അകത്താക്കി മുറിക്കകത്തേക്ക് കേറാൻ തുടങ്ങിയ കൊച്ചുരാമന്റെ നേരെ കാളി വെട്ടിരുമ്പോങ്ങി.

‘‘പെരയ്ക്കകത്തോട്ട് കേറിയാ തുണ്ടം തുണ്ടം കണ്ടിച്ചിടും ഞാൻ രണ്ടിനേം.’’

ഭദ്രകാളിയായി അവൾ ഉറഞ്ഞുതുള്ളി അലറി. സഹദേവൻ പേടിച്ചോടി.

‘‘ഞാൻ നിന്റെ പൊലയനല്ലിയോടീ എനിക്കീ പൊരയിൽ അധികാ രമുണ്ട്, നീയെന്റെ പെണ്ണാ, ഞാനെന്തും കാണിക്കും.’’

കൊച്ചുരാമൻ പുലമ്പി. അതുകേട്ടരിശം കൂടിയെങ്കിലും കാളി അവനെ വെട്ടിയില്ല. തെരണ്ടിവാലെടുത്ത് ആഞ്ഞു തല്ലി. തനിക്ക് കിട്ടിയ അടികൾ ഇരട്ടിയാക്കി തിരിച്ചു കൊടുത്തു.

''നിന്റെ കഴുത്തു വെട്ടി ഞാൻ കായലിൽ തള്ളാത്തത് കായലമ്മയെ അശുദ്ധപ്പെടുത്തണ്ടാന്നു വച്ചാ കന്നാലീ, മേലാലിനി ഇവിടെ വന്നു പോകരുത്. വന്നാൽ നിന്റെ മുടന്തൻ കാല് കാളി വെട്ടും.''

അത് പറഞ്ഞ് അവൾ അവനെ തിണ്ണയിൽ നിന്ന് തള്ളി മുറ്റത്തേക്കിട്ടു.

''പൊക്കോ വല്ലോന്റേം മക്കളെ ചുമക്കാൻ. വാറ്റിക്കുടിച്ചു ചത്തോ. ഇന്നാ ഇതൂടെ കൊണ്ടു പൊക്കോ''

കഴുത്തിലെ കറുത്ത ചരട് പൊട്ടിച്ച് അവന്റെ നേരെയെറിഞ്ഞ് കാളി ഗർജിച്ചു.

അതായിരുന്നു ആ പൊടവകൊടയുടെ അന്ത്യം. അതോടെ കൊച്ചുരാമന്റെ, പൊരേലോട്ടുള്ള വരവ് നിന്നു.

''അവൾക്ക് പിരാന്താണ് കൊച്ചങ്ങുന്നേ എന്റെ മേല് മുഴുവൻ തെരണ്ടിവാലുകൊണ്ടടിച്ചു പൊളിച്ചു. വെട്ടിരുമ്പുകൊണ്ട് എന്നെ വെട്ടിക്കണ്ടിച്ചിടുമെന്ന് പറഞ്ഞു. ഈ മച്ചി പിരാന്തിയെ ഏന് മാണ്ട.''

അടി കൊണ്ട് കീറിയ പുറവും നെഞ്ചും കാണിച്ച് കൊച്ചങ്ങുന്നിനോട് കൊച്ചുരാമൻ പരാതി പറഞ്ഞു. കൊച്ചങ്ങുന്ന് കുഞ്ഞിക്കാളിയെ വിളിച്ച് ഭേദ്യം ചെയ്തു. അവളൊന്നേ ചോദിച്ചുള്ളൂ.

''കൊച്ചുരാമന്റെ ഷാപ്പിലെ പോക്കും വാറ്റും നിർത്താമോ? ഇവിടെ കളപ്പുരയിൽ കൊണ്ടുവരുന്ന കുപ്പിക്കള്ളു നിർത്താമോ? എന്നാല് കാളി അടങ്ങി ഒതുങ്ങി, അവന്റെ പൊലയി ആയി കുടീല് കഴിഞ്ഞോളാം. വല്യങ്ങുന്ന് ഉള്ളപ്പോൾ ചോദിക്കാനും പറയാനും ആളുണ്ടായിരുന്നു. തലയിരിക്കുമ്പോൾ, വാല് ആടണ്ട എന്ന് വിചാരിച്ചാ, കാളി സഹിച്ചത്. കൊച്ചങ്ങുന്നിന് ഇതൊന്നും കണ്ട മട്ടില്ല. ഞാള് എങ്ങനെ കഴിയുന്നു എന്നും അന്വേഷണമില്ല. സന്ധിക്കുന്നവൻ തമ്പുരാൻ. കൊച്ചങ്ങുന്ന് തമ്പുരാനല്ല.'' കാളി വെട്ടി മുറിച്ച് പറഞ്ഞു.

പത്തൊമ്പത്

ബി.എ. പരീക്ഷാഫലം വന്നു. പത്രത്തിൽ മാന്തോപ്പിൽ ബംഗ്ലാവിലെ അമ്മുദേവുപിള്ളയ്ക്ക് ഒന്നാം റാങ്ക് കിട്ടിയ വാർത്തയും വന്നു. ഏറ്റവും കൂടുതൽ സന്തോഷിക്കേണ്ട വല്യച്ചൻ ഇല്ലാതെ പോയല്ലോ എന്ന സങ്കടമാണ് അമ്മുവിന് ആദ്യം തോന്നിയത്. തുടർന്നു പഠിക്കാൻ സ്കോളർഷിപ്പ് ഉറപ്പായ ആശ്വാസം. കുഞ്ഞമ്മാന്റെ കാര്യത്തിൽ ഒരുറപ്പും ഇല്ല. മുറ്റമടിച്ചോണ്ടിരുന്ന കാളിയമ്മ കൈ കഴുകി, ഓടിവന്നവളുടെ കൈപിടിച്ചു. മേലോട്ടു നോക്കി തൊഴുകൈയോടെ പറഞ്ഞു. ''വല്യങ്ങുന്ന് കാണുന്നുണ്ടാവും സന്തോഷമായിക്കാണും.''

അമ്മു കായലോരത്തേക്ക് കുതിച്ചു. തെളിഞ്ഞ മുഖവുമായി കായലമ്മ മന്ദഹസിക്കുന്നുണ്ട് കന്യകയാം മാതാവ്... ഒരു കവിൾ വെള്ളം കോരി കുടിച്ചു. പതിവിലും നേരത്തെ രാജുവെത്തി. ഇക്കരെ പൂക്കാനൊരുങ്ങുന്ന കൈതയിലേക്ക് ചൂണ്ടി അവൾ രാജുവിനോട് പറഞ്ഞു. ''ദേ, ഞാൻ പോകുന്നതിനു മുൻപ് ഈ കൈത പൂക്കും. എന്റെ ബാഗിലിട്ട് അതു ഞാൻ കൊണ്ടുപോകും.'' ''പൂത്തില്ലേല് അതുമായി ഞാനങ്ങ് വരും. അവൻ ഉറപ്പു നൽകി.''

രാജുവിന്റെ കൂട്ടുകാരൻ പാക്കരന് റെയിൽവേയിൽ ഖലാസി ജോലി കിട്ടിയിരുന്നു. ശനിയാഴ്ച്ചകളിൽ പാക്കരനെ കാണാൻ രാജു തിരുവനന്തപുരത്ത് പോകും. അമ്മുവിനെ കാണുകയെന്നതായിരുന്നു ആ യാത്രയിലെ മുഖ്യ ലക്ഷ്യം. പൂജപ്പുരയുള്ള റെയിൽവേ ക്വാർട്ടേഴ്സിൽ തങ്ങും. വൈകുന്നേരം അമ്മുവും കൂട്ടുകാരികളും കോവിലിൽ പോകാനിറങ്ങും. അനന്തപുരി കോവിൽ സിറ്റിയാണ്. എവിടെത്തിരിഞ്ഞു നോക്കിയാലും അവിടെല്ലാം കോവിലുകളാണ്. വഴുതക്കാട്ടെ ഹോസ്റ്റലിൽ നിന്നിറങ്ങി, ഗണപതി കോവിലിൽ തൊഴുത്, വെച്ചുപിടിക്കും യൂണിവേഴ്സിറ്റി കോളേജിന് സമീപമുള്ള ഇൻഡ്യൻ കോഫീഹൗസിലേക്ക്. ഒരു മസാലദോശയ്ക്ക് രണ്ട് രൂപാ വില. നാലുപേരു കൂടി പങ്കിട്ട് ദോശ നാലായി മുറിച്ച് കഴിക്കുന്നതിന്റെ സുഖമൊന്നു വേറെ. അവിടെ രാജു കാത്തിരിപ്പുണ്ടാവും. മസാലദോശ വാങ്ങിച്ചു തരണം എന്ന് രാജുവിനോട് തമാശ പറഞ്ഞ്

കൂട്ടുകാരികൾ. പാളയം പള്ളിയിലും പ്രാർത്ഥിച്ച്, ഹനുമാൻ കോവിലി ലിൽ വരെ നീളുന്ന യാത്ര. പ്രാർത്ഥനക്ക് മതമില്ലാതിരുന്ന കാലം.

അമ്മുവും രാജുവും കോഫീഹൗസിന്റെ ആളൊഴിഞ്ഞ മൂലയിൽ കണ്ണിൽ, കണ്ണിൽ നോക്കിയിരിക്കും. പിന്നെ, പറഞ്ഞു തീരാത്ത കഥകൾ രണ്ടാളും പറഞ്ഞു തുടങ്ങും. കഥകൾ തീരും മുമ്പ്, കൂട്ടു കാരികൾ നെറ്റിയിൽ കുറിയിട്ട് മടങ്ങിയെത്തും. നാല് മസാലദോശ പാഴ്സലാക്കി രാജു കൊടുക്കും. രാജു അമ്മു കൂടിക്കാഴ്ചകൾ ഹോസ്റ്റലിലെ സഹമുറിച്ചികൾ മൂന്നും കാത്തിരിക്കുന്ന സുദിനമാണ്. ആദ്യ ദിവസം അപരിചിതരായി മിണ്ടാൻ വാക്കുകൾ തപ്പുന്നവർ ഒരാഴ്ചത്തെ ഒരുമിച്ചു താമസം കഴിയുമ്പോഴേക്ക്, അർദ്ധരാത്രി വരെ മിണ്ടിക്കൊണ്ടേയിരിക്കും. തുണി മാറാൻ കർട്ടനിട്ട് മറച്ച സ്റ്റാന്റിനു പിറകിലേക്ക് പോകുന്നവർ, പിന്നീട് ഒരു മറയുമില്ലാതെ തുണി യുരിഞ്ഞ്, വേഷം മാറും. പ്രത്യേകിച്ച് ഒന്നും കാണാനില്ലെന്ന ഭാവ ത്തോടെ. എല്ലാവരേയും ഞെട്ടിച്ചത് റോസമ്മയാണ്. നീണ്ട വരാന്ത യുടെ തെക്കേ അറ്റത്ത് ഒരു നിര കുളിമുറികളാണ്. മതിലിനപ്പുറം ലോഡ്ജാണ്. മതിലുചാടുന്ന പുരുഷകേസരികളുണ്ട്. വനിതാ ഹോസ്റ്റ ലിലെ പെൺപിള്ളേർ, കോളേജിലേക്ക് പോകുമ്പോൾ അറിയാവുന്ന സ്ത്രീനാമങ്ങളെല്ലാം ഉറക്കെ വിളിക്കും. 'ലീലേ, രാധേ, കൗസല്യേ, ഫിലോമിനേ, സുഹറാ' പേരുകൾക്ക് ക്ഷാമമില്ല. ഏതെങ്കിലും ഒരു പെൺകുട്ടി വിളി കേട്ടിടത്തേക്ക് ഒന്നു നോക്കിയാൽ അതുതന്നെ അവളുടെ പേര് എന്നുറപ്പിക്കും.

മതിലു ചാടി, വനിതാ ഹോസ്റ്റലിന്റെ കുളിമുറിയിൽ വായു സഞ്ചാ രത്തിനു വേണ്ടി വച്ചിരിക്കുന്ന കട്ടയ്ക്കിടയിലൂടെ ഒളിഞ്ഞു നോക്കുന്ന പരാക്രമികളുണ്ട് ലോഡ്ജിൽ. റോസമ്മ വിവസ്ത്രയായി കുളിച്ചോണ്ടി രുന്നപ്പോൾ ഒരു ചൂളമടി ശബ്ദം. പൊക്കത്തിൽ കട്ടയുടെ വിടവിൽ കണ്ടു. ഒളിഞ്ഞു നോക്കുന്ന രണ്ട് കണ്ണുകൾ. പേടിച്ചരണ്ട റോസമ്മ അയ്യോ, എന്നു വിളിച്ച് വെള്ളത്തുള്ളികൾ വീഴ്ത്തി പിറന്ന പടി തെക്കുന്ന് വടക്കേയറ്റം വരെ, വരാന്തയിലൂടെ ഓടി. ഏതോ മുറിയിൽ നിന്നെറിഞ്ഞ ഷാള് തോളിൽ നിന്ന് താഴോട്ടു തൂക്കി മുറിയിൽ കേറി. കുളിസീൻ റോസെന്ന പേരും കിട്ടി. അക്കഥ പറഞ്ഞ് രാജുവും അമ്മുവും കുറെ ചിരിച്ചു.

രാത്രിയിൽ കൂട്ടുകാരോടൊപ്പം മേളിച്ച് ലഹരി കൂടിയ വാറ്റു ചാരായവും കോഴിക്കാലും കഴിച്ച് പൂസായ കുഞ്ഞമ്മാൻ, രാവിലെ വൈകി എണീറ്റ്, കാടൻ കുന്നിൽ നിന്ന് നോക്കിയപ്പോൾ കണ്ട കാഴ്ച്ച. അനന്തരവൾ അക്കരെയുള്ള കാട്ടിയുടെ ചെക്കനുമായി കാര്യം പറഞ്ഞു നിൽക്കുന്നു. കൊഞ്ചുന്നു, കുഴയുന്നു. ''കേറി വാടീ മേപ്പോട്ട്.'' സുഗ്രീവാജ്ഞ കേട്ടമട്ട് നടിച്ചില്ല, പേടിച്ചില്ല അമ്മു. കുഞ്ഞ മ്മാൻ താഴേക്കിറങ്ങി.

''കണ്ട അണ്ടനും അടകോടനുമൊക്കെയായിട്ട് കുഴഞ്ഞു മറിയാൻ മാന്തോപ്പിലെ പെങ്കൊച്ചിനെന്താ കാര്യം?''

രാജുവിന്റെ മുഖം കറുത്തു. ''മാധവൻ സഖാവേ, ആരാണീ അണ്ടനും അടകോടനും? നിഘണ്ടുവിൽ അങ്ങനൊരു വാക്കില്ലാത്തതു കൊണ്ട് ചോദിച്ചതാ.''

''ആരാടാ നിന്റെ സഖാവ്? തരക്കാരോട് പോയി കളിക്കെടാ, മാർഗം കൂടിയ, പോക്കില്ലാത്തവനേ പെൺകൊച്ചിനെ മയക്കി എടുക്കാൻ നോക്കണ്ട.'' രോഷാകുലനായി കുഞ്ഞമ്മാൻ.

''സഖാവ് പോയാട്ടെ, നോട്ടീസിലൊക്കെ സഖാവ് മാധവൻ എന്ന് കണ്ടതുകൊണ്ടാ അങ്ങനെ വിളിച്ചത്. പിന്നെ, ഇവിടാരും മാന്തോപ്പിലെ കൊച്ചിനെ മയക്കി എടുക്കുന്നില്ല. ആ കൊച്ച് അങ്ങനെ മയങ്ങുന്ന കൂട്ടത്തിലെയല്ലെന്ന് പന്ത്രണ്ട് വയസ്സുമുതൽ ഇതിനെ അടുത്തറിയുന്ന എനിക്കറിയാം. പെങ്കൊച്ചിന്റെ അമ്മാവനായതുകൊണ്ട് വിവരക്കേട് പറഞ്ഞത് ക്ഷമിക്കുന്നു. അതിന് മറുപടി തരാൻ അറിയാഞ്ഞിട്ടല്ല, തൽക്കാലം പോകുന്നു. അറിയില്ലെങ്കിൽ പറഞ്ഞേക്കാം ഞാൻ രാജുവാണ് ചെ.രാജു.''

ഉറച്ച കാൽവയ്പുകളോടെ രാജു വള്ളത്തിൽ കയറി തുഴഞ്ഞു പോയി.

''ചെ. അല്ല ചെറ്റയാ നീ'' എന്ന് കുഞ്ഞമ്മാൻ കിതച്ചോണ്ട് വിളിച്ചു പറഞ്ഞ് കുന്നു കേറി. നാണക്കേടുകൊണ്ട് തലതാഴ്ത്തി, അമ്മു കുറച്ചു നേരം അവിടെ നിന്നു.

മാന്തോപ്പിലെത്തിയിട്ടും കുഞ്ഞമ്മാന്റെ ശൗര്യം തീർന്നില്ല. മാന്തോപ്പിന്റെ കുടുംബമഹിമയും താണജാതിക്കാരോടിട പെട്ടാൽ പോകുന്ന മാനവും നീണ്ട ഒരു പ്രസംഗം, ഒടുവിൽ ഒരു മുന്നറിയിപ്പും.

''മേലാൽ അവനെ കണ്ടുപോകരുത്. അച്ഛനോട് അന്നേ ഞാൻ പറഞ്ഞതാ, പെൺപിള്ളേർക്ക് ഇത്രയും സ്വാതന്ത്ര്യം കൊടുക്കരുതെന്ന്. പഠിച്ച് കളക്ടറാകുമെന്ന് പറഞ്ഞ്, നെഗളിപ്പ് കൂട്ടിയിട്ട് അങ്ങേര് പോയി. കായൽക്കരയിലിരുന്ന് കവിത എഴുതുവാന്ന് പറയുന്നത് കള്ളമാണ്. അവനോട് കൊഞ്ചാനും കുഴയാനുമാണ്. അക്കരേന്ന് വള്ളത്തില് വന്നാ ശൃംഗാരം, വേണോങ്കി മുങ്ങാം കുഴിയിട്ടും വരും. അത്ര വീരനാ. തല്ലിക്കൊന്ന് കായലിൽ കളയും ഞാൻ.'' കുഞ്ഞിക്കാളി കേൾക്കെ ഉറക്കെ പ്രഖ്യാപിച്ചു കുഞ്ഞമ്മാൻ.

താണ ജാതിക്കാരികൾ ഞാറ് പറിക്കുന്നയിടത്തും കറ്റ കൊയ്യുന്നിടത്തും മെതിക്കുന്നിടത്തുമൊക്കെ പോയി വായിനോക്കി നിക്കാം. രാത്രിയിൽ കൊച്ചുരാമൻ കളപ്പുരയിൽ കൂട്ടിക്കൊണ്ടു വരുന്ന ചെറുമികളോടൊപ്പം ശയിക്കാം. അമ്മു ബി.എ. വരെ പഠിച്ചവളാണ്.

ഹോസ്റ്റലിൽ കൂട്ടുകാരികൾ പറയുന്ന മസാലക്കഥകൾ കേൾക്കുന്നവളാണ്.

കുഞ്ഞിക്കാളിയെ വിളിച്ചും കുഞ്ഞമ്മാൻ ഭീഷണിപ്പെടുത്തി. ''അമ്മു വളർന്ന പെണ്ണാണ്. കാട്ടിലും കൈതയിലും ഒറ്റയ്ക്ക് വിടരുത്. ഇതൊക്കെ നോക്കാൻ അമ്മമ്മ ഉണ്ടായിരുന്നു. എനിക്ക് എപ്പോഴും ബംഗ്ലാവിൽ, കാവലിരിക്കാൻ പറ്റില്ല. തിരുവനന്തപുരത്ത് പരിപാടികൾ ഉണ്ട്.'' കുഞ്ഞിക്കാളി അമർത്തി മൂളി. നീയൊക്കെ വെറും മൂളികളാ എന്നാക്ഷേപിച്ച് ഒരുങ്ങിക്കെട്ടി, കുഞ്ഞമ്മാൻ തിരുവനന്ത

പുരത്തെ പരിപാടിക്കുപോയി. സ്നേഹിക്കുന്നവർക്ക് ഒന്നും പ്രതിബന്ധമല്ല എന്ന് രാജുവും അമ്മുവും തെളിയിച്ചുകൊണ്ടിരുന്നു. എതിർപ്പ് വന്നതോടെ വാശി ആയി.

പഠിച്ച കോളേജിൽ തന്നെ, ബിരുദാനന്തര പഠനം നടത്തുന്നതാവും സൗകര്യമെന്ന് അമ്മു കരുതി. പരിചയമുള്ള കോളേജ് അദ്ധ്യാപകർ, കൂട്ടുകാർ. മാർക്ക് ലിസ്റ്റ് എത്താൻ വൈകും. ബംഗ്ലാവിൽ, കുറച്ചു ദിവസം കൂടി കാളിയമ്മയെ കെട്ടിപ്പിടിച്ചുറങ്ങാം. രാജുവുമായി ഏറെ നേരം മിണ്ടീം പറഞ്ഞും ഇരിക്കാം. അമ്മുവിന് ഒട്ടും ധൃതിയുണ്ടായിരുന്നില്ല.

കൈത വീണ്ടും പൂക്കുന്ന ചിങ്ങം വരെ നീണ്ട ഇടവേള കിട്ടി. പണിക്കാരില്ലാത്തതുകൊണ്ട്, കാളിയമ്മയുടെ തൂപ്പും വാരലും ഉച്ചയാകുംവരെ നീളും. വട്ടിയിൽ മീനുമായി, സൈക്കിൾ ചവിട്ടി രാജു പതിവുകാർക്ക് കൊടുത്ത് തിരിച്ചു വരുന്ന സമയം. തൊട്ടാവാടി ചവിട്ടി മെതിച്ച്, കാടു മുഴുവൻ അലഞ്ഞ്, വെയിലുകൊണ്ട് വാടി, ഒടുവിൽ കുറുക്കൻഗുഹയിലെത്തി അമ്മു. മഴയും വെയിലും കൊള്ളാതെ കാടന്മാരുടെ ഇടം. കൊച്ചു വെളുപ്പിന് അവിടെ നിന്ന് ഉറക്കെ കൂവും. അക്കരെയുള്ള കുറുക്കന്മാരുടെ മറുകൂവൽ കേൾക്കും. അങ്ങനെയാണ്, കാടൻകുന്നെന്നു പേര് വന്നത്. കാടന്റെ ഓരിയിടൽ കുറഞ്ഞു വരുന്നുണ്ടെന്ന്, വല്യച്ചൻ വ്യസനത്തോടെ പറയുന്നത് കേട്ടിട്ടുണ്ട്. വല്യച്ചന് കുറുക്കനോടും നായോടും കാലികളോടും പക്ഷികളോടും മനുഷ്യരോടുമൊക്കെ ഒരേ ഇഷ്ടമായിരുന്നു. എന്നിട്ടെന്തിനാ വല്യച്ചനെ ഇട്ട് കഷ്ടപ്പെടുത്തിയത്? എന്തിനാ എന്റെ അമ്മ ദേവയാനിയെ ചുട്ടെരിച്ചു കൊന്നത്? എന്തിനാ വല്യമ്മാൻ തീവണ്ടിയുടെ അടിയിൽ പെട്ടത്? സുകൃതക്ഷയമാണെന്ന് വല്യച്ചൻ തന്നെ അവസാന നാളുകളിൽ പറഞ്ഞു കേട്ടു. പൂർവ്വികർ ചെയ്യുന്ന കുറ്റത്തിന്, തലമുറകളെ എന്തിനാ ശിക്ഷിക്കുന്നേ? അമ്മുവിന് ഒരു നൂറുകൂട്ടം സംശയങ്ങൾ വന്നു.

''കുഞ്ഞാവേ, ഗുഹയ്ക്കകത്തു കേറി തപസ്സിരിക്കുവാണോ? ഇറങ്ങിവാ.'' രാജുവിന്റെ വിളി കേട്ട് ഞെട്ടിയുണർന്നു. അവനെ കണ്ടതും അവൾക്ക് കരച്ചിലടക്കാനായില്ല. ''അമ്മുവിനെ തനിച്ചാക്കി എല്ലാരും പോയില്ലേ.'' ''ഞാനില്ലേ കുഞ്ഞാവേ,'' കൈക്കുള്ളിൽ ഒരു കുഞ്ഞിനെയെന്ന പോലെ അവൻ ചേർത്തുപിടിച്ച് തോളിൽ തട്ടി ആശ്വസിപ്പിച്ചു. ''വാ, മുഖം കഴുക്'' അവളുടെ കൈപിടിച്ച് അവൻ കായലോരത്തെത്തി. കൈക്കുമ്പിളിൽ വെള്ളമെടുത്ത് കരഞ്ഞു കലങ്ങിയ കണ്ണുകൾ കഴുകി അവൻ തോളിൽ കിടന്ന തോർത്തെടുത്ത് തുടച്ചു. അമ്മു രാജുവിന്റെ അകം കണ്ട നാളുകളായിരുന്നു വീണ്ടു

കിട്ടിയ അവധിക്കാലം. കുഞ്ഞാവയുടെ തീരാസങ്കടം അവൻ സ്നേഹ ലാളനകൾ കൊണ്ട് മെല്ലെ കുറച്ചു. അവളുടെ കണ്ണുകളിലെ നനവ് ചുണ്ടുകൾ കൊണ്ട് ഒപ്പിയെടുത്തു.

അമ്മു എഴുത്തുപുരയിലിരുന്ന് കുഞ്ഞിക്കാളിയെ അക്ഷരം പഠിപ്പിക്കാൻ തുടങ്ങി. വല്യച്ചൻ അവളോട് പറഞ്ഞിരുന്നു. കാളിക്ക് നാലക്ഷരം പറഞ്ഞു കൊടുക്കണം, എഴുതിക്കണം. കാളി പറയുന്നതൊക്കെ ഭൂമീദേവി പറയുന്നതിന് തുല്യമാണ്. അതുകൊണ്ടാണ്, കൊച്ചുരാമൻ കൈതക്കൂട്ടത്തിൽ കോടാലി വച്ചപ്പോൾ കാളി ആ കൈയ്ക്ക് കേറിപ്പിടിച്ചത്. കൈത വെട്ടാൻ പാടില്ല എന്ന് കുഞ്ഞിക്കാളി പറഞ്ഞത്. കായലമ്മയ്ക്ക് ചുറ്റുമുള്ള കൈതവേലി മണ്ണൊലിപ്പ് തടയും. ഇക്കാണുന്ന ഭൂമിയും ആകാശവും ജലവും പാടുംകിളികളും കൂവും കുറുക്കനും പൂക്കളും ചെടികളും കന്യകയായ കായലമ്മയുടെ മക്കളാണ്. എഴഞ്ഞു പോകുന്ന പാമ്പുകളും കാടൻകുന്നിലെ കാടന്മാരും പാമ്പുകളും കരിയിലകളിളക്കി പന്തു കളിക്കുന്ന കിളികളും കായലിലെ ഏട്ടയും ചെറുമത്സ്യങ്ങളും മീൻറാഞ്ചികളായ പൊന്മാനും കല്ലുറാനും ചുവന്ന കണ്ണുള്ള ഉപ്പനും പച്ചപ്പുല്ലും കാട്ടുമരങ്ങളും എല്ലാം കായലമ്മയുടെ സന്തതി പരമ്പരകൾതന്നെ. മക്കളാവാൻ പെറണമെന്നില്ല. പോറ്റി വളർത്തിയാല് മതി.'' കുഞ്ഞിക്കാളി പറഞ്ഞുകൊണ്ടേയിരുന്നു... ''കായലമ്മയുടെ ജീവാംശമായ ജലം പാനം ചെയ്താണ് അവരൊക്കെ പുലരുന്നത്. അക്കൂട്ടത്തിൽ മനുഷ്യനാവാനും കഴിയണം. ആരേയും ഉപദ്രവിക്കരുത്. ഒന്നിനേയും പേടിക്കരുത്. സഹവസിക്കണം. മെയ്യനങ്ങി പണി ചെയ്യണം. ശരീരവും, മനസ്സും ശുദ്ധി ചെയ്യണം.'' കാളിയമ്മയുടെ പ്രത്യയശാസ്ത്രം അമ്മു കേട്ടു കൊണ്ടേയിരിക്കും. അക്കരെ ചൂട്ട് ആകാശത്തോട്ട് മിന്നിച്ച് ഞാനിവിടെ ഉണ്ടേയെന്ന് രാജു അറിയിക്കും. കാളിയമ്മ കഥ തുടരും.

''ചെറുബാല്യത്തിലേ ഇളയത് കൊച്ചു ചെറുക്കനെ, ഒക്കത്തു വച്ച് കഞ്ഞി കോരിക്കൊടുത്ത് വളർത്തിയതാ. അമ്മിയും അച്ചയും കാക്കേം കിളീം കരയുന്നതിനു മുന്നേ, ഞാറ്റു കണ്ടത്തില് പോവും. അന്തിച്ചുവപ്പാവുമ്പോഴേ പൊരേലേക്ക് വരൂ. കാട്ടുകിഴങ്ങ് ചുട്ടും മത്തനും വെള്ളരിയുമൊക്കെ വെട്ടിത്തിന്നുമാ ഞാള് വളന്നത്. ഇവിടെ വാവായെ. കാളിയമ്മേടെ നെഞ്ചോടു ചേർത്താ വളത്തുന്നത്. കായലിൽ ഓല കൊണ്ടിടുന്ന, പാറോതിയെ കാളിയമ്മ ശകാരിച്ചു. തടാകകന്യകയെ അശുദ്ധമാക്കരുത്, കാക്കണം. മാലിന്യങ്ങള് തോണ്ടി വെള്ളത്തിലിടരുത്. വെള്ളം കുടി മുട്ടും.''

എഴുത്തുപുരയുടെ അരഭിത്തിയിൽ അമ്മു കാളിയമ്മേടെ മടിയിൽ തലചായ്ച്ച് മാനത്തോട്ടു നോക്കി, നക്ഷത്രങ്ങളെണ്ണും. അക്കൂട്ടത്തിൽ

മറഞ്ഞിരിക്കുന്ന ഒരു നക്ഷത്രം തന്റെ അമ്മയാണെന്ന് സങ്കല്പിക്കും. കൊല്ലാതിരുന്നെങ്കിൽ, കൊന്നവർക്കു വേണ്ടി കവിതകൾ എഴുതുമായിരുന്നു അമ്മ ദേവയാനി. എന്നും ദുരിതം വിധിച്ചിരിക്കുന്ന, ദക്ഷിണാഫ്രിക്കയിലെ സുളു വംശജർ പട്ടിണിപ്പാവങ്ങളെക്കുറിച്ച് എഴുതിയേനേ. കലാപങ്ങൾ പൊട്ടിമുളക്കുന്നതല്ല മനുഷ്യനിർമ്മിതമാണ് എന്ന് എന്റെ അമ്മ ലോകത്തോട് വിളിച്ചു പറഞ്ഞേനേ. രോഷവും ദുഃഖവും പ്രകടിപ്പിക്കുന്ന രചനകൾ, എഴുതിത്തുടങ്ങിയത്, എഴുത്ത് പൂർത്തിയാക്കാനാവാതെ പോവേണ്ടി വന്ന അമ്മയെക്കുറിച്ച് ഓർക്കുമ്പോഴാണ്. അപ്പോഴെല്ലാം മിഴിനീർ പൊടിയും.

രാജു കൂടെയുള്ളപ്പോൾ കരയിൽ നിന്ന് കായലിലേക്ക് കാൽ നീട്ടി പരൽ മീനുകൾ കൊത്തിത്തിന്നോളൂ എന്ന് പറഞ്ഞ് അവനെ ബേജാറാക്കും. ''വേണ്ട അങ്ങനിപ്പം മീൻ കൊത്തി തിന്നണ്ടാ, എന്റെ കുഞ്ഞാവയെ,'' അവൻ അവളുടെ കാല് പിന്നോട്ട് വലിക്കും. ദുഃഖങ്ങൾക്ക് അവധി കൊടുത്ത ആഹ്ലാദദിനങ്ങൾ രാവുകൾ.

കാടൻകുന്നിൽ തിങ്ങിപ്പൊങ്ങിയ ഊപ്പൻപുല്ലിലൂടെ നടന്ന്, പാവാടയാകെ ഊപ്പൻ കുത്തിക്കയറി. കശുമാവിന്റെ ചുവട്ടിൽ തോളോടു തോൾ ചേർന്നിരുന്ന് അവൻ ആ പുല്ല് ഓരോന്നായി പറിച്ചെറിഞ്ഞു. ''കണ്ടോ സ്നേഹപ്പുല്ലാണ്, എന്നോട് എന്തൊരു സ്നേഹമാണെന്നോ?'' അവൾ കൊഞ്ചി. ''അങ്ങനിപ്പം, കുഞ്ഞാവയെ വേദനിപ്പിച്ച്, ആരും സ്നേഹിക്കണ്ട.''

കുഞ്ഞമ്മാൻ തിരുവനന്തപുരത്ത്, പോയിരിക്കയായിരുന്നു. ഒട്ടും പ്രതീക്ഷിക്കാത്ത നേരത്ത്, ശരവേഗത്തിൽ താഴേക്കിറങ്ങി വന്നു. ''നീയെന്താടാ, പെൺകൊച്ചിന്റെ പാവാട പൊക്കി നോക്കുന്നേ, തെമ്മാടി.'' അമ്മു ഞെട്ടി, രാജു ചാടിയെഴുന്നേറ്റു. ''അനാവശ്യം പറയരുത് മാധവൻപിള്ള, ചെറുമികളെ പൊക്കുന്നത് നിങ്ങടെ രീതിയാ. അതിന് നിങ്ങളെ പൊക്കാത്തത്, അമ്മുവിന്റെ അമ്മാവനായതു കൊണ്ടാ.'' രാജു വെട്ടിത്തുറന്നു പറഞ്ഞു. കുഞ്ഞമ്മാന്റെ സമനില തെറ്റി. ''അടിച്ചു നിന്റെ കരണം ഞാൻ പൊട്ടിക്കും.''

രാജു മുണ്ട് മാടിക്കുത്തി, ''മാധവാ ഒന്നടിച്ചു നോക്ക്,''

''അടിക്കും, നീയെന്ത് ചെയ്യും?''

''കൈ ആർക്കും പണയപ്പെടുത്തിയിട്ടില്ല.''

''പങ്കായം പിടിക്കുന്ന കൈയാ. താനെന്റെ ഒറ്റ അടിക്കില്ല.'' കൈ വിടർത്തി, ഭീഷണിസ്വരത്തിൽ രാജു.

''നീയും ഞാനും, നമ്മൾ രണ്ടാളും കൂടി ഇനി പൂക്കൈതയൂരിൽ വേണ്ട. നിന്നെ കായലിൽ താഴ്ത്താൻ പറ്റുമോന്ന് ഞാനൊന്നു നോക്കട്ടെ.'' കുഞ്ഞമ്മാൻ.

''കേറി പോടീ വീട്ടിലോട്ട്, പിറന്നപ്പോഴേ തള്ളയും തന്തയും ചത്തു. അശ്രീകരം.'' ശപിച്ചു കൊണ്ട് ബംഗ്ലാവിലെത്തിയ കുഞ്ഞമ്മാൻ, തുടർന്ന് രോഷം, കാളിയമ്മേടെ നേർക്കാക്കി. ''ഇക്കണ്ട കീഴ്ജാതിക്കാരെല്ലാം തറവാട്ടിൽ വന്ന്, സ്വന്തക്കാരെപ്പോലെ പാർക്കാൻ ഇടം കൊടുത്ത എന്റെ തന്തയെ പറഞ്ഞാൽ മതി. നീയാണ്, ഈ പെണ്ണിന് വളം വച്ചു കൊടുത്തത്. മാർഗം കൂടിയ പൊലചെറുക്കനുമായിട്ടാ പെണ്ണിന്റെ ചങ്ങാത്തം. കൊന്നു കളയും ഞാൻ.''

കൊച്ചങ്ങുന്നിന് നേരെ ഉറച്ച് ഉരിയാടാത്ത കാളിയമ്മയുടെ ഭാവം അതുകേട്ടതോടെ മാറി, ശബ്ദം കടുത്തു.

''കുലത്തിനെ തരം താഴ്ത്തണ്ട. പണിയെടുത്താ ഞാള് ജീവിക്കുന്നേ. വല്യങ്ങുന്ന് ഞാളെ കമ്മ്യൂണിസ്റ്റാക്കി. കൊച്ചങ്ങുന്ന് കമ്മ്യൂണിസ്റ്റല്ലാതാക്കാൻ നോക്കുവാ. മുണ്ടാണ്ടിരിക്കുന്നത് പേടിച്ചിട്ടല്ല. ഒത്തിരി പേര് മുണ്ടാണ്ടിരിക്കണൊണ്ട്. ഞങ്ങക്ക് വേണ്ടി ജീവൻ വെടിഞ്ഞവരെ ഓർത്താ....

കാളി ശബ്ദമുയർത്തി പറഞ്ഞു ''വാവയെ ശാസിക്കണ്ട. അതിന് തിരിച്ചറിവുണ്ട്. അതിനെ തല്ലാൻ ആരുടെ കൈ പൊങ്ങിയാലും

ആ കൈ, കാളി വെട്ടിരുമ്പ് കൊണ്ട് വെട്ടും. മക്കളെ തല്ലുന്നത് ചൂരുള്ള ഒരു തള്ളയും കണ്ടോണ്ട് നിക്കത്തില്ല. വിയർപ്പിന്റെ കൂലിയാ ഉണ്ണുന്നത്. കണ്ണീരുപ്പാ അതില് ചേർക്കുന്നത്.''

വിങ്ങിക്കരഞ്ഞോണ്ടിരുന്ന അമ്മുവിനെ ചേർത്തുപിടിച്ച് അധികാര സ്വരത്തിൽ കാളി പറഞ്ഞു. കുഞ്ഞമ്മാൻ ചൂളിപ്പോയി.

തിരുവനന്തപുരത്തിനു പോകാൻ, ഇനി കുഞ്ഞമ്മാന്റെ അകമ്പടി വേണ്ട എന്ന് അമ്മു ഉറച്ചു തീരുമാനിച്ചു. ഇനി ഒന്നിനും ഇങ്ങനെ ഒരു പീറ മാതുലന്റെ സഹായം വേണ്ട. ഫസ്റ്റ് റാങ്ക് ഉള്ളതുകൊണ്ട്, സ്കോളർഷിപ്പ് കിട്ടും. കിട്ടാൻ കുറച്ച് വൈകുമായിരിക്കും. സാര മില്ല. റോസമ്മയ്ക്ക് പൂത്ത കാശുണ്ട്. കടം തരാമെന്ന് സമ്മതിച്ചിട്ടുണ്ട്. ഇനിയങ്ങോട്ട് സ്വന്തം കാലിൽ തന്നെ നിൽക്കണം. എം.എ. കോഴ്സി നുള്ള ഫോം വാങ്ങി പൂരിപ്പിച്ചു കൊടുക്കണം. ഒരാഴ്ച വേണ്ടി വരും എല്ലാം കൂടി ചെയ്തു തീർക്കാൻ. കുഞ്ഞമ്മാൻ ഭരണം കഴിഞ്ഞ്, നാളികേരം വിറ്റ കാശുമായി തിരുവനന്തപുരം പരിപാടിക്കു പോയി.

അടുത്ത ദിവസം രാവിലെ അമ്മു രാജുവിനെ കണ്ടു. ''കുഞ്ഞാവ പേടിച്ചോ?'' രാജു തിരക്കി. അയാളൊരു ചുക്കും ചെയ്യില്ല കുരയ്ക്കുന്ന പട്ടി കടിക്കത്തില്ല എന്ന് കേട്ടിട്ടില്ലേ? ഇന്നലെ ഞാൻ രണ്ട് പൊട്ടീര് കൊടുത്തേനേ. അമ്മാവനെ തല്ലുന്നത് ഗുരുത്വദോഷമാണെന്ന് വിചാരിച്ചാ വേണ്ടെന്നു വച്ചത്. കൈ തരിക്കുന്നുണ്ടായിരുന്നു.''

''സർട്ടിഫിക്കറ്റ് വന്നിട്ടുണ്ട്. അടുത്താഴ്ച ഞാൻ തിരുവനന്ത പുരത്ത് പോകും. എം.എ.യ്ക്കുള്ള അപേക്ഷാഫാറം പൂരിപ്പിച്ചു കൊടുക്കണം. മാർക്ക് ലിസ്റ്റ് വാങ്ങിക്കണം. രണ്ടാഴ്ച്ച വേണ്ടി വരും. കുഞ്ഞമ്മാന്റെ അകമ്പടി ഇനി വേണ്ട.''

''വേണ്ട,'' രാജു തീരുമാനത്തോട് യോജിച്ചു. ''സ്വന്തം കാലിൽ ത്തന്നെ നിൽക്കണം നമ്മൾ. കുഞ്ഞാവ വല്യാവ ആകണം വല്യങ്ങു ന്നിനെപ്പോലെ മാധവനെപ്പോലുള്ള പൊയ്മുഖങ്ങളെ തോല്പി ക്കണം.''

അമ്മു കണ്ടു, രാജുവിന്റെ മുഖത്തെ ദൃഢനിശ്ചയം.

രാവിലെ ഒൻപതിനാണ് ഭഗോതിമുക്കിൽ നിന്ന് ബസ്. പറ്റുകട വിശ്വംഭരൻ ആരംഭിച്ച കായലമ്മ മോട്ടോഴ്സ്. പൂക്കൈതയൂർക്കാർക്ക് പുറംലോകത്തേക്കുള്ള വാഹനം അതിരാവിലെ തന്നെ കായൽക്കര യിലെത്തി. രാജു കാത്തുനിൽപ്പുണ്ട്. ''വേഗം വാ, കുഞ്ഞാവേ, വള്ളത്തേലോട്ട് കേറ് ഒരിടം വരെ പോകാനുണ്ട്.'' അവളുടെ കൈ പിടിച്ചവൻ വള്ളത്തേലോട്ടിരുത്തി. ''തെക്കൊരിടം വരെ പോകാ നുണ്ട്. തെക്കേക്കരയിലൊരാൾ കാലേ കൂട്ടി വന്ന് ഒളിച്ചിരിപ്പുണ്ട്.'' ജറ്റ് വേഗതയിലാണ് കൊച്ചുവള്ളം തെക്കേക്കരയിലെത്തിയത്. വള്ളം

അടുപ്പിച്ചു. ''നിറയെ ചതുപ്പാണ് കുഞ്ഞാവയെ എടുക്കാം. ഒളിച്ചിരിക്കുന്നയാളെ, നേരിട്ട് പിടിച്ചോ.'' അവൾ മണത്തു. ഒരു കൂട്ടം കൈതകൾക്ക് പുറകിൽ ഒരൊറ്റയാൻ കൈതപ്പൂവിന്റെ ഭാരം കൊണ്ട് കുമ്പിട്ട്. അവളെ പൂണ്ടടക്കം വലംകൈകൊണ്ട് നെഞ്ചോടു ചേർത്ത്, ഇടംകൈയിലിരുന്ന പേനാക്കത്തി നിവർത്തി പൂക്കൾ തണ്ടു ചേർത്ത് ചെറുതായി വേർപെടുത്തി. അവൻ പറഞ്ഞു. ''ഇതാ, ഇനി പറിച്ചോ'' കണ്ണും മൂക്കും വിടർത്തി പൂ പറിച്ച് തിരിച്ചു വള്ളത്തിൽ കയറി.

ആദിത്യൻ കിഴക്കുദിച്ചു പ്രഭാതകിരണങ്ങൾ തടാകകന്യകയെ മെല്ലെ തഴുകി ഉണർത്തി മഞ്ഞു മൂടുപടമണിഞ്ഞിരുന്നവൾ കാമുകന്റെ സ്പർശമേറ്റ് മൂടുപടം മെല്ലെ മാറ്റി മന്ദഹസിച്ചു. സ്വർഗ്ഗീയ നിമിഷങ്ങൾ. തെക്കൻ കാറ്റ് കൊച്ചുവള്ളം തുഴഞ്ഞു കായൽപ്പരപ്പിലൂടെ അവനും അവളും. ഇങ്ങനെ തുഴഞ്ഞു തുഴഞ്ഞങ്ങ് ലോകത്തിന്റെ അറ്റം വരെ പോയാലോ, എന്നവൾ. നമ്മളൊരുമിച്ച്, എവിടെപ്പോയാലും അത് സ്വർഗ്ഗീയ യാത്രയല്ലേ, കുഞ്ഞാവേ എന്നവൻ.... കരയടുത്തു. സ്വന്തം കൈതക്കാടിനെ, പൂ കാണിച്ച് അവൾ പറഞ്ഞു, ''നീ പൂക്കാഞ്ഞിട്ടല്ലേ അക്കരയ്ക്ക് പോകേണ്ടി വന്നത്?'' അവൻ ചിരിച്ചു. ''ഞാനിട്ട പേരാണ് നീ. എന്നും കുഞ്ഞാവ ഒരു കുഞ്ഞിനെപ്പോലെ നിഷ്കളങ്ക പൂവിനോട് കാര്യം പറയുന്നവൾ.''

അതു പിന്നെ ഞാൻ സൂര്യനോട് ചൊല്ലുന്നത് ചന്ദ്രനോട് കിന്നരിക്കുന്നത് എല്ലാം നിന്നെക്കുറിച്ചാ ഡാ. ഇളംകാറ്റിന്റെ ഭാവം മാറി, സൂര്യന്റെ ചിരി മാഞ്ഞു. മേഘാവൃതനായി. ഇരുളു പരന്നു. കായലമ്മയുടെ മുഖം കറുത്തു. വീശിയടിച്ച കാറ്റിൽ പാറിപ്പറക്കുന്ന അവളുടെ മുടിയിൽ അവൻ മൃദുവായി തലോടിയൊതുക്കി. അവളെ ചേർത്തുപിടിച്ചു. സ്പർശനത്തിൽ ഉണർന്ന ചുടുചുംബനം കൊതിക്കുന്ന ചുണ്ടുകൾ, സ്നേഹം നെറുകയിലൊരു മുത്തമായി. വാത്സല്യാധിക്യക്കരുതൽ തമസ്കരിച്ച അനുരാഗജ്വാല. ഗാഢം പുണർന്ന്, ഒന്നായെങ്കിലെന്ന തീവ്രമോഹം.

നിമിഷങ്ങൾ... കാറ്റടങ്ങി തരളിതനായി അവൻ പറഞ്ഞു. ''നോക്കൂ, തടാകകന്യക കാലങ്ങളായി കാത്തിരിക്കുന്നു. ഒരു ദിനം വരും, ആ ദിനം കാത്തിരിക്കണം. കളങ്കപ്പെടുത്തത്തില്ല ഞാൻ അതുവരെ ശുദ്ധിയോടെ, കാത്തു സൂക്ഷിക്കും, എന്റെ സ്വപ്നകന്യകയായി.''

തിരിച്ചെത്തി, കൈതപ്പൂ ബാഗിലിട്ട്, ഓടിയാണ് പുറപ്പെടാൻ ഒരു മിനിറ്റ് മാത്രം ബാക്കിയുള്ള 'കായലമ്മ മോട്ടോറിൽ' കയറിയത്. സൈഡ് സീറ്റിൽ ഇരുന്നു. പുറത്തേക്ക് നോക്കി. കണ്ടു, സുലൈമാനിക്കയുടെ മാടക്കടയിൽ രാജു, കണ്ണുകൾ യാത്ര പറഞ്ഞു.

ഇരുപത്

കോളേജ് ഹോസ്റ്റലിൽ, ശാരദടീച്ചറുടെ കൂടെ താമസിച്ച രണ്ടാഴ്ച കൾ. ടീച്ചർ വീണ്ടും യു.കെയിലേക്ക് പോകാൻ പായ്ക്ക് ചെയ്യുകയാണ്. ഓക്സ്ഫോഡിൽ മാസ്റ്റേഴ്സ് ചെയ്തിട്ട്, അവിടെ ഒരു വർഷം പാർട്ട് ടൈം ജോലിയും ചെയ്തു. അമ്മ തീരെ കിടപ്പിലായതു കൊണ്ട് നാട്ടിലേക്ക് മടങ്ങേണ്ടി വന്നു. അമ്മ മരിച്ചു. മൂത്ത സഹോദരനും ഭാര്യയും കുടുംബത്തുണ്ട്. ഇനി പോണം, എന്റാള് അവിടെ കാത്തിരി പ്പുണ്ട്. എത്ര കാലമെന്നു വച്ചാ കാത്തിരിക്കുന്നത്. എല്ലാർക്കുമുണ്ട് സങ്കടങ്ങൾ... എല്ലാർക്കുമുണ്ട് മോഹങ്ങൾ. അമ്മു മനസ്സിൽ പറഞ്ഞു.

യൂണിവേഴ്സിറ്റിയിൽ പോയി അപേക്ഷകൾ കൊടുത്തു. ലൈബ്ര റിയിൽ പുസ്തകക്കൂട്ടങ്ങൾക്കിടയിൽ നിന്നപ്പോൾ രാജുവിന്റെ മണം, കൈതപ്പൂവിന്റെ പുരുഷഗന്ധം. അവനെ കാണണമെന്നു തോന്നി. സർട്ടിഫിക്കറ്റ് കിട്ടാൻ അഞ്ചു നാളു കൂടി എടുത്തു. രാത്രി മുഴുവൻ ഉറക്കത്തിൽ അവൻ വന്ന്, മെല്ലെയുണർത്തി കാതിൽ സ്നേഹം മൊഴിഞ്ഞു. ബെഡ്ഡിൽ കണ്ണടച്ചിരുന്നു. ഒരേയൊരു മുഖം, ഇതെന്താ, രാജു ബാധയായി കൂടെ കൂടിയിരിക്കുകയാണോ? ആയിക്കോട്ടേ, കൂടെത്തന്നെയുണ്ടാവട്ടെ.

ഭഗോതിമുക്കിൽ വണ്ടിയിറങ്ങി. വല്ലാത്തൊരു ശാന്തത. ഇട റോഡിൽ കയറി ബംഗ്ലാവിലെത്തി. കാളിയമ്മേ എന്നുറക്കെ വിളിച്ചു. മണികണ്ഠന് കാടി കൊടുത്തു കൊണ്ടിരുന്ന കാളിയമ്മ ഓടി വന്ന്, ബാഗ് പിടിച്ചു. മുഖം മ്ലാനം.

''ആ നീ വന്നോ? സർട്ടിഫിക്കറ്റൊക്കെ കിട്ടിയോ?'' കുഞ്ഞമ്മാൻ ഇറങ്ങി വന്നു. സാധാരണ ധാർഷ്ട്യം കണ്ടില്ല. പകരമൊരു പരുങ്ങൽ. ''ഞാനൊന്നു പോയിട്ടു വരാം'' അങ്ങനൊരു പറച്ചിലും പതിവി ല്ലാത്തത്.

മുറിയിലേക്ക് കയറി വേഷം മാറി. പുറത്തേക്കിറങ്ങും മുൻപ് കാളിയമ്മ ഒരു കപ്പ് പാലുമായി വന്നു. ''വാവ കുടിക്ക്.''

''ഇതെന്തിനാ, പാല്?'' അമ്മു ചോദിച്ചു.

''അരി വേവുന്നതേയുള്ളൂ. യാത്ര ചെയ്തു വന്നതല്ലേ? കുടിക്ക്.''

ഉച്ചനേരത്ത് പാല് കുടിച്ചു. കാളിയമ്മയുടെ നിർബന്ധമല്ലേ? കപ്പു വാങ്ങി മേശമേൽ വച്ചു. കാളിയമ്മ അവളുടെ ഒപ്പം കട്ടിലിൽ ഇരുന്നു.

''ഒരു കാര്യം പറയാനൊണ്ട്. ന്റെ വാവ താങ്ങില്ല. എന്നാലും പറഞ്ഞേ തീരൂ. രാജുമോൻ പോയി.'' കാളിയമ്മ വിങ്ങിപ്പൊട്ടി.

''ങേ, എങ്ങോട്ട്? പോകുന്ന കാര്യം എന്നോട് പറഞ്ഞില്ലല്ലോ.'' അമ്മു ചോദിച്ചു.

''കായലമ്മ കൊണ്ടുപോയി. അമ്മേടെ ഗർഭപാത്രത്തിലേക്ക് തിരിച്ചെടുത്തു.'' കാളിയമ്മ വിറയ്ക്കുന്നുണ്ടായിരുന്നു.

''എന്താ ഈ പറയുന്നേ.'' അമ്മു.

''വാവേ, നമുക്കിനി അവനെ കാണാൻ പറ്റത്തില്ല, അരൂപി ആയി.'' കാളിയമ്മ വിങ്ങി കരഞ്ഞു.

അമ്മുവിന്റെ തലയിൽ ഭൂഗോളം കറങ്ങി. ബോധം നഷ്ടപ്പെട്ട അവളെ കാളിയമ്മ താങ്ങി കട്ടിലിൽ കിടത്തി. പൂജാമുറിയിലെ

കിണ്ടിയിലിരുന്ന വെള്ളമെടുത്തു തളിച്ചു. ജപിച്ച ഭസ്മം നെറ്റിയിലിട്ടു. മണിക്കൂറുകൾ കഴിഞ്ഞ് അമ്മു മെല്ലെ കണ്ണു തുറന്നു. ചാടിയെഴുന്നേറ്റ്, കായലിലേക്ക് ഭ്രാന്തിയെപ്പോലെ ഓടി. കൈതക്കാടിനടുത്ത് വള്ളമുണ്ടോയെന്ന് നോക്കി. രാജൂ, രാജൂ എന്ന് വിളിച്ച് അലറിക്കരഞ്ഞു. കായലമ്മ എന്നെയും കൂടി തിരിച്ചെടുത്തോയെന്ന് പറഞ്ഞ്, ആഴത്തിലേക്കിറങ്ങി. സകല ശക്തിയും സമാഹരിച്ച് കാളിയമ്മ അവളെ വരിഞ്ഞു മുറുക്കിക്കെട്ടി, മണലിൽ ഇരുത്തി. വിങ്ങിയും പൊട്ടിയും ഞരങ്ങിയും ഏറെ നേരം അവളാ മണൽപ്പരപ്പിൽ കിടന്നു. താങ്ങിപ്പിടിച്ച് കാളിയമ്മ അവളെ എഴുത്തുപുരയിൽ അങ്ങുന്ന് വിശ്രമിച്ചിരുന്ന കട്ടിലിൽ കൊണ്ടുവന്നു കിടത്തി.

''എത്ര കരഞ്ഞാലും തീരാത്ത സങ്കടമാ ന്റെ വാവയ്ക്ക്, അമ്മയ്ക്കതറിയാം, എന്നാലും മോളറിയണം, രാജുവിന്റെ വള്ളം മറിഞ്ഞതെങ്ങനാന്ന്. ആർക്കും അറിയത്തില്ല. കണ്ടവരുമില്ല. കൊച്ചങ്ങുന്ന് യാത്ര പോയിരിക്കുകയായിരുന്നു. പോകുന്നതിന്റെ തലേ ദിവസം വന്ന രണ്ട് കൂട്ടാളികൾ കളപ്പുരേൽ തന്നെ ഉണ്ടാരുന്നു. കൊച്ചുരാമനാ അവർക്കെല്ലാം തീറ്റേം കുടീം ഒപ്പിച്ചു കൊടുത്തോണ്ടിരുന്നത്. കായലിൽ നിറയെ ഇറണ്ടക്കൂട്ടങ്ങളായിരുന്നു. നടുഭാഗം മുഴുവൻ അവറ്റകളുടെ കറുപ്പ് കായലിന് മീതെ. ആണ്ടോടാണ്ട് വരുന്നതല്ലേ. കൊച്ചങ്ങുന്ന് അറിയിച്ചിട്ടാവും ഇറണ്ടയെ വെടിവക്കാൻ നീളൻ തോക്കുമായി അവര് വന്നത്. കുറെ എണ്ണത്തിനെ രണ്ടു ദിവസമായി വെടിവച്ചിട്ട് പടിഞ്ഞാറേക്കരയിലെ, നാറാണനെ വിളിച്ച് വള്ളത്തേൽ കരയ്ക്കടുപ്പിച്ച് കൊച്ചുരാമൻ ഷാപ്പിൽ കൊണ്ടുപോയി കറിയാക്കി കൊടുക്കുന്നുണ്ടായിരുന്നു. ദുഷ്ടന്മാര്. എത്ര ജീവികളെ കൊന്നു തിന്നാലാ ഈ രാക്ഷസന്മാരുടെ ആർത്തി തീരുക?''

കാളിയമ്മ കണ്ണീരോടെ തുടർന്നു, ''രാജുവിന്റെ വള്ളം, കാറ്റിലാടി വെട്ടിക്കടവിലടുത്തത് അവന്മാരു പോയതിന്റെ അടുത്ത നാളാണ്. രാജുവിനെ കാണാനില്ല എന്ന് പിന്നാണ് അറിഞ്ഞത്. ഗ്രന്ഥശാലയിലെ കൂട്ടുകാര് തിരക്കിയിറങ്ങി. മൂന്നാംപക്കം, നമ്മടെ കൈതക്കാട്ടിൽ കുരുങ്ങിക്കിടക്കുന്നുണ്ടാരുന്നു. ഞാനൊറ്റ നോട്ടമേ നോക്കിയുള്ളൂ. മിനിഞ്ഞാന്നാരുന്നു. വെള്ളത്തിൽ കിടന്നതായതു കൊണ്ട്, പെട്ടെന്ന് അടക്കണമെന്ന് പൊലീസ് പറഞ്ഞു. കൊച്ചങ്ങുന്നാണ് പൊലീസുകാരെ കണ്ടതും ഏർപ്പാടുകളൊക്കെ ചെയ്തതും.''

''വാവ മയങ്ങിപ്പോയോ റെഡ് സല്യൂട്ട് കൊടുത്താ അടക്കിയത് എന്ന് പാക്കരൻ പറഞ്ഞു. അതെന്താന്ന് കാളിക്ക് അറിഞ്ഞുകൂടാ.''

''ഇല്ല, ഇല്ല മരിക്കുന്നില്ല, ചെ.രാജു മരിക്കുന്നില്ല, ഞങ്ങളിലൂടെ ജീവിക്കുന്നു'' എന്ന് ഗ്രന്ഥശാലാക്കൂട്ടം മുഷ്ടി ചുരുട്ടി വിളിച്ചു. അവന്റെ അപ്പനും അമ്മയുമൊക്കെ, കൊച്ചങ്ങുന്ന് പറഞ്ഞത് അനുസരിച്ചു.

വലിയ പൗവ്വറുള്ള ആളല്ലേ, ഭരണത്തിലും നല്ല പിടിയുണ്ട്. രക്ഷാ സൈന്യക്കാർക്കും സർക്കാരിന്റെ രക്ഷ വേണാരിക്കും. ന്റെ വാവ എത്തുംവരെ, അവനെ വെക്കണമെന്ന് കാളിയമ്മയ്ക്ക് വിചാരമുണ്ടാ യിരുന്നു. പറയുകേം ചെയ്ത്. കാളിയമ്മ ആരാ അതു പറയാൻ? കൊച്ചങ്ങുന്നാണ് എല്ലാം ചടുപിടീന്ന് ചെയ്തത്. ഇന്നലെ വൈകു ന്നേരം ഭഗോതിമുക്കില്, യോഗോം കൂടി. കൊച്ചങ്ങുന്ന്, സഖാവ് രാജുവിനെ ഒത്തിരി പൊക്കി പറഞ്ഞു, യുവാക്കൾ രാജുവിനെ കണ്ട് പഠിക്കണം എന്ന് പ്രസംഗിച്ചുവെന്ന് കുഞ്ഞു പിള്ള ചേട്ടൻ പറഞ്ഞു.'' അമ്മു വീണ്ടും അബോധാവസ്ഥയിലായി.

നിദ്രാവിഹീനങ്ങളായിരുന്നു രാവുകൾ. പകലുകളിൽ അമ്മു കായലമ്മയെ കണ്ടോണ്ടിരിക്കും. ഒരു കുമിള പൊന്തിയാൽ, അവൻ പൊങ്ങിവരുമോ? കായൽക്കരയിലെ പ്രഭാതങ്ങൾ ഓർമ്മകളായി. നമ്മളൊന്നിച്ചല്ലേ യാത്രകൾ ചെയ്യാൻ പദ്ധതികൾ ഉണ്ടാക്കിയത്. നീ തനിച്ചു പോയതെന്താ എന്നവൾ പലയാവർത്തി ചോദിച്ചു.

''പോയിട്ടു വരുമ്പോൾ ഞാനെന്തു കൊണ്ടുവരണമെന്ന് ചോദിച്ച തല്ലേ? കുഞ്ഞാവയെ കൊണ്ടുവന്നാൽ മതിയെന്നല്ലേ നീ അന്ന് എന്നോട് പറഞ്ഞത് കുഞ്ഞാവ വന്നു. കാത്തിരിക്കാതെ നീ പോയി. ഞാനിനി എന്തു ചെയ്യണം. എവിടെ വന്നാലാണ് നിന്നെ കാണാ നാവുക? എന്നോടൊന്നു പറയാമോ? ഒന്നു മിണ്ടാമോ?'' അവൾ കെഞ്ചി.

കണ്ണുനീർ വറ്റി, ചിന്തകൾ ഭ്രാന്തമായി, ജീവിതം വഴിമുട്ടി, വെറുതെ ജീവിക്കുന്ന അവസ്ഥ. ''നീയും ഞാനും വൃഥാ കാത്തുവച്ച, കാലം കവർന്നെടുത്ത ജീവിതം. മോഹങ്ങളെ വീർപ്പുമുട്ടിച്ചത് എന്തിനു വേണ്ടി. ഒരു നിമിഷമെങ്കിൽ, ഒരു നിമിഷം നീയെന്റെ നെറുകയിലിട്ട മുത്തം, താഴേക്ക്, താഴേക്ക് വന്ന്, നമ്മളൊന്നായിരുന്നെങ്കിൽ. എന്റെ കന്യകാത്വം നിനക്ക് സമർപ്പിച്ച്, നീ ഞാനായി മാറിയിരുന്നെങ്കിൽ... നീയില്ലാതാകുമ്പോഴാണ് ഞാനില്ലാതാകുന്നതെന്ന് രാജു, നീ എന്നോട് പറഞ്ഞില്ലേ. അപ്പോൾ ഞാനോ? ഞാനെങ്ങനെ ഇനി നീയില്ലാതെ, പറയ്...''

അവളുടെ ജല്പനങ്ങൾ കാളിയമ്മ കേട്ടു നിന്നു. ''ഇതെല്ലാം എഴുതു മോളേ. അക്ഷരം പഠിച്ചത് അതിനല്ലേ? കാളിയമ്മയ്ക്ക് ചൂലും കുന്താലിയും വെട്ടിരുമ്പും ആയുധമുള്ള പോലെ വാവയ്ക്ക് പേന കൈയിലില്ലേ?'' അതോടെ രാത്രികളിൽ ഉറങ്ങാതിരുന്ന് കുത്തിക്കുറിച്ചു. പിന്നെ പകലുകളിലും. അക്ഷരങ്ങൾ ആശ്വാസമായി.

തുടർന്ന് പഠിക്കണം. പൂക്കൈതയൂർ ദുഃഖമാണ്. മരണം ഉണർത്തു ന്നതാണ്. പോകണം എന്ന ചിന്ത അവളെ അലട്ടിത്തുടങ്ങി. കാളിയമ്മ

പിന്തുണച്ചു. ''വാവ കുറെക്കാലം ഇവിടം വിട്ടു പോവുക. ഇവിടുത്തെ കാര്യങ്ങൾ കാളിയമ്മ നോക്കിക്കോളാം.''

കുഞ്ഞമ്മാൻ വല്ലപ്പോഴും വരുന്ന അതിഥി ആയിരുന്നു. അമ്മുവിന്റെ മുഖത്ത്, നേരെ നോക്കാൻ കുഞ്ഞമ്മാന് ബുദ്ധിമുട്ട്. എന്തോ ഒളിക്കുന്ന പോലെ. കുഞ്ഞമ്മാനെ കാണുന്നത് അമ്മുവിന് ചതുർത്ഥിയായി. രാജുവിന്റെ വള്ളം കൊടുങ്കാറ്റിലും മുങ്ങില്ല എന്ന് അമ്മുവിന് അറിയാമായിരുന്നു. അത്രയ്ക്ക് കൈമിടുക്കും നീന്താനുള്ള കഴിവും അവനുണ്ടായിരുന്നു. ഇത് ചതിച്ചതാണ്, കൊലയാണ്. നരാധമന്മാർ ഇറണ്ടയെ വെടി വച്ചത്, ഉന്നം തെറ്റിയതല്ല. രാജു ഇറണ്ട കിടക്കുന്നതി നടുത്തൂടെ ഒരിക്കലും വള്ളം കൊണ്ടുപോകില്ല. ദേശാടനക്കിളികളാണ്. ''അതുങ്ങളെ ശല്യപ്പെടുത്തരുത്, വെടിവച്ച് വീഴ്ത്തി തിന്നരുത്, എന്നു പറഞ്ഞ് പ്രതിഷേധിച്ചിട്ടുണ്ട്. ഇത്, പ്രതിഷേധിച്ചവന്റെ നേരെ, കൃത്യമായി ഉന്നം വച്ച് വീഴ്ത്തിയതാണ്.'' അമ്മു, കാളിയമ്മയോട് പറഞ്ഞു. ''ഇനി ലക്ഷ്യം കാളിയമ്മ ആയിരിക്കും കരുതലോടിരിക്കണം.''

''വാവ വിട്ടോ, സ്ഥലം വിട്ടോ, ഇവനെയൊക്കെ തീർക്കാൻ വെട്ടിരുമ്പിന്റെ മൂർച്ച കൂട്ടുന്നുണ്ട് ഞാൻ.'' കാളിയമ്മ, തന്നോടുതന്നെ പറഞ്ഞു.

ഇരുപത്തിയൊന്ന്

എങ്ങോട്ടാണ് രക്ഷപ്പെടേണ്ടതെന്ന് ആലോചിച്ച് ഉത്തരം കിട്ടാതെ വന്നപ്പോഴാണ്, ഓക്സ്ഫോഡിൽ നിന്ന് ശാരദടീച്ചറിന്റെ കത്ത് വന്നത്.

''ഇങ്ങോട്ടു പോരുക. മാസ്റ്റേഴ്സ് ഇവിടെ ചെയ്യാം. അതു കഴിഞ്ഞ് ഡിഫില്ലിന് രജിസ്റ്റർ ചെയ്യാം. മൈക്കൽ മാസ് കഴിഞ്ഞ്, ഒക്ടോബറിലാണ് ഇവിടെ ക്ലാസ് തുടങ്ങുന്നത്. സർട്ടിഫിക്കറ്റുകളെല്ലാം വാങ്ങി, യൂണിവേഴ്സിറ്റിയിൽ നിന്ന്, കോമൺവെൽത്ത് സ്കോളർഷിപ്പിനുള്ള നോമിനേഷനും സംഘടിപ്പിച്ച്, ഇങ്ങു പോരെ.''

ആശയക്കുഴപ്പം അവസാനിച്ചു. റോസമ്മയുടെ അപ്പന്റെ അനിയൻ തിരുവനന്തപുരത്ത് ട്രാവൽ ഏജൻസി നടത്തുന്നുണ്ട്. യാത്ര എയർടിക്കറ്റ് എല്ലാം റോസമ്മ ഏറ്റു. ഒരു മുറിയിൽ മൂന്നു വർഷം ഒരുമിച്ചു കഴിഞ്ഞ കൂട്ടുകാരികൾ, രഹസ്യങ്ങൾ പങ്കിട്ടവർ, അത്തരം സൗഹൃദങ്ങൾക്ക് പകരമാവില്ല രക്തബന്ധങ്ങൾ. കുഞ്ഞമ്മാനോട് പണം ചോദിച്ചില്ല. മിണ്ടാൻപോലും തോന്നിയില്ല. അത്രയ്ക്ക് അറപ്പും വെറുപ്പുമായിരുന്നു. ഞെട്ടിപ്പോയത് കുഞ്ഞമ്മാനെ മാത്രം സ്നേഹിച്ച അമ്മമ്മയോട് കാണിച്ച ക്രൂരതയാണ്. വരുന്ന വിവാഹാലോചനകളൊക്കെ അമ്മമ്മ, കിട്ടുജ്യോത്സ്യരുടെ കവടിയുടെ പിൻബലത്തിൽ തള്ളിക്കളഞ്ഞത്, അമ്മൂട്ടി പത്താമ്പുറത്തിരുന്ന് പലയാവർത്തി കേട്ടതാണ്.

ദൈവാധീനം മറഞ്ഞ പെണ്ണ്, ചൊവ്വാദോഷമുള്ള പെണ്ണ്, രജ്ജുദോഷം ഉള്ള പെണ്ണ്, ജാതകദോഷം പലവിധം. ചൂട്ടും മടലും കൊതുമ്പും വിറ്റ് കാശാക്കി പണക്കാരിയായ പെണ്ണ്, കറുത്തുപോയെന്ന കുറ്റം പറഞ്ഞ് തള്ളിയപ്പോൾ പൊരിവെയിലത്തു ചൂട്ട് പറക്കുന്ന പെണ്ണ് കാളിയമ്മയെപ്പോലെ കറുത്തിട്ടാണെങ്കിൽ, സുന്ദരി അമ്മായി ആയിരിക്കുകയില്ലേ എന്ന് അമ്മൂട്ടി ചിന്തിച്ചിട്ടുണ്ട്.

അമ്മയ്ക്കും മകനും വിവാഹ ആലോചനകൾ തള്ളിക്കളയാൻ വ്യത്യസ്ത കാരണങ്ങളായിരുന്നു. അമ്മയ്ക്ക് മകനെ ഒരു പെണ്ണിന് വിട്ടുകൊടുക്കാനുള്ള വൈമുഖ്യം സ്വാർത്ഥത... മകൻ ആലോചനകൾ

തള്ളിക്കളഞ്ഞത്, ഉപേക്ഷിക്കാനാവാത്ത ബന്ധം സ്ഥാപിച്ച ഒരു പെണ്ണ് ഡിഗ്രി പഠനത്തിന്റെ കാലം തൊട്ടേ ഉണ്ടായിരുന്നു എന്നതാണ്. തിരുവനന്തപുരം പരിപാടികൾ അങ്ങോട്ടായിരുന്നു, നെയ്യാറ്റിൻകര യിലേക്ക്. രുദ്രാണിത്തങ്കച്ചിയുടെ അമ്മാവന്റെ ഭാര്യയുടെ അനു ജത്തിയുടെ കൊച്ചു മകൾ രാധാമണിതങ്കച്ചിയോടായിരുന്നു ആ അടുപ്പം. നഷ്ടപ്പെട്ട സ്വത്തുവിവരങ്ങൾ അന്വേഷിക്കാൻ രുദ്രാണി തങ്കച്ചി തന്നെയാണ് മാധവനെ അങ്ങോട്ടയച്ചത്. അന്വേഷിക്കാൻ പോയ ചെറുപ്പക്കാരനെ, വശീകരണവിദ്യ വശമുണ്ടായിരുന്ന കുടുംബ ത്തിലെ പെണ്ണ് വശത്താക്കി. അമ്മമ്മ അറിഞ്ഞിരുന്നെങ്കിലെന്താകു മായിരുന്നു പുകില്. അറപ്പുരവാതിൽ അടച്ച്, പിന്നൊരിക്കലും തുറക്കു മായിരുന്നില്ല. അമ്മമ്മയുടെ ആണ്ടുബലി കഴിയുന്നതുവരെ കുഞ്ഞ മ്മാൻ അവരെ കൂട്ടിക്കൊണ്ടു വന്നില്ല.

കൈതപ്പൂമണം മരണം കവർന്ന പൂക്കൈതയൂരിൽ നിന്ന് രക്ഷ പ്പെടാൻ വെമ്പൽപൂണ്ട അമ്മു യാത്രയ്ക്കുള്ള ഒരുക്കങ്ങൾ പെട്ടെന്ന് തീർത്തു. സെപ്റ്റംബറിൽ തന്നെ അമ്മുദേവുപിള്ള ലണ്ടനിലെത്തി. ശാരദ ടീച്ചരുടെ സ്നേഹസാമീപ്യം തെല്ലൊരാശ്വാസമായിരുന്നു. ഇംഗ്ലണ്ടിലായിരുന്നപ്പോഴും മനസ്സ് രാജുവിനൊപ്പമുള്ള തടാകയാത്ര കളിലായിരുന്നു.

കൊച്ചുരാമനറിയാതെ കുഴിച്ചിട്ടിരുന്ന കുടത്തിലെ നാണയങ്ങൾ പെറുക്കിക്കൂട്ടി സമ്പാദ്യമെല്ലാം കുഞ്ഞിക്കാളി വാവയ്ക്ക് യാത്രച്ചെല വിന് കൊടുത്തിരുന്നു. പിരിയാൻ നേരം രണ്ടാൾക്കും കണ്ണീരടക്കാൻ കഴിഞ്ഞില്ല. ഞാൻ വരും സ്കോളർഷിപ്പ് പണം കിട്ടിയാലുടൻ എന്നുറപ്പ് കൊടുത്താണ് നിറകണ്ണോടെ അമ്മു പോയത്. ''വാവ പോയി വാ, കാളി കരയത്തില്ല കാത്തിരിക്കും.'' കുഞ്ഞിക്കാളിയുടെ കണ്ണിൽക്കണ്ടത് ദൃഢനിശ്ചയമായിരുന്നു. എന്തിനോ തയ്യാറെടുക്കും പോലെ.

തയ്യാറെടുപ്പ് എന്തിനാണെന്ന് അറിഞ്ഞത് ഒരു കൊല്ലം കഴി ഞ്ഞാണ്. ഖലാസി പാക്കരന്റെ കത്തിൽ നിന്ന് ഞെട്ടിപ്പോയി. ''കുഞ്ഞി ക്കാളി പെഴച്ചു പെറ്റു. കുഞ്ഞമ്മാൻ ബംഗ്ലാവിൽ നിന്ന് പുറത്താക്കി. എഴുത്തുപുരയിലും കേറാൻ സമ്മതിക്കത്തില്ല. തടത്തിലെ പൊര യിൽ തന്നെ അവിടെ കിടന്നാണ് പെറ്റത്. സഹായിക്കാൻ ആരുമു ണ്ടായില്ല. പൊടിക്കൊച്ചിനേം ഒക്കത്തു വച്ച് അന്തിച്ചന്തയ്ക്ക് വന്ന പ്പോഴാ കണ്ടത്. നാഴി അരി, ഇത്തിരി പുളി പത്തു വറ്റൽമുളക് ഒക്കെ വാങ്ങിക്കുന്നതു കണ്ടു. കൊണ്ടുവന്ന കശുവണ്ടി വിറ്റാണ് എല്ലാം വാങ്ങിച്ചത്. ഞാൻ പൈസ കൊടുത്തിട്ട് വാങ്ങിച്ചില്ല. ''എന്നോട് മിണ്ടാതെ പോ പാക്കരാ ഞാൻ പെഴച്ചു പെറ്റോളാ മച്ചീന്ന് വിളിച്ചവരാ എന്നെ പെഴപ്പിച്ചത്. പെണ്ണ് പെറ്റില്ലേലതു കുറ്റം, പെറ്റാലോ അതും

കുറ്റം. ഷാപ്പുമുക്കിലെ കണ്ടത്തില് കൊച്ചുരാമൻ കുഴിയെടുക്കുന്നു, കോടയുണ്ടാക്കാനാ. അവന്റെ മുൻപിൽക്കൂടി ഞാനെന്റെ കൊച്ചിനേം കൊണ്ട് തലങ്ങും വിലങ്ങും നടന്നു. കണ്ടോടാ മച്ചിക്കാളി പെറ്റ കൊച്ചിനെ കണ്ടോടാ എന്ന് ഉറക്കെ ചോദിച്ചു. അവന് മിണ്ടാട്ടമില്ല, കുനിഞ്ഞിരുന്നു. ന്റെ മോൻ വളരട്ടെ, അമ്മേടെ കഴുത്തിൽ ചരടു കെട്ടിയിട്ട്, ആരാണ്ടടെ കൊച്ചുങ്ങളെ ചൊമക്കുന്ന അവനെ തല്ലിക്കും പാക്കരാ.'' പാക്കരന്റെ വിശദമായ കത്ത് ''അമ്മു എത്രയും വേഗം എത്തണമെന്ന് വച്ചാ ഇത്രേം പറഞ്ഞത്.''

അമ്മു ആകെ അസ്വസ്ഥയായി. കാളിയമ്മ പിഴയ്ക്കുമോ? വിശ്വസിക്കാനാവുന്നില്ല കായലമ്മയുടെ തെളിനീർപോലെ നേരുള്ള കാളിയമ്മ. പക്ഷേ കായലമ്മയും ഓളമടിച്ച് കലങ്ങി മറിഞ്ഞ് കടക്കുന്ന നേരങ്ങളുണ്ട്. അങ്ങനെയൊരു നേരത്ത് കുഞ്ഞിക്കാളിക്ക് വെറും ഒരു പെൺജന്മം ആയി അവസ്ഥാന്തരം സംഭവിച്ചുവോ? അങ്ങനെയാണെങ്കിലും കാളിയമ്മയെ വിചാരണ ചെയ്യാൻ താനാളല്ല. അമ്മു ആത്മപരിശോധന നടത്തി. മനസ്സുകൾ ഒന്നായ നിമിഷങ്ങളിൽ രാജുവുമായി ഇണചേരാൻ താൻ തീവ്രമായി മോഹിച്ചിരുന്നില്ലേ? രാജുവാണ് ആ മോഹതൃഷ്ണ ആത്മസംയമനംകൊണ്ട് അടക്കിയത്. കുഞ്ഞാവയോടുള്ള സ്നേഹക്കരുതൽ ആയിരുന്നു അത്. നാളേക്ക് വേണ്ടിയുള്ള കാത്തുവെപ്പ്. എല്ലാം വെറുതെയായില്ലേ. ഒന്നു മാത്രമേ ഉറപ്പുള്ളൂ, ഇന്ന് ഈ നിമിഷം ജീവിക്കുക. എല്ലാമറിയുന്ന കാളിയമ്മയ്ക്ക് അങ്ങനെയുള്ള നിമിഷത്തിന്റെ വില അറിയാമായിരുന്നിരിക്കും. പിഴച്ചതാവില്ല. സമൂഹം തെറ്റ് വിധിക്കുന്നത് വ്യക്തിയുടെ ശരി അറിയാതെയാണ്. ആരാണ് കാളിയമ്മയിൽ ഓളങ്ങൾ സൃഷ്ടിച്ചത്? ആരെങ്കിലും ബലാൽക്കാരമായി കേറിപ്പിടിച്ച് ബീജം വിതച്ചതാണോ? അങ്ങനേം ഒരു സംശയം അമ്മുവിന് തോന്നി. ഉത്തരം കിട്ടാത്ത ചോദ്യങ്ങൾ. നേരിട്ട് ചോദിക്കണം. കോഴ്സ് തീർക്കാതെ നാട്ടിലേക്ക് പോകാനും പറ്റില്ല.

ഓക്സ്ഫോഡിലെ ക്ലാസുകൾ. ഉത്തേജനം നൽകുന്നതായിരുന്നു, ധാരാളം ഇന്ററാക്ടീവ് സെഷൻസ്. ഗ്രന്ഥമലകളായ ലൈബ്രറികൾ. എവറസ്റ്റ് കേറുന്ന പോലെ, ഓരോന്നും തുറക്കുമ്പോൾ ദുഷ്കരമെങ്കിലും ഒരു പടികൂടി കയറുന്ന ആഹ്ലാദം. ചില പുസ്തകങ്ങൾ രാജുമാർക്കായിരുന്നു. പറഞ്ഞ പല പേരുകളും വചനങ്ങളും അവന്റെ നാവിൽ നിന്ന് കേട്ട് പരിചിതമായത്. പൂക്കൈതയൂരെന്ന മൂലയിലിരുന്ന് ലോകം, പുസ്തകങ്ങളിലൂടെ കണ്ട രാജുവിന്റെ ഉൾക്കാഴ്ച്ച, അവളെ സന്തോഷിപ്പിച്ചു, സങ്കടപ്പെടുത്തുകയും ചെയ്തു. നഷ്ടബോധം ചെറുതായിരുന്നില്ല. 'മിസ് യു രാജു' എന്ന് രാത്രികളിൽ തലയിണ മാറോട് ചേർത്ത്, മന്ത്രിച്ചു. ശാരദടീച്ചർ, കമ്മ്യൂണിറ്റി കോളേജിലെ ഫാക്കൽട്ടി, ആണെങ്കിലും അമ്മുവിനെ എല്ലാ വാരാന്ത്യത്തിലും കൂടെക്കൂട്ടും. അതായിരുന്നു ആകെയുള്ള ആശ്വാസം. മാസ്റ്റേഴ്സ് നന്നായി ചെയ്യാൻ കഴിഞ്ഞത് ശാരദടീച്ചർ വഴികാട്ടിയതുകൊണ്ടാണ്.

കാളിയമ്മയുടെ വിശേഷം കേട്ടതിൽ പിന്നെ വല്ലാത്തൊരു അമ്പരപ്പ് ഉണ്ടായിരുന്നു. കടമെല്ലാം വീട്ടി, അഞ്ചാം കൊല്ലമാണ്, ചെലവു കഴിച്ച് മിച്ചം പിടിച്ച പൈസ കൊണ്ട് ടിക്കറ്റെടുത്ത് പോയത്. അതും കാളിയമ്മയുടെ ദയനീയാവസ്ഥ പറഞ്ഞുള്ള കത്ത് വന്ന ശേഷം.

അഞ്ചു സംവത്സരം കഴിഞ്ഞെത്തിയപ്പോൾ നാടാകെ മാറിയിരുന്നു. കൂടുതൽ വിമാനങ്ങളും റോഡുകളും വാഹനങ്ങളും മനുഷ്യരും. പൂക്കൈതയൂരിലെത്തിയത് വൈകുന്നേരമാണ്. മാന്തോപ്പ് ശൂന്യം. മാവുകൾ പോലും തളിർത്തു കണ്ടില്ല. ബംഗ്ലാവിലും ആളും അനക്കവുമൊന്നുമില്ല. കുഞ്ഞമ്മാൻ, കാളി പറഞ്ഞതുപോലെ അച്ചിവീട്ടിലായിരിക്കും. എഴുത്തുപുരയിലേക്ക് ചെന്നു എല്ലാം വെടിപ്പാക്കിയിരിക്കുന്നു. മുറ്റത്ത് ഒരു മൂന്നുവയസ്സുകാരൻ, വെള്ളയ്ക്ക ചക്രങ്ങളുള്ള ചരടു കെട്ടിയ കാളവണ്ടി വലിക്കുന്നു. കൗതുകക്കാഴ്ച. അപരിചതയെ കണ്ട് അമ്മേ വിളിച്ച് അവൻ താഴേക്ക് പാഞ്ഞു. താഴെ കരിയില തൂത്തുകൊണ്ടിരുന്ന കാളിയമ്മ ഓടി വന്നു കെട്ടിപ്പിടിക്കാൻ ഒന്നറച്ചപോലെ. ആളാകെ മാറിയിരിക്കുന്നു. പല യുദ്ധങ്ങൾ നടത്തി അടുത്ത യുദ്ധത്തിന് തയ്യാറെടുക്കുന്ന പടയാളിയെപ്പോലെ. കുഞ്ഞുനീലാണ്ടൻ ഓടി കാളിയുടെ കൈലിത്തുമ്പത്ത് പിടിച്ചു.

''കാളിയമ്മേ, എന്താ ഇങ്ങനെ അകലത്തു നിക്കുന്നത് വാവ വന്നപ്പോള്, ഓ, മോനേ ലാളിക്കാൻ ഉണ്ടായപ്പം മോളെ വേണ്ടാതായോ?'' അമ്മു പരിഭവിച്ചു. വാവേ എന്നു വിളിച്ച് പൊട്ടിപ്പൊട്ടിയുള്ള കരച്ചിലായിരുന്നു അതിനുത്തരം. ആ നിലവിളിയിൽ ഒരു ആയുഷ്ക്കാലം അടക്കിപ്പിടിച്ച സങ്കടം ഉണ്ടായിരുന്നു, രോഷമുണ്ടായിരുന്നു. ഒറ്റപ്പെട്ടുപോയ സ്ത്രീയുടെ അസ്തിത്വ ദുഃഖമുണ്ടായിരുന്നു. തനിയെ നടത്തിയ യുദ്ധങ്ങൾ, വീണിടുത്തുനിന്ന് എഴുന്നേറ്റ് നിരായുധയായി വീണ്ടും നടത്തിയ ഒറ്റയാൾ പോരാട്ടങ്ങൾ എല്ലാം ഉരുൾപ്പൊട്ടിയൊഴുകിയപോലെ. അമ്മുവും കൂടെ കരഞ്ഞു. സങ്കടവേലിയേറ്റം ഇറങ്ങാൻ കുറച്ചുനേരം എടുത്തു. കൊച്ചു നീലാണ്ടൻ വന്ന് ഉരുമി, അമ്മീ പാല് എന്ന് മൂളി കരഞ്ഞതോടെ അമ്മയുടെ മുല ചുരത്തി. കാളിയമ്മ അവനെ മടിയിൽ ഇരുത്തി പാല് കൊടുത്തു. വാവയ്ക്ക് വിശക്കുന്നു എന്ന് പറഞ്ഞതോടെ, ചുട്ട കിഴങ്ങും കാന്താരി ചമ്മന്തിയും കട്ടനും നിരന്നു.

''കൊച്ചങ്ങുന്ന് ഇന്നലെ പോയതേ ഉള്ളൂ. ഈ പൊരയില് കേറാൻ തമ്മസിക്കത്തില്ല. താക്കോല് കൊച്ചങ്ങുന്നിന്റെ കൈയ്യിലാ. ഇന്ന് വാവാ വരുന്നു എന്ന് പാക്കരൻ അറിയിച്ചപ്പോഴാണ് താക്കോല് എന്റെ കൈയിൽ തന്നേച്ചു പോയത്.'' ബാഗിൽ നിന്ന് ചോക്കളേറ്റ് എടുത്തു കൊടുത്തു, നീലാണ്ടനോട് അടുപ്പം സ്ഥാപിച്ചു. കൊച്ചു രാമനെക്കുറിച്ച് ചോദിച്ചപ്പോൾ കാളിയമ്മ അക്കഥ പറഞ്ഞു.

ഇരുപത്തിരണ്ട്

മാന്തോപ്പ് ബംഗ്ലാവിൽ കുഞ്ഞമ്മാന്റെ പൊറുതി. രാധാമണിത്തങ്കച്ചി കൊണ്ടു പിടിച്ച ഭരണമായിരുന്നു. ആയിരപ്പറ കണ്ടം വിറ്റു. അവിടുത്തെ പണിക്കാരുടെ ജീവിതം കഷ്ടത്തിലായി. തടത്തിലെ പുരയിൽ നിന്ന്, കാളിയമ്മയെ ഇറക്കിവിടാൻ, കൊച്ചുരാമനും വാസന്തിയും ആളെ കൂട്ടി വന്നു. വാസന്തിയുടെ പുതിയ കൂട്ടുകാരൻ ചട്ടമ്പി പാച്ചന് അടിതട, ഗുസ്തി എല്ലാം വശമായിരുന്നു. അങ്ങുന്നെഴുതിയ ആധാരത്തിൽ കാളിയമ്മയുടെ പേരുകൂടി വച്ചിട്ടുണ്ടായിരുന്നു.

''ഇതെനിക്ക്, മാന്തോപ്പിലങ്ങുന്ന് തന്നതാ, ചാവും വരെ ഞാനിതിൽ എന്റെ കൊച്ചിനേം കൊണ്ട് കിടക്കും.'' കാളി തറപ്പിച്ചു പറഞ്ഞു.

''അത് നീ പെഴച്ചു പെറ്റ കൊച്ചിനേം കൊണ്ട് കിടക്കാനല്ല അങ്ങുന്ന് തന്നത്. അങ്ങുന്നുണ്ടാരുന്നേൽ ഈ ദേശത്തീന്ന് തന്നെ നിന്നെ അടിച്ചോടിച്ചേനേ'' കൊച്ചു രാമൻ പറഞ്ഞു.

''അത് നിന്നെക്കൊണ്ട് കൊള്ളാഞ്ഞിട്ടല്ലേടാ കന്നാലി,'' കാളിയമ്മ വീണ്ടും വെട്ടിരുമ്പെടുത്തു. കൊച്ചുരാമന് മർമ്മത്തിൽ കൊള്ളുന്ന വാക്കുകൾ കേട്ടതോടെ നാക്ക് നിന്നു. ചട്ടമ്പിയും പിന്നോട്ടടി വച്ചു. ഈ അറുകൊലയോട് ഇനി വർത്തമാനം പറഞ്ഞാല്, ഇവിടെ കൊലപാതകം നടക്കുമെന്ന് പറഞ്ഞ് തൽക്കാലത്തേക്ക് അവർ പിൻവാങ്ങി.

കന്നാലിയുടെ ചൊമയും കുരയും അസഹ്യമാണെന്ന് പറഞ്ഞ് പിന്നാമ്പുറത്ത് കോടക്കലം പാത്തു വെക്കുന്ന തകരഷീറ്റ് മേഞ്ഞ ചായിപ്പിലേക്ക് വാസന്തി കൊച്ചുരാമന്റെ കിടപ്പ് മാറ്റി. ഷാപ്പിൽ കുടിയന്മാരുടെ കൂട്ട അടിയിൽ കൊച്ചുരാമന്റെ കാല് കൂടുതൽ കുഴപ്പത്തിലായി. വെട്ടും കുത്തും നടന്നു. പൊലീസുകാര് വന്ന് പിടിച്ചോണ്ടു പോയി. കൊച്ചുരാമനെ ജാമ്യത്തിലിറക്കാൻ ആരും വന്നില്ല. ഒടുവിൽ പൊലീസുകാര് തന്നെ മടുത്ത് അവനെ ഇറക്കിവിടുകയായിരുന്നു. പിന്നറിഞ്ഞത് ഷാപ്പിനടുത്തുള്ള കണ്ടത്തിൽ, കനാൽ റോഡിലെ ഓടയിൽ വീണു കിടക്കുന്നെന്നാണ്. കുടം കുഴിച്ചിട്ടിരിക്കുന്നത് രാത്രിയിൽ പോയി മാന്തി എന്നും ചട്ടമ്പി, അവനെ

തല്ലിയോടിച്ചെന്നും പൂക്കൈതയൂരിലെ കോളാമ്പി പാൽക്കാരി ദാക്ഷായണി നാട്ടാരെ അറിയിച്ചു. പിന്നറിഞ്ഞു ഓടയിൽ കിടന്ന കൊച്ചുരാമനെ ഉറുമ്പരിച്ചു തുടങ്ങിയെന്ന്. അന്തിച്ചന്തേല് വച്ച് ദാക്ഷായണി കുഞ്ഞിക്കാളിയോട് പറഞ്ഞു,

''നിന്റെ പൊലയനെ ഉറുമ്പ് തിന്ന് തീർക്കും. ആരുമില്ല, അതെടുത്ത് മൂടാൻ.''

''അതിന് നിങ്ങള് നോക്ക്, എന്റെ കഴുത്തിൽ ചരടുണ്ടോന്ന്, അത് ഞാൻ എന്നേ പൊട്ടിച്ചു കളഞ്ഞു.'' കുഞ്ഞിക്കാളി പറഞ്ഞു.

പക്ഷേങ്കില് അവൻ മാന്തോപ്പിലങ്ങുന്ന് ചോറു കൊടുത്ത് വളത്തിയോനാ. അങ്ങുന്നുണ്ടാരുന്നേൽ, വഴിപോക്കരു പോലും ചത്ത് ഉറുമ്പരിച്ചു കിടക്കത്തില്ല. കാളി സ്മരണയുള്ളോളാ, അങ്ങുന്നിനെ മറുത്തൊന്നും ചെയ്തുകൂടാ. കാളി തീരുമാനിച്ചു.

അന്നുരാത്രി മണികണ്ഠന്റെ തൊഴുത്തിൽ അരി കഴുകിയ കാടി വെള്ളവുമായി കുഞ്ഞിക്കാളി പോയി. തുരുമ്പെടുത്തിരുന്ന കാളവണ്ടിയുടെ ചക്രങ്ങളിൽ എണ്ണയിട്ടു. മണികണ്ഠനെ വണ്ടിയിൽ കെട്ടി. തൂക്കുറാന്തലിൽ തിരിയിട്ട് മണ്ണെണ്ണ ഒഴിച്ച് കത്തിച്ചു വണ്ടിയുടെ മുൻപിൽ തൂക്കി. പനമ്പ് ഇരിപ്പിടത്തിൽ കേറിയിരുന്നു. പറഞ്ഞു, ''മണികണ്ഠാ നമുക്കൊരിടം വരെ പോകാനുണ്ട്.'' കാളിയമ്മ എന്തു പറഞ്ഞാലും മണികണ്ഠന് മനസ്സിലാകും, അനുസരിക്കും. അവന്റെ

ജീവൻ നിലനിർത്തുന്നത്, കാളിയമ്മ പുല്ലും വെള്ളവും കൊടുത്താണ്. ഷാപ്പുമുക്കും കടന്നു. മാലോകരുറങ്ങുന്ന നേരം. കണ്ടത്തിനടുത്ത് നാട്ടുവഴിയിലെ വെള്ളം ഒലിച്ചുണ്ടായ ഓടയിൽ, കൂനിക്കൂടി, ഒരു തോർത്തു മാത്രം ഉടുത്ത്, ഉറുമ്പുകൾ പുതച്ച ശരീരം. മൂക്ക് പൊത്തി, കൈയിൽ കരുതിയിരുന്ന കാളവണ്ടിയിലിട്ടിരുന്ന കൈലി പുതപ്പിച്ച്, ചുമന്നു കേറ്റി വണ്ടിയിലോട്ട്. വണ്ടി അടുത്തേക്ക് കൊണ്ടു വന്നു മണികണ്ഠൻ. കന്നാലിയെത്ര ഭേദം എന്നു പിറുപിറുത്തോണ്ടാണ് കാളി വണ്ടിയിലിരുന്നത്. വഴി തിട്ടമുണ്ടായിരുന്ന മണികണ്ഠൻ, ബംഗ്ലാവിലേക്കുള്ള ഇടവഴിയിലെത്തി നിന്നു. കാളി പറഞ്ഞു, ''തടത്തിലേക്ക് പോ, മെല്ലെ താഴോട്ട് വണ്ടി പോകുന്നിടം വരെ.'' ഇറക്കമായപ്പോൾ മണികണ്ഠൻ നിന്നു. വീണ്ടും ആ ശരീരം ചുമ്മി, പുരനിൽക്കുന്നതിന് വടക്കോട്ടുമാറി ചുമടു കൊണ്ടിറക്കി. കായലീന്നുള്ള ദൂരം കൂട്ടി, മൺവെട്ടി എടുത്ത് ആഞ്ഞു ആഞ്ഞാഞ്ഞുവെട്ടി, ഒരാൾ താഴ്ചയിൽ മൃതദേഹം ഇട്ടു മൂടി.

''കായലമ്മ സാക്ഷി... കത്തിച്ചാൽ നാട്ടാരറിയും. ആരും അറിയണ്ട.''

ദാക്ഷായണി പിറ്റേ ദിവസം പാടി നടന്ന വാർത്ത കൊച്ചുരാമന്റെ ശരീരം ഓടയിൽ കാണുന്നില്ലായെന്നാണ്. ഉറുമ്പുകൾ ഒരു ശരീരം മൊത്തം തിന്നുമോ? പൂക്കൈതയൂരുകാര്, മൂക്കത്ത് വിരൽ വച്ചു. ഇതെല്ലാം കാളി പറയുന്നത് അമ്മു എഴുത്തുപുരയിലെത്തിയ ആദ്യ രാത്രീൽ കുഞ്ഞുനീലാണ്ടൻ ഉറക്കം പിടിച്ചശേഷമാണ്.

കൊച്ചുരാമന്റെ ജീർണ്ണിച്ച ശരീരം കുഴിച്ചിട്ടത് കേട്ടപ്പോൾ, അമ്മു കാളിയമ്മയെ അത്ഭുതാദരവോടെ നോക്കി.

മനുഷ്യസ്ത്രീയോ, ദേവതയോ? എഴുത്തുപുരയുടെ ചുറ്റും ഓടിക്കളിക്കുന്ന മൂന്നു വയസ്സുകാരൻ കൗതുകമായി. വിദേശ ചോക്കലേറ്റ് വായിൽ നിന്നും ഒലിപ്പിച്ച് കൈനിറയെ കിട്ടിയത് മുറുകെപ്പിടിച്ച് വീണ്ടും കൈ നീട്ടുന്നവൻ. രണ്ടറ്റവും വെള്ളയ്ക്കായിൽ ഈർക്കില് കൊരുത്ത് ചരടു കെട്ടി വലിക്കുന്നവൻ. ഇവനും കാളിയമ്മ ആരെയും അറിയിക്കാതെ കാണിച്ച മറ്റൊരു അത്ഭുതമാണോ? ''നേരുപറ കാളിയമ്മേ, നീലാണ്ടനെ കാളിയമ്മ പ്രസവിച്ചതാണോ?''

''വാവേ, കായലമ്മയെ പോലെ നേര്, ഇത് ഞാൻ പെറ്റമോൻ. നോക്ക്, വയറ്റിൽ മാന്തിയ പാടുകൾ. പേറ്റുനോവ് സഹിക്കാൻ വയ്യാതായപ്പോൾ കാളി മാന്തിയതാണ്. കുഞ്ഞിക്കാളി, മച്ചിയല്ല എന്ന് അങ്ങനെ വിളിച്ചവരെയെല്ലാം കാണിച്ചു കൊടുക്കണമാരുന്നു. ഏഴ് വയസ്സിലേ, പെറ്റില്ലേലും അമ്മയായ കാളിക്ക്, പെറാനും പറ്റും.

തന്തയാരാണെന്ന് വാവ ചോദിക്കാത്തതാണെന്നറിയാം. വിശ്വംഭരന്റെ കടയിൽ തെങ്കാശീന്ന് ചരക്കെറക്കാൻ വന്ന ലോറീടെ ഡ്രൈവറാണ്. കടവിൽ കുളിക്കാൻ വരുമ്പോള് കാണും. പിന്നെ കുഞ്ഞുക്കാളിയെ കാണാനായി, പൊരേലോട്ടും വരും. കുടിക്കാൻ വെള്ളം ചോദിക്കും. ബീഡി കത്തിക്കാൻ തീ ചോദിക്കും. കരുത്തനായ ആണാണ്. നല്ലവനാണോന്ന് ചോദിച്ചാൽ ആരാണ് നല്ലവനെന്ന്, ഇപ്പോള് കാളിക്കറിഞ്ഞുകൂടാ. പണ്ട് നല്ലവരെ അറിയാമാരുന്നു. ഒൻപത്, പത്ത് വയസ്സുവരെ മാഷ് പൊരേലുണ്ടാരുന്നു. അച്ഛ, അയ്യനേക്കാൾ, മകളേന്ന് വിളിച്ച് വാത്സല്യം ചൊരിഞ്ഞ് നല്ല കഥകൾ പറഞ്ഞു തന്നയാൾ. കൂടെയുള്ളവരെ കുമാരൻ എവിടെടാ എന്നു ചോദിച്ച് മർദ്ദിച്ച്, അതിലേറ്റവും അടുപ്പമുള്ള കൂട്ടുകാരൻ മരിച്ചെന്നറിഞ്ഞ്, അവനെ ഒരു നോക്ക് കണ്ടിട്ട്, അവിടെ വച്ച് ഞാൻ പൊലീസിന് പിടികൊടുക്കാൻ പോവുകയാണെന്നു പറഞ്ഞ്, കുടീന്ന് ഇറങ്ങിപ്പോയ മാഷ്. അഞ്ചു രൂപ കൊടുത്തപ്പോൾ, ഒരു രൂപയിൽ കൂടുതൽ പിരിവു വേണ്ടെന്നു പറഞ്ഞ്, ബാക്കി തിരിച്ചു കൊടുത്ത മാഷിന്റെ കൂട്ടുകാരൻ സഖാവ്. കള്ളവും ചതിയുമൊന്നുമില്ലാതെ മാവേലി പോലെ മാന്തോപ്പിലെ വല്യങ്ങുന്ന്. മാടത്തിന്റെ മുറ്റത്തു നിന്ന് നിലവിളിച്ച കൊച്ചനെ കൊണ്ടുവന്ന് പാലൂട്ടി വളർത്തിയ അങ്ങുന്ന്. പിന്നെ മീശമുളച്ചപ്പോഴേ, ആരെയും കൂസാതെ പണിയെടുത്ത്, ആഹാരം കഴിച്ചും, വായനശാല തൊറന്നും മാന്തോപ്പിലെ അമ്മൂട്ടിയെ കുഞ്ഞാവയെ പോലെ ഒരു പോറലുപോലുമേപ്പിക്കാതെ കൊണ്ടു നടന്ന, നാട്ടിലെ ചെറുവാല്യക്കാരുടെ കണ്ണുതുറപ്പിച്ച രാജുമോൻ. ഇവരൊക്കെ വെറും ആണല്ലായിരുന്നു. പുരുഷന്മാരാരുന്നു. ലോറിക്കാരൻ വെറും ആണാരുന്നു.''

ഒന്നു നിർത്തിയിട്ട് കാളി വീണ്ടും തുടർന്നു ''കുഞ്ഞിക്കാളിക്ക്, ഒരു രാത്രി ഒരു ആണിന്റെ കൂടെ കഴിയണമാരുന്നു. മച്ചിയാണോന്ന് അറിയണമാരുന്നു. അല്ലെന്നറിഞ്ഞു. മാസമുറ തെറ്റിയപ്പോഴെ അറിഞ്ഞു. പിന്നങ്ങോട്ട് അടിവയറ്റിലെ കലഹങ്ങളൊക്കെ സഹിച്ചത് പെറാൻ വേണ്ടിയാണ്. അതോണ്ട് പെറാൻ ആരുടേയും കൂട്ട് വേണ്ടാരുന്നു. വിത്തുവിതച്ചു കിട്ടിയാമതിയാരുന്നു.''

പിറ്റേന്ന്, തിരിച്ചു പോയ ലോറിക്കാരൻ, പിന്നൊരിക്കലും കാളിയെ കാണാൻ വന്നിട്ടില്ല. കാളിയുടെ കുളി തെറ്റിയെന്ന് നാട്ടിൽ പാട്ടായതോടെ, അയാടെ കടവിലെ കുളിയും തെറ്റി. കാളിക്ക് ഒരു രാത്രി മതിയാരുന്നു. കാളി, പിന്നൊരിക്കലും അയാളെ കാണണമെന്ന് മോഹിച്ചിട്ടില്ല. ഈ കൊച്ച് മതി, അവൻ അമ്മേന്ന് വിളിച്ചാൽ മതി. തനിച്ചേയുള്ളോ? കൂട്ടുകിടക്കാമെന്നു പറഞ്ഞ് വരത്തില്ലല്ലോ പന്നന്മാര്. പെണ്ണായി പിറന്നാ എല്ലാം സഹിച്ചോണമെന്നാ. എന്തതിക്രമം കണ്ടാലും കേട്ടാലും അനുഭവിച്ചാലും മിണ്ടണ്ടയെന്നാ. കാളീടെ അമ്മിയും

ചെറുതിലേ അതു പറയുമാരുന്നു. പക്ഷേ, കുമാരൻമാഷ് വന്ന് ലോകം തുറന്നു തന്നപ്പോള്, കാളി മിണ്ടാൻ തുടങ്ങി.

മാഷ് പോയിക്കഴിഞ്ഞ്, ഒരുച്ചനേരത്ത്, കാട്ടുതേനെടുക്കാൻ പോയ ചന്തിരൻ കുടീല് വന്നു. കൊച്ചു ചെറുക്കൻ ഉറക്കമായിരുന്നു. അച്ച തേൻ വാങ്ങിക്കും. പകരം നെല്ല് കൊടുക്കും. തേൻ വായിലൊഴിച്ചു തരാമെന്ന് പറഞ്ഞപ്പോൾ കൊതികൊണ്ട് വായ തുറന്നു. തേൻ പുരട്ടിയ ചുണ്ട് എന്നു പറഞ്ഞ് ഇളിച്ച ചിരിയോടെ അവന്റെ സാധനം വായി വച്ചു തന്നു. കൊടുത്തൊരു കടി... പല്ല് പെട്ട് കാണും. കരഞ്ഞോണ്ട് അവനോടി. അന്നും ഇന്നും കാളിയുടെ പല്ലിന് നല്ല മൂർച്ചയാ. ഇപ്പം പല്ല് വേണ്ട, ഇരുമ്പു മതി. കണ്ടിച്ചിടാം. അമ്മിയോടു പോലും പറഞ്ഞില്ല. കുറെക്കാലം മിണ്ടാണ്ടിരുന്നു. അത്രയും കലി വന്നു. കിടാത്തികളൊന്നും അന്ന്, ഇതൊന്നും പുറത്ത് പറയത്തില്ല. പേടിച്ചാ. പറയണം. കുരവയിട്ട് പറയണം. എന്നാലേ, ഇവന്മാരെ തിരിച്ച് പേടിപ്പിക്കാൻ പറ്റൂ.

വാവ വളർന്നു. ലോകം കണ്ടു. കണ്ടത് എഴുത്തിലൂടെ മാലോകരോട് പറയാൻ തുടങ്ങി. അമ്മു ദേവുപിള്ള പറയുന്നത് ഇനി ലോകം കേക്കും. കാളിയമ്മയ്ക്ക് അതുമതി...''

ഇരുപത്തിമൂന്ന്

അമ്മു മാന്തോപ്പിലെത്തി മൂന്നാം പക്കമാണ് കുഞ്ഞമ്മാൻ പൂക്കൈത യൂരേക്ക് വന്നത്. ''അമ്മാവിക്ക് മൂന്നാം മാസമാരുന്നു. അലസിപ്പോയി. കഴിഞ്ഞതും അങ്ങനാരുന്നു.'' കുഞ്ഞമ്മാന്റെ മുഖം മ്ലാനമായിരുന്നു.

''ഇവിടുത്തെ താമസം അമ്മാവിക്ക് പിടിക്കുന്നില്ല. നെയ്യാറ്റിൻ കരയാവുമ്പോൾ, അമ്മയും അക്കനും വാല്യക്കാരുമെല്ലാം അടുത്ത ടുത്ത് തന്നെയുണ്ട്. ആ കാളി ഇവിടെ പാർക്കുന്നതും അമ്മാവിക്ക് ഒട്ടും പിടിച്ചിട്ടില്ല. പെഴച്ചുപെറ്റതിനെയൊക്കെ കുടുംബത്ത് വാഴിക്കു ന്നത് അന്തസ്സുള്ള തറവാട്ടുകാർക്ക് പിടിക്കത്തില്ല.''

കുടുംബത്തിൽ പിറന്നവൻ ചെയ്യുന്ന പണിയാണോ കുഞ്ഞമ്മാൻ ചെയ്യുന്നത് എന്ന് ചോദിക്കണമെന്നുണ്ടായിരുന്നു. ചോദിച്ചില്ല തൽ ക്കാലം പിണക്കണ്ട എന്ന ബുദ്ധി ഉദിച്ചു.

''ഇവിടെയുള്ളതെല്ലാം വിറ്റ്, നെയ്യാറ്റിൻകരയിൽ, മരുതൂരിൽ അമ്മാ വിയുടെ ഓഹരിയിൽ ഒരു ബംഗ്ലാവ് പണിയെണമെന്നാ ഞങ്ങടെ തീരുമാനം.'' കുഞ്ഞമ്മാന്റെ നയം പുറത്തുവന്നത് നന്നായി. ''എന്റെ പേർക്ക് വല്യച്ചൻ തന്ന കാടൻ കുന്ന്, എനിക്കിനി എന്റെ പേരിൽ കൂട്ടി കരം ഒടുക്കണം. എനിക്കിനിയും പഠിക്കാൻ പോണം.'' അമ്മുവും നയം തുറന്നു പറഞ്ഞു.

''നീ പഠിക്കാൻ പൊക്കോ, പക്ഷേ, വസ്തു നിനക്ക് സ്വതന്ത്രമായി വിട്ടുതരണമെങ്കില്, വ്യവസ്ഥ അനുസരിച്ച്, നീ വിവാഹിതയാവണം.'' കുഞ്ഞമ്മാൻ തടസ്സവാദം ഉന്നയിച്ചു.

''ഞാൻ, റിസർച്ച് ചെയ്യാനാണ് പോകുന്നത്. കുടുംബ ജീവിതം പറ്റില്ല. വിവാഹം ഇപ്പോൾ വേണ്ട.'' അമ്മു പറഞ്ഞു. അങ്ങനെയെങ്കിൽ വസ്തുവും ഇപ്പോൾ ആവശ്യമില്ലല്ലോയെന്ന് പറഞ്ഞ് കുഞ്ഞമ്മാൻ തിടുക്കത്തിൽ തിരുവനന്തപുരത്തിന് പോയി.

കാളിയമ്മയോട് കാര്യം പറഞ്ഞു. ''ഇത് മുട്ടാപ്പോക്കാ. മാന്തോപ്പി ലമ്മേടെ സ്വത്തുക്കൾ അപ്പാടെ തട്ടിയെടുത്ത കൂട്ടമാ. വാവയുടെ

മനസ്സറിയാവുന്നവളാ കാളിയമ്മ. പക്ഷേങ്കില്, ഇത് എലിക്കെണിയാ. രക്ഷപ്പെടണം. മനസ്സില് മായം ചേർക്കണം. നേരായ മനസ്സിനെ പാത്തുവെക്കണം. മായം ചേർത്ത മനസ്സിനെ കൊണ്ടു നടക്കണം ഈ ലോകത്ത്.'' കാളിയമ്മ ഉപദേശിച്ചു.

ആലോചിച്ചിട്ട് ഒരെത്തും പിടിയും കിട്ടിയില്ല അമ്മുവിന്. ഡിഫിൽ രജിസ്ട്രേഷൻ കഴിഞ്ഞാൽ, വർഷങ്ങൾ വേണ്ടി വരും, പൂർത്തീ കരിക്കാൻ. വീടും കൂടുമില്ലാതെ, വരുമാനമില്ലാതെ കുഞ്ഞിക്കാളി പരുങ്ങലിലാവും. ഒറ്റത്തടിയല്ല. കൊച്ചിനെ വളർത്തണം. കൊച്ചുരാമൻ, വട്ടവിള വാസന്തിക്ക് പണയപ്പെടുത്തിയ തടത്തിലെ സ്ഥലത്ത്, സ്ഥിരം റൗഡി ശല്യമാണ്. കാടൻ കുന്നിന്റെ താഴെ, ഇറക്കത്ത്, പുറമ്പോക്കിൽ, ഭിത്തിയും കൂരയുമെല്ലാം മടലും നെടുമങ്ങാടൻ ചീനിക്കമ്പും പച്ചോല യുമൊക്കെക്കൊണ്ട് കാളിയമ്മ ഒരു ചാമ്പൽപ്പുര ഉണ്ടാക്കി കരിയില തൂത്തുവാരി ദൂരെ മാറ്റി തീയിടും ചാമ്പൽ നനയാതെ പുരയിലിടും. വള്ളക്കാര് വരുമ്പോൾ അവര് വിലയ്ക്കെടുക്കും. അതായിരുന്നു കാളിയമ്മേടെ വരുമാനം. ചാമ്പൽപ്പുരയുടെ മൂലയ്ക്ക് അടുപ്പു കൂട്ടി കഞ്ഞി വെക്കും. രാത്രീല്, എഴുത്തുപുരേടെ തിണ്ണേ കിടക്കും. നീലാണ്ടനോട് കഥകൾ പറയും.. തെരുവുനായ്ക്കളും വന്ന് കൂട്ടു കിടക്കും എന്റെ കാളിയമ്മയ്ക്ക് ഇങ്ങനൊരു ദുരവസ്ഥ പാടില്ല അതിന്, അറ്റകൈ വിവാഹമെങ്കിൽ അങ്ങനെ. ഒടുവിൽ അമ്മു തീരുമാനിച്ചു.

''കുഞ്ഞമ്മാന്റെ വ്യവസ്ഥ സമ്മതിക്കാൻ പോവുകയാണ്.'' അമ്മു വിന്റെ അകമനസ്സിൽ രാജുവുണ്ട്, അവിടെ രാജു മാത്രം. ആരായാ ലെന്താ, കുഞ്ഞമ്മാൻ കൊണ്ടു വരട്ടെ. അമ്മു വിവാഹ രജിസ്റ്ററിൽ, ഒപ്പു വെയ്ക്കും. ഓഹരി വിട്ടു തരുന്ന പ്രമാണത്തിൽ കുഞ്ഞമ്മാനും ഒപ്പുവെക്കണം.'' അമ്മു വിവരം കാളിയമ്മയെ തീരുമാനം അറിയിച്ചു.

''കാളിയമ്മേക്കരുതി വാവ തീരുമാനമെടുക്കരുത്. ഏനും കൊച്ചും എങ്ങോട്ടേലും പൊക്കോളാം. വാവയ്ക്ക്, മാന്തോപ്പിലങ്ങുന്ന് തന്നത്, ആർത്തിപ്പണ്ടാരങ്ങൾ വിഴുങ്ങരുതെന്നേ, കാളിക്കുള്ളൂ.''

''കാളിയമ്മെ തിണ്ണേൽ കിടത്തി, അമ്മു എങ്ങനെ മുറിയിൽ കട്ടിലിൽ കിടക്കും എവിടെയായാലും? പാലൂട്ടി വളർത്തിയ അമ്മയെ പട്ടിണിക്കിട്ട്, എങ്ങനെ ഭക്ഷണം കഴിക്കും?'' ധർമ്മസങ്കടം അമ്മയും മകളും പറഞ്ഞിട്ടും കരഞ്ഞിട്ടും തീർന്നില്ല.

അമ്മുവിന്റെ വിവാഹസമ്മതം കുഞ്ഞമ്മാൻ പ്രതീക്ഷിച്ചതാ യിരുന്നില്ല. നാട്ടാരെ ബോധിപ്പിക്കാൻ വേണ്ടി അനന്തരവൾക്കു വേണ്ടി ആലോചനകൾ നടത്തുന്നുണ്ടായിരുന്നു. അക്കൂട്ടത്തിൽ, ഒറ്റപ്പാലത്തു ക്കാരൻ രഘുരാമൻമേനോൻ കൊള്ളാമെന്ന് തോന്നി. ഇംഗ്ലണ്ടിൽ,

ലെസ്റ്റർ യൂണിവേഴ്സിറ്റിൽ മനശ്ശാസ്ത്ര അദ്ധ്യാപകൻ. വല്ലപ്പോഴും നാട്ടിൽ വരുന്ന ആൾ. വിദേശത്ത് തന്നെ സ്ഥിരതാമസം ഇഷ്ടപ്പെടുന്ന ആൾ. സ്വത്തു ചോദിച്ച് വരില്ല.

മേനോൻ പെണ്ണുകാണാൻ വന്നു. വേഷവും ഭാഷയും സായിപ്പിന്റേത്, നിറം ഇത്തിരി കുറവുണ്ടെന്നേയുള്ളൂ. 'Let us go for a walk' നമുക്കൊന്ന് നടക്കാൻ പോകാം എന്ന് പറഞ്ഞപ്പോൾ അമ്മു വിചാരിച്ചു തടാകം കാണാനായിരിക്കുമെന്ന്. വേഡ്സ്വർത്തിന്റെ ലേക്ക് ഡിസ്ട്രിക്റ്റിലെ തടാകത്തിനെക്കാൾ എത്ര മനോഹരിയാണ്, പൂക്കൈതയൂരിലെ തടാകകന്യക എന്നൊക്കെ വർണ്ണിക്കാൻ ഒരുങ്ങുമ്പോൾ, തെങ്ങ്, ചെത്തുന്നതിനെപ്പറ്റിയുള്ള ചോദ്യങ്ങളാണ് വന്നത്. സ്വാഭാവികമല്ലേ? പാലക്കാട്ടുകാരനല്ലേ എന്ന് അതിനെ ന്യായീകരിച്ചു

വിദേശ ബ്രാൻഡുകളെപ്പറ്റിയായി പിന്നീട് സംസാരം. നല്ലൊരു മദ്യപാനിയാണ്, ആയിക്കോട്ടെ, കുടിച്ച് പൂസായി എവിടെങ്കിലും കിടന്നോളും. ശല്യമുണ്ടാവില്ല, അമ്മു മനസ്സിൽ കരുതി എന്നാലും എല്ലാം തുറന്നു പറയണം. ആരെയും വഞ്ചിക്കരുത്. രാജുവുമായി ബാല്യം മുതലുള്ള അടുപ്പം, പ്രണയം, അവനെ പിരിയാത്ത മനസ്സ് എല്ലാം പറഞ്ഞു...

ഒരു പൊട്ടിച്ചിരിയായിരുന്നു ആദ്യത്തെ പ്രതികരണം. പിന്നെ പരിഹാസം ... 'These silly girls nourishing platonic affairs. I pity them. They live in dreams, forget to enjoy the bodies' I don't bother.' (മണ്ടിപ്പെൺപിള്ളേര്, സങ്കല്പ പ്ലേറ്റോണിക് ബന്ധങ്ങളിൽ, സ്വപ്നങ്ങളിൽ ജീവിക്കുന്നു. ശരീരം ആസ്വദിക്കുന്നില്ല. അതൊന്നും ഞാൻ കാര്യമാക്കുന്നില്ല.) അമ്മു അത്ഭുതപ്പെട്ടു. ഇതൊരു പ്രത്യേക ജനുസ്സാണ്. മനസ്സിനോട് അവജ്ഞയുള്ള, മനഃശാസ്ത്രജ്ഞൻ. ഏത് അത്ഭുത ജീവി ആയാലും വേണ്ടില്ല, കുഞ്ഞമ്മാന്റെ കുതന്ത്രത്തിൽ നിന്ന് രക്ഷപ്പെടാൻ ഇതു തന്നെ മാർഗം.

അമ്മു സമ്മതം അറിയിച്ചതോടെ, നടത്തിക്കൊടുക്കുകയല്ലാതെ വേറെ മാർഗമില്ലാതായി മാധവൻ സഖാവിന്.

''വിവാഹം രജിസ്റ്റർ ചെയ്താൽ മതി. മരണ വീട്ടിൽ ആഘോഷങ്ങളൊന്നും വേണ്ടെന്ന്'' അമ്മു. കുഞ്ഞമ്മാന് ആശ്വാസമായി. ബംഗ്ലാവിന്റെ മുറ്റത്ത് പന്തലിട്ട്, അലങ്കരിച്ച്, സദ്യയും നടത്തുന്ന ചെലവ് ഒഴിവാക്കിക്കിട്ടി.

''എനിക്ക് സ്വർണ്ണവും വേണ്ട.''

അമ്മു അതു പറഞ്ഞപ്പോൾ, ഏറെ സന്തോഷിച്ചത് അമ്മാവി രാധാമണിയാണ്. എന്നേ കണ്ണുവച്ചിരുന്ന, മാന്തോപ്പിലമ്മയുടെ അലമാരിയിൽ പൂട്ടി വെച്ചിരിക്കുന്ന, തലമുറകൾക്ക് കൈമാറാനുള്ള ആഭരണങ്ങൾ... അതിനി തനിക്ക് സ്വന്തം.

''കാതിലും കഴുത്തിലും കയ്യിലും എന്തെങ്കിലുമൊന്ന് ഇടണം മോളേ...''

അമ്മാവി മോളേന്ന് വിളിക്കുന്നത് ഇതാദ്യം. അമ്മു ഊറിച്ചിരിച്ചു.

''അവൾക്ക് വേണ്ടെങ്കിൽ വേണ്ട, അതാ ഫാഷൻ.'' കുഞ്ഞമ്മാൻ.

''ഫാഷനായിട്ടല്ല, എന്റെ അമ്മ ഗാന്ധിജിയുടെ ഉപദേശം കേട്ട് സ്വർണ്ണം പാവങ്ങൾക്ക് വേണ്ടി സംഭാവന ചെയ്തതാണ്. ഞാനും അമ്മയുടെ തീരുമാനം അനുസരിക്കുന്നു.'' അമ്മു സ്വന്തം അഭിപ്രായം തറപ്പിച്ചു പറഞ്ഞു.

''അമ്മയില്ലാത്ത കൊച്ചിനെയെന്തിനാ മാധവണ്ണൻ വിഷമിപ്പിക്കുന്നത്.'' അമ്മായി അമ്മുവിന്റെ പക്ഷം പിടിച്ചു.

രഘുരാമൻ മേനോനും അതൊക്കെ മതി എന്ന് സമ്മതം മൂളി. വയസ്സായ അച്ഛനേയും അമ്മയേയും തൃപ്തിപ്പെടുത്താൻ ഒരു കല്യാണം, മേനോനും അതേ വെണ്ടിയിരുന്നുള്ളൂ. വരന്റെ കൂട്ടര് അഞ്ചാളുമാത്രം. രഘുരാമന്റെ അമ്മാവനും അപ്പച്ചിയും കരയോഗക്കാരും. കുഞ്ഞമ്മാനും രാധാമണിത്തങ്കച്ചിയും അക്കൻ ദേവകിത്തങ്കച്ചിയും പറ്റുപടി വിശ്വംഭരനും മകൾ ലളിത ചേച്ചിയും വധുവിന്റെ ഭാഗത്തു നിന്നും. അമ്മു ദേവു പിള്ള കോടി നിറത്തിലെ കൈത്തറി സാരിയുടുത്ത്, മൊട്ടു പോലുള്ള കല്ലു കമ്മലും കഴുത്തിൽ കരിമണിമാലയുമിട്ട് വന്നപ്പോൾ, ലളിത ചേച്ചിയുടെ കണ്ണു നിറഞ്ഞു. അമ്മാവി, അമ്മമ്മയുടെ ആഭരണങ്ങളും, പട്ടുസാരിയുമൊക്കെയായി കല്യാണപ്പെണ്ണു പോൽ തിളങ്ങി. എല്ലാം അമ്മുവിന്റെ ഇഷ്ടം എന്ന് കുഞ്ഞമ്മാൻ പൂക്കൈതയൂരുകാരോട് വിശദീകരിച്ചു.

പുറപ്പെടുമ്പോൾ, കാളിയമ്മ ചേർത്തു നിർത്തി, നെറുകയിൽ മുത്തമിട്ടു ''വാവ പിടിച്ചു നിക്കണംട്ടോ, കാളിയമ്മ വിളിച്ചു ചൊല്ലി പ്രാർത്ഥിച്ചിട്ടുണ്ട്.''

കണ്ണിൽ പൊടിച്ച നീർത്തുള്ളികൾ സാരിത്തുമ്പ് കൊണ്ട് തുടച്ച്, അമ്മു കാറിൽ കേറി. രഘുരാമൻ മേനോൻ മുൻ സിറ്റിൽ, നേരത്തേ തന്നെ ഇരുപ്പ് പിടിച്ചിരുന്നു.

അർദ്ധരാത്രിയായി ഒറ്റപ്പാലത്ത് എത്തിയപ്പോൾ. പഴയ തറവാട്, ശുദ്ധഗ്രാമീണരായ മാതാപിതാക്കൾ നിലവിളക്കു കൊളുത്തി അമ്മുവിന്റെ കൈയിൽ കൊടുത്ത രഘുരാമന്റെ അമ്മ ക്ഷീണിതയായിരുന്നു. വലിയ ചടങ്ങുകളൊന്നും വേണ്ടെന്ന് രഘു നിർദ്ദേശിച്ചിരുന്നു. ഒരു ഗ്ലാസ് പാല് കൊണ്ടുവച്ചത് രഘു കുടിച്ചില്ല അമ്മു തനിയെ കുടിക്കേണ്ടി വന്നു.

''അമ്മു ഉറങ്ങിക്കോളൂ. എനിക്ക് കുറച്ച് പണിയുണ്ട്.''

രഘു കമ്പ്യൂട്ടർ തുറന്നു. അമ്മു ആശ്വാസത്തോടെ ഉറങ്ങി. ചുറ്റും പാടത്തിന്റെ പച്ചപ്പ്. ആമ്പൽക്കുളം. അമ്മുവിനിഷ്ടമായി. ചുറ്റുപാടുമുള്ളവർ, പുത്തേട്ടെ പുതുപ്പെണ്ണിനെ കാണാൻ വന്നു രഘുവിന്റെ മാതാപിതാക്കൾക്ക് സന്തോഷമായി. രഘുവിനും അത്രേ വേണ്ടിയിരുന്നുള്ളൂ. രാജുവിന്റെ കുഞ്ഞാവ പേടിച്ചതൊന്നും സംഭവിച്ചില്ല.

കാടൻകുന്ന് പോക്കുവരവ് ചെയ്ത് അമ്മു ദേവുപിള്ളയുടെ പേരിൽ കൂട്ടി കരം ഒടുക്കാൻ പിന്നെയുമെടുത്തു രണ്ടു മാസം. അമ്മുവിനെ മാന്തോപ്പിലാക്കിയിട്ട് രഘുരാമൻ മേനോൻ തിടുക്കത്തിൽ ഇംഗ്ലണ്ടിലേക്ക് മടങ്ങിപ്പോയി. അവധി നീട്ടാനാവില്ല, അമ്മു പിന്നാലെ വന്നോളൂ. മേനോൻ അനുവദിച്ചു. അമ്മുവിനും സന്തോഷമായി. കാളിയമ്മയുമൊത്ത്, കുറച്ചു നാൾ കൂടി കഴിയാം. കൊച്ചു നീലാണ്ടനെ

കൊഞ്ചിക്കാം, കളിപ്പിക്കാം. കൊച്ചു കൊച്ച് സന്തോഷങ്ങൾക്കിടയിൽ, നിത്യ സങ്കടം കൂടെത്തന്നെയുണ്ട്. ''എന്റെ രാജുവിനെ എവിടെയാ ഒളിപ്പിച്ചിരിക്കുന്നത്, കായലമ്മേ, ഒന്ന് കണ്ടോട്ടെ, ഒരു നിമിഷം മതി, ഒന്ന് കെട്ടിപ്പിടിച്ച് യാത്ര പറഞ്ഞോട്ടെ, പിന്നെ തിരികെ എടുത്തോളൂ. കണ്ടില്ലേ, കൈതയെല്ലാം വെട്ടിനശിപ്പിച്ചു. പൂമണം എങ്ങുമില്ല.'' ഏറെ നേരം കരഞ്ഞും പറഞ്ഞും, മൗനത്തിലാണ്ടും ഇരിക്കും അമ്മു കാളിയമ്മ വന്ന് കൈപിടിച്ച് കൊണ്ടുപോകും.

''വാവേ, തളരരുത്. ഓടിയെത്തണം. രാജുമോൻ അത് കണ്ട് സന്തോഷിക്കും.''

ചിലപ്പോൾ കാളിയമ്മയും നിയന്ത്രണം വിട്ട് കരഞ്ഞു പോകും. പിന്നെ സമനില വീണ്ടെടുത്ത് വീറോടെ പറയും.

''ഇനി കൊച്ചങ്ങുന്ന് പറഞ്ഞിട്ടാന്നും പറഞ്ഞ് കൈതവെട്ടാൻ ആരു വന്നാലും കാളി എറിഞ്ഞോടിക്കും. വെട്ടിയത്, വീണ്ടും മുളച്ചു വരുന്നുണ്ട്.''

കാടൻകുന്നിന്റെ ആധാരം അമ്മുവിനെ ഏൽപ്പിച്ച്, തന്റെ ഭാരം ഒഴിഞ്ഞു കിട്ടി എന്ന് നുണ പറഞ്ഞ് കുഞ്ഞമ്മാൻ പോയി. എഴുത്തു പുരയുടെ താക്കോൽ കാളിയമ്മയുടെ കൈയിൽ കൊടുത്തപ്പോഴാണ് അമ്മുവിന് സമാധാനമായത്.

''ഇനി, എന്റെ അമ്മ കിടക്കാനിടമില്ലാത്തവളല്ല. തുടങ്ങി വച്ചത്, പൂർത്തീകരിച്ച് മടങ്ങിവരാം.''

യാത്ര പുറപ്പെടും മുൻപ് അമ്മു പറഞ്ഞു. ഒരു നിമിഷം, കാളി യമ്മയുടെ മുഖമൊന്നു കാളി. ആലിംഗനം ചെയ്ത അമ്മുവിന്റെ നെറുകയിൽ മുത്തം വച്ചു.

''ഇതിവിടെ ഇരിക്കട്ടെ, വാവ പോയിട്ടുവാ, തോൽക്കില്ല, ജയിച്ചു വരും. അതുവരെ കായലമ്മേം, മക്കളേം കാളി കാക്കും.''

ആർജ്ജിത കരുത്തോടെ കാളിയമ്മ പറഞ്ഞു. അമ്മയെ, ഉരുമ്മി നിന്നിരുന്ന നീലാണ്ടനെ ചേർത്തുപിടിച്ചു. കാളിയമ്മ ഒറ്റയ്ക്കല്ല. അമ്മു സമാധാനിച്ചു.

ഇരുപത്തിനാല്

രഘുരാമൻ മേനോൻ ലെസ്റ്റർ യൂണിവേഴ്സിറ്റിയിലെ പ്രശസ്തമായ മനശ്ശാസ്ത്ര വിഭാഗത്തിൽ അദ്ധ്യാപകനായിരുന്നു. ''ലെസ്റ്ററിൽ, സിംഗിൾ ഫാമിലി ഹോമുണ്ട്. അമ്മു, എയർപോർട്ടിൽ നിന്ന്, ട്രെയിനിൽ ലെസ്റ്ററിലെത്തിക്കോളൂ. സ്റ്റേഷനിൽ ഞാനുണ്ടാവും.'' രഘുവിന്റെ കത്തിൽ പറഞ്ഞ പ്രകാരം അമ്മു എത്തി. പരിചിതർ കണ്ടുമുട്ടുന്ന പോലെ ഹലോ പറഞ്ഞു, കാലാവസ്ഥയെക്കുറിച്ച് പറഞ്ഞു. വീടെത്തിയെപ്പോൾ സന്ധ്യയായി.

അല്പനേരം കഴിഞ്ഞ്, ഒരു മീറ്റിംഗുണ്ടെന്ന് പറഞ്ഞ് രഘു പുറത്തേക്ക് പോയി. യാത്രാക്ഷീണം കൊണ്ട്, അമ്മു പാതിമയക്കത്തിലായപ്പോൾ മടങ്ങിവന്നു. കൂടെയുണ്ടായിരുന്ന നീലക്കണ്ണും ചെമ്പൻ മുടിയുമുള്ള ചെറുപ്പക്കാരനെ പരിചയപ്പെടുത്തി. ''My best friend Charles Rogers.'' രണ്ടാളും പടികയറി മുകളിലെ സ്റ്റഡി കം ബെഡ് റൂമിലേക്ക് പോയി. പതിവ് സന്ദർശകൻ. പലപ്പോഴും അവിടെത്തന്നെ തങ്ങും. കിച്ചനറ്റും വിശാലമായ ബാൽക്കണിയുമൊക്കെയുണ്ട് മുകളിൽ. ചാർലിയെന്ന ചെല്ലപ്പേരിട്ടു വിളിക്കുന്ന കൂട്ടുകാരൻ തന്റെ പാർട്ട്ണറാണെന്നും പിരിയാനാവാത്ത ബന്ധമാണെന്നും രഘു തുറന്നു പറഞ്ഞതോടെ, രഘുവിന്, തന്നോടുള്ള വിരക്തി, അമ്മുവിന് മനസ്സിലായി.

ഹോമോ സെക്ഷ്വൽ, സ്വവർഗ്ഗാനുരാഗി, ഗേ ആണ് രഘു. അതിലൊരു തെറ്റും അമ്മു കണ്ടില്ല. അതിന് ജനിതകവും ജൈവികവുമായ അടിസ്ഥാനമുണ്ടാകാം എന്ന് അമ്മു വായിച്ചറിഞ്ഞിട്ടുണ്ട്. പക്ഷേ, അങ്ങനെയുള്ളയാൾ, ഒരു പെണ്ണിനെ കല്യാണം കഴിക്കുന്നതെന്തിന്? അമ്മു ചോദിച്ചു. അച്ഛനമ്മമാരുടെ നിർബന്ധത്തിന് വഴങ്ങിയാണെന്ന് രഘു തുറന്നു സമ്മതിച്ചു.

''നമുക്ക് രണ്ടാൾക്കും ഇങ്ങനെയൊരു ബന്ധം നമ്മുടെ നാട്ടുകാരേയും വീട്ടുകാരേയും ബോധിപ്പിക്കാൻ ആവശ്യമായിരുന്നു. നിനക്ക് നിന്റെ വഴി, എനിക്ക് എന്റേതും.''

ആ ധാരണ തുടരുന്നതാണ് നല്ലതെന്ന് അമ്മുവിനും തോന്നി. ഒരു വീട്ടിൽ ലോഡ്ജിൽ കഴിയുന്നതു പോലെ രണ്ട് മനുഷ്യജീവികൾ. ലിംഗ, ലൈംഗിക ന്യൂനപക്ഷത്തിന്, 1967 മുതൽ യു.കെയിൽ നിയമ സാധുതയുണ്ട്. ഗേബാറുകൾ സജീവമാണ്. രഘുവും പങ്കാളി ചാർ ലിയും മാഞ്ചസ്റ്ററിലും ബർമിങ്ങാമിലുമൊക്കെയുള്ള ഗേ ബാറുകളിൽ അറുമാദിച്ചു.

''നിനക്ക് വേണങ്കിൽ എന്റെ ഒരു ലെവി ജീൻസും ടോപ്പുമിട്ട് ഞങ്ങളുടെ കൂടെ കൂടാം.'' രഘുരാമൻ പറഞ്ഞു. അമ്മുവിന്റെ മുഖത്ത് പ്രകടമായ നീരസവും പരിഹാസവും കണ്ടതോടെ ''ശരീരം വൃഥാ കളയാതെ ആസ്വദിക്കുന്നതിന്റെ ആനന്ദം അറിയാത്ത സ്വപ്നജീവി'' എന്ന് ചാർലിയോട് പറയുന്നത് കേട്ടു.

മനസ്സുകൊണ്ട് ജീവിക്കുന്നവരുടേതു കൂടിയാണ് ലോകം, അതാണ് മനുഷ്യരും മൃഗങ്ങളും തമ്മിലുള്ള വ്യത്യാസം എന്ന് ഇവർക്കറിയില്ലല്ലോ എന്ന് അമ്മു ചിന്തിച്ചു.

ഡിഫിൽ രജിസ്ട്രേഷന്, തീസിസ് വിഷയം തെരഞ്ഞെടുക്കാൻ അമ്മുവിന് അധികം ആലോചിക്കേണ്ടി വന്നില്ല. 'Gender Politics and Racism of the 1970s as discussed in Maya Angelou's, "I know why the caged Bird sings'' കൂട്ടിലടച്ച പക്ഷി പാടുന്നതെന്തു കൊണ്ടെന്ന് അമ്മുദേവുപിള്ളക്കറിയാം. ഡർബൻ ലഹളയെന്ന ഉണങ്ങാത്ത മുറിവ്... എപ്പാർത്തിഡ്, വംശവിദ്വേഷം.

കുഞ്ഞിക്കാളിയുടെ കുലം അനുഭവിച്ചുകൊണ്ടിരിക്കുന്ന അയിത്തം, അടിച്ചമർത്തൽ, വർണ്ണവിവേചനം... എല്ലാം പൊള്ളുന്ന അനുഭവ ങ്ങളാണ്.

എട്ടുവയസ്സിൽ അമ്മയുടെ കൂട്ടുകാരൻ മാനഭംഗത്തിനിരയാക്കിയ പെൺകുട്ടി, അത് പുറത്ത് പറഞ്ഞു. ആരോ അയാളെ അടിച്ചു കൊന്നു. അയാളെ കൊന്നത് താനാണെന്ന കുറ്റബോധം അവളെ അലട്ടി, അതൊരു ബാധയായി തന്റെ ശബ്ദമാണ് ആ മനുഷ്യനെ കൊന്നത്, കൊല്ലുന്ന വാക്കാണ് തന്റേത്. ഇനി ഞാൻ മിണ്ടില്ലെന്ന് സ്വയം സമ്മർദ്ദം ചെലുത്തി. പിന്നീട് ഒരഞ്ചു വർഷം മിണ്ടാതായവൾ, മാതളപ്പൂ പോലൊരു മാനസമുള്ള ഫ്ളവേഴ്സ് എന്ന അദ്ധ്യാപിക സ്നേഹ സ്വാധീനം ചെലുത്തി മിണ്ടിത്തുടങ്ങിയപ്പോൾ ജീവിത കഥയായും കവിതയായും മുത്തുകൾ പൊഴിച്ചവൾ മായാ ഏഞ്ജലോ....

നേരനുഭവത്തിൽ നീറുന്നവൾക്ക് വേറേതു വിഷയം? അമ്മു ദേവുപിള്ളയുടെ വർഷങ്ങൾ നിമിഷങ്ങളായി. സൂപ്രവൈസർ ഡോക്ടർ റിച്ചാർഡ്സൺ മനുഷ്യമുഖമുള്ള പണ്ഡിതനായിരുന്നു. ഗൗരവം ചോരാതെയുള്ള പ്രസാദാത്മകത്വം, സമ്മർദ്ദങ്ങളിൽപെടുത്താതെ,

മാർഗനിർദ്ദേശങ്ങൾ. അമ്മുവിന്, ഗവേഷണം ഒട്ടും മുഷിപ്പനായില്ല. ശാരദ ടീച്ചർ വിവാഹിതയായി, കാനഡയ്ക്ക് പോയതോടെ തോന്നിയ ശൂന്യത പുസ്തകങ്ങൾ നികത്തി. ലെസ്റ്ററിൽ നിന്ന് ഓക്സ്ഫോഡിലേക്ക് പോയിവരുന്നതു കൊണ്ട്, റിസർച്ച് പാർട് ടൈം ആക്കേണ്ടി വന്നു.

നാടുമായിട്ടുള്ള ബന്ധം കലാസി പാക്കരന്റെ വല്ലപ്പോഴും വരുന്ന കത്തുകളായിരുന്നു രാജുവിനോടുള്ള ആത്മബന്ധം പാക്കരൻ അമ്മുവിനോടും പുലർത്തി. എന്തെങ്കിലും നാട്ടുവിശേഷം പറയാനുള്ളപ്പോൾ പാക്കരൻ എഴുതി അറിയിക്കും. കുഞ്ഞമ്മാൻ, മാന്തോപ്പ് ബംഗ്ലാവും പറമ്പുമെല്ലാം വിറ്റ്, മരുതൂറിൽ ബംഗ്ലാവ് പണിഞ്ഞ് താമസം അങ്ങോട്ട് മാറ്റി. കുഞ്ഞമ്മാൻ അൾഷിമേഴ്സ്, മറവിരോഗം ബാധിച്ച്, യാത്രകളൊക്കെ നിറുത്തിയ വിവരവും പാക്കരനാണ് അറിയിച്ചത്. പാക്കരൻ കാണാൻ പോയിരുന്നു. ജനലിൽ കൂടികണ്ടു. തിരിച്ചറിഞ്ഞില്ല. കുളിക്കാനിഷ്ടമില്ലെന്നും അടുത്തു നിൽക്കുന്നവരെ ഉപദ്രവിക്കുമെന്നും അതുകൊണ്ട് മുറിയിൽ അടച്ചിട്ടിരിക്കുകയാണെന്നും രാധാമണി തങ്കച്ചി പറഞ്ഞത്രെ. അത് നന്നായി എന്ന് അമ്മുവിന് തോന്നി. മറക്കേണ്ട പ്രവർത്തികൾ ഒത്തിരി ചെയ്ത ആളല്ലെ, സ്മൃതിനാശം അനുഗ്രഹമായിരിക്കും.

കാളിയമ്മ നീലാണ്ടനെ അച്യുത വിലാസത്തിൽ ചേർത്തു, അവനിപ്പോൾ നാലിലായി, പള്ളിക്കുടത്തിൽ പോവൂകാന്ന് പറഞ്ഞ്, സ്ലേറ്റും

പുസ്തകവും ചോറുപൊതിയുമായി ഇറങ്ങും വിശ്വംഭരന്റെ കടയിൽ, പാണ്ടി ലോറിയിൽ നിന്ന് ചരക്കെറക്കുന്ന ദിവസം അവിടെ നോക്കി നിൽക്കും.

ദാക്ഷായണി പറഞ്ഞറിഞ്ഞ കാളിയമ്മ കടയുടെ മുമ്പിൽ പാഞ്ഞെത്തി ചരക്ക് ഇറക്കിക്കൊണ്ട് നിന്ന അവനെ ആദ്യം ഒരടി കൊടുത്തെങ്കിലും പിന്നെ കരഞ്ഞുകൊണ്ട് എടുത്ത് ഉമ്മ വച്ചോണ്ടാണ് കാടൻ കുന്നിലേക്ക് പോയത്. പെഴച്ചാലെന്താ, അവക്ക് ആ കൊച്ചിനെ ജീവനാ എന്ന പാക്കരന്റെ കമന്റും.

അടുത്ത കത്തിൽ, പാക്കരൻ പറഞ്ഞത് സങ്കടകരമായ വാർത്ത ആയിരുന്നു. നീലാണ്ടൻ പുറപ്പെട്ടുപോയി. പത്തു വയസ്സുപോലും തികഞ്ഞിട്ടില്ലാത്ത കൊച്ച് എങ്ങോട്ടു പോകാൻ? പിള്ളാരേ പിടുത്തക്കാർ തട്ടിക്കൊണ്ടുപോയതാണോ? കാളിയമ്മ കാടൻ കുന്നിലാകെ തപ്പി, കായലമ്മയെ വിളിച്ച് കരഞ്ഞു ഒടുവിൽ വിശ്വംഭരന്റെ കടയിൽ എത്തി. അവിടെ സാധനങ്ങൾ എടുത്തു കൊടുക്കുന്ന പയ്യൻ പറഞ്ഞു. നീലാണ്ടൻ പാണ്ടി ലോറിയുടെ ഡ്രൈവറുടെ കൂടെ പോയെന്ന്. ഭ്രാന്തിയെ പോലെ പിച്ചും പേയും പറഞ്ഞ കാളിയമ്മയെ ദാക്ഷായണിയാണ് കാടൻ കുന്നിൽ കൊണ്ടാക്കിയതെന്ന്.

''മത്തൻ കുത്തിയാൽ കുമ്പളം മുളയ്ക്കുമോ?'' പാക്കരന്റെ ചോദ്യം അമ്മുവിന് പിടിച്ചില്ല. എത്രയും വേഗം നാട്ടിലേക്കെത്താൻ മനസ്സ് പിടച്ചു. മാസ്റ്റേഴ്സിന് കൂടെയുണ്ടായിരുന്ന ജെസ്സിയാണ് പിൻതിരിപ്പിച്ചത്.

''ഞാനെന്തായാലും മൂന്നു മാസം കഴിഞ്ഞ് പോകുന്നുണ്ട്. കാളിയമ്മയെ കാണാം. ഒരു ദിവസം മുഴുവൻ അവർക്കൊപ്പം ഇരിക്കാം. നീ തീസിസ് പൂർത്തിയാക്ക്...''

മുക്കാൽപങ്ക് തീർന്നതല്ലേ ഇപ്പോൾ ഇട്ടെറിഞ്ഞ് പോകുന്നത് ശരിയല്ല. ശരിയാണ് അറുപതിനായിരം വാക്കുകൾ കഴിഞ്ഞു പൂർത്തിയാക്കാതെ പോയാൽ പണി ഇരട്ടിക്കും. ജെസ്സിയുടെ ഉറപ്പിൽ മൂന്നു മാസം കാത്തിരിക്കാം. അമ്മു സമ്മതിച്ചു. ജെസ്സി ആണ്ടിൽ രണ്ടു തവണയെങ്കിലും തൃശ്ശൂരുള്ള വീട്ടിൽ പോകും. അമ്പു പെരുനാളിനും അപ്പന്റെ ആണ്ടിനും. ജെസ്സിയുടെ കൂടുംബം വക സ്വർണ്ണക്കടയുടെ ബ്രാഞ്ച് കൊല്ലത്തുമുണ്ട്. ജെസ്സി പോകുമ്പോഴൊക്കെ കാളിയമ്മയ്ക്ക് കുറച്ച് പൈസയും നീലാണ്ടന് ചോക്കളേറ്റും കൊടുത്തു വിടും. മാന്തോപ്പിൽ പോയി കാളിയമ്മയെ കാണും. ഏത്തയ്ക്കാവറ്റലും അരി മുറുക്കുമൊക്കെ കാളിയമ്മയും അമ്മുവിന് കൊടുത്തു വിടും. ജെസ്സിക്ക് സുഖമില്ലാതെ വന്നതു കൊണ്ട്, കഴിഞ്ഞ തവണ പോക്ക് മുടങ്ങി. ഇത്തവണ ഉറപ്പായും പോകുന്നുണ്ട്. നാട്ടിൽ പോയ ജെസ്സി മടങ്ങി വരാനായി കാത്തു.

ഇരുപത്തിയഞ്ച്

നാട്ടിൽ നിന്നും തിരിച്ചെത്തിയ ജെസ്സിയെ ഫോൺ വിളിച്ചിരുന്നു. നീയിങ്ങ് വായോ അമ്മൂ, വിശേഷങ്ങളെല്ലാം കാണുമ്പോൾ പറയാം എന്ന ഒഴുക്കൻ മറുപടി. ഒഴിഞ്ഞു മാറലായി അമ്മുവിനു തോന്നി. പിന്നെ വൈകിച്ചില്ല. അത്യാവശ്യം സാധനങ്ങളെടുത്ത് വീടുപൂട്ടി ഇറങ്ങി. രാത്രി എപ്പോഴെങ്കിലും വീട്ടിലെത്തുന്ന ഭർത്താവ് രഘുരാമൻ മേനോനെ വിളിച്ചിട്ടും കാത്തു നിന്നിട്ടും കാര്യമില്ല. ചില ദിവസങ്ങളിൽ വരാറുമില്ല. പുള്ളി ഏതെങ്കിലും സുഹൃത്തുക്കളുടെയൊപ്പം ജീവിതം ആഘോഷിക്കുകയായിരിക്കും. കൈയിൽ ഡ്യൂപ്ലിക്കേറ്റ് കീ ഉണ്ട്. കതക് തുറക്കും. കിടക്കയിൽ വീഴും, വൈകി എഴുന്നേൽക്കും. അടുത്ത കളിക്ക് വേഷമിട്ട് വണ്ടിയെടുക്കും. അങ്ങനെയും ചില ജീവിതങ്ങൾ.

രണ്ട് മുപ്പതിനുള്ള വണ്ടി പിടിക്കണം. ഇടയ്ക്ക് വണ്ടി മാറണം. ഗ്യാറ്റ് വിക്കിലെത്തണം. ബ്രിട്ടീഷ് റെയിൽ കൃത്യസമയത്ത് എത്തും. അമ്മു ബാക്ക് പാക്കുമായി സ്റ്റേഷനിലേക്ക് ഓടി, ട്രെയിനിൽ കേറി. ജെസ്സിയുടെ വീട്ടിലെത്തിയപ്പോൾ സന്ധ്യയായി. ജെസ്സിയുടെ മങ്ങിയ ചിരിയുമായുള്ള വരവേൽപ്പ് കണ്ടപ്പോഴേ സംശയം തോന്നി. കോട്ടൂരി, കതകിലെ ഹാങ്ങറിൽ തൂക്കി. ഔപചാരിതകളൊന്നുമില്ലാതെ ചോദിച്ചു. ‘‘കാളിയമ്മയെ കണ്ടില്ലേ? എന്താ നീ മറച്ചു വെക്കുന്നത്?’’

‘‘പറയാം, ഒരു കപ്പ് ചൂട് കാപ്പി കുടിച്ച് തണുപ്പകറ്റ്.’’

മുഖം കാട്ടാതെ ജെസ്സി കോഫീ മേക്കർ ഓൺ ചെയ്ത് വെള്ളം തിളയ്ക്കുന്നത് നോക്കി നിൽപ്പായി.

‘‘എന്തായാലും പറഞ്ഞു തുലയ്ക്ക്, മനുഷ്യനെ ഇട്ട് നീറ്റാതെ.’’

കാളിയമ്മയെ കാണാൻ പറ്റിയില്ല. എഴുത്തുപുര തുറന്നു നോക്കി. അവിടെ അടുത്ത കാലത്തെങ്ങും ആൾപ്പാർപ്പുള്ള ലക്ഷണം കണ്ടില്ല. കാടൻകുന്നു മുഴുവൻ നടന്നു, കായലോരമൊക്കെ തിരഞ്ഞു. ഡ്രൈവർ ലോനപ്പനെ കവലയിൽ വിട്ട് അന്വേഷിപ്പിച്ചു. ആൾക്കാര് പറയുന്നത് ഏതാണ്ടൊരു മാസം മുൻപ്, രാത്രിയിൽ ചാമ്പൽപ്പുരയ്ക്ക്

തീ പിടിച്ച് നശിച്ചു വെണ്ണീറായെന്നാണ് ചാമ്പൽപ്പുരയ്ക്ക് ചുറ്റുമുള്ള പുല്ലും കാടും തെങ്ങുമൊക്കെ കത്തിച്ചാമ്പലായിന്ന്. പരിസരത്തൊന്നും ആൾപാർപ്പില്ലാത്തതുകൊണ്ട് ആരും അറിഞ്ഞില്ല. പിറ്റേന്ന്, ചൂണ്ടക്കാരാണ് ചാമ്പൽപ്പുര കത്തിയമർന്നത് കണ്ടത്. അവശിഷ്ടങ്ങളൊന്നും ഉണ്ടായിരുന്നില്ല.

മുഴുവൻ കേട്ട് നിൽക്കാനുള്ള കരുത്തില്ലായിരുന്നു അമ്മുവിന്. ഓർമ്മവച്ച നാൾ മുതൽ, ഊട്ടി വളർത്തി, വലുതാക്കിയ, കാളിയമ്മയ്ക്ക് എന്തു സംഭവിച്ചു? അതറിയാതെ താനിവിടെ പരദേശത്ത് ഉണ്ടും ഉറങ്ങിയും ഗവേഷണപ്പട്ടത്തിന് കോപ്പു കൂട്ടുന്നു.

കൂടുതലൊന്നും ആലോചിച്ചില്ല. ആ രാത്രി തന്നെ, പിറ്റേ ദിവസം കാലത്ത് പത്ത് മണിക്ക് പുറപ്പെടുന്ന എമിററ്റ്സ് എയർവെയ്സിൽ ടിക്കറ്റ് ബുക്ക് ചെയ്തു. ജെസ്സിയുടെ ഒപ്പം രാത്രി കഴിച്ചു കൂട്ടി. രാവിലെ എയർപോർട്ടിലേക്ക് തിരിക്കും മുൻപ്, ജെസ്സിയുടെ ലാൻഡ് ഫോണിൽ നിന്ന് രഘുരാമൻമേനോനെ വിളിച്ചു പറഞ്ഞു. ‘‘രഘൂ, ഞാൻ നാട്ടിലേക്ക് പോവുകയാണ്, കാളിയമ്മയ്ക്ക് എന്തോ അപകടം പറ്റി. ജെസ്സി തറവാട്ടിൽ പോയിരുന്നു.’’

അതിന് കാളിയമ്മ നിന്റെ ആരാ എന്ന ഈർഷ്യയോടുള്ള ചോദ്യം, അങ്ങേതലയ്ക്കൽ നിന്ന് വന്നത്, കേട്ടതായി നടിച്ചില്ല. റിസീവർ വച്ചു. കാളിയമ്മ എനിക്കാരാണ് എന്നറിയാത്തവർക്ക്, എന്നെയും അറിയില്ല. അവരോട് എന്തു പറയാൻ?

തിരുവനന്തപുരത്ത് വിമാനമിറങ്ങി, ടാക്സി പിടിച്ച് പൂക്കൈതയൂരിലേക്ക് പോയി. മാന്തോപ്പ് ബംഗ്ലാവിന്റെ സ്ഥാനത്ത് ഒരാൾ പൊക്കത്തിൽ കാടുണ്ട്. ‘കണ്ണേ മടങ്ങുക’ എന്ന് സ്വയം പറഞ്ഞു. കിഴക്കുഭാഗത്ത് തലയെടുപ്പോടെ കിണറുമാത്രം. കാടൻകുന്നിലേക്കുള്ള കാട്ടുപാതയെത്തി. വഴിയിലേക്കിറങ്ങി നിൽക്കുന്ന കൊന്നക്കമ്പുകളും മുൾച്ചെടികളുമൊക്കെ വകഞ്ഞു മാറ്റി വണ്ടിയോടിക്കാൻ, നഗരത്തിലെ ഡ്രൈവർക്ക് ബുദ്ധിമുട്ടായി. ടാക്സിക്കൂലി കൊടുത്ത്, അയാളെ പറഞ്ഞുവിട്ടു. പരിചിതമായ പാത. എത്രനാൾ കാളിയമ്മയ്ക്കൊപ്പം നടന്നിരിക്കുന്നു. അമ്മൂമ്മപ്പഴവും മുള്ളിക്കായുമൊക്കെ പറിച്ചു തിന്ന്, കഥകൾ പറഞ്ഞ്... എഴുത്തുപുരയുടെ അരഭിത്തിയിൽ ബാഗ് വച്ചു. മുന്നിൽ, ഘനീഭവിച്ച മൗനത്തിലാണ് തടാകം. കായലിറക്കത്തുള്ള ചാമ്പൽപ്പുരയില്ല. കുന്നോളം ചാരം മാത്രം. കാളിയമ്മ കശുവണ്ടി പറിക്കുന്ന തോട്ടി, മാവിൽ ചാരിവച്ചിരിക്കുന്നതെടുത്തു. ചാരത്തിൽ ആഞ്ഞു കുത്തി, ഇളക്കാൻ നോക്കി. മഴ നനഞ്ഞ് കട്ടിയായ ചാരം അങ്ങിങ്ങ് പൊടിഞ്ഞു വീണു. പിന്നെയും പിന്നെയും തളരുവോളം തട്ടിയിളക്കി. കാളിയമ്മയുടേതായി എന്തെങ്കിലും അവശേഷിക്കുന്നുണ്ടോ? അവസാനമായി ഒന്നു കാണാൻ... അന്ത്യകർമ്മങ്ങൾ ചെയ്യാൻ, ആരുമില്ലെന്നാണോ വിചാരിച്ചത്. ഞാനില്ലേ എന്റെയമ്മേ?